સપના જે સુવા ના દે

(ડૉ. અબ્દુલ કલામના જીવન પ્રબંધન પર આધારિત)

ડૉ. રમેશ પોખરિયાલ 'નિશંક'

ગુજરાત પુસ્તકાલય સહાયક સહકારી મંડળ લિ.
૧૧, ઈલોરા કોમર્શીયલ સેન્ટર, પહેલો માળ, રીલીફ સીનેમા પાછળ.
અમદાવાદ–૩૮૦ ૦૦૧
ફોન : ૨૫૫૦ ૬૯૭૩
E-mail : gpssmltd@yahoo.com

ડાયમંડ બુક્સ

www.diamondbook.in

© લેખકાધીન

પ્રકાશક : ડાયમંડ પૉકેટ બુક્સ પ્રા. લિ.
X-૩૦, ઓખલા ઈંડસ્ટ્રિયલ એરિયા, ફેઝ-II,
નવી દિલ્હી-110020
ફોન : 011- 40712200
ઈ-મેઈલ : sales@dpb.in
વેબસાઈટ : www.diamondbook.in

Sapne Jo Sone Na Den (Gujrati)

By : *Dr. Ramesh Pokhriyal 'Nishank'*

સપના જે સુવા ના દે

(ડૉ. અબ્દુલ કલામના જીવન પ્રબંધન પર આધારિત)

પોતાના દરેક સપનાને હકીકત બનાવો

'સૌથી ઉત્તમ કાર્ય શું હોય છે? કોઈ માણસના દિલને ખુશ કરવું, કોઈ ભૂખ્યાને ભોજન આપવું, જરૂરતમંદની મદદ કરવી, કોઈ દુ:ખિયારાનું દુ:ખ હળવું કરવું અને કોઈ ઘાયલની સેવા કરવી.'

- ડૉ. એ.પી.જે. અબ્દુલ કલામ

કલામ સાહેબની સાથે કેટલીક યાદગાર ક્ષણ

દેશભક્તિનો મહાસાગર હતા કલામ

પોતાના જીવનના તમામ ઉતાર-ચઢાવોની વચ્ચે ફુટપાથ પર અખબાર વેચવાથી લઈને રક્ષા વૈજ્ઞાનિક અને પછી ભારતના પ્રથમ નાગરિકના પાયદાન પર પહોંચવાવાળા ડૉ. એ.પી.જે. અબ્દુલ કલામ પર ચમત્કારિક વ્યક્તિત્વના સ્વામી હતા. પોતાની મહેનત અને પરિશ્રમના બળ પર તેઓ ના ફક્ત ભારતના સૌથી લોકપ્રિય રાષ્ટ્રપતિ બન્યાં પરંતુ જન-જનના પ્રેરણાસ્ત્રોત બની ગયા. તેઓ એક ચિંતક, ભવિષ્યદૃષ્ટા, સફળ વૈજ્ઞાનિક, આદર્શ શિક્ષક અને યુવાઓના પથપ્રદર્શકની સાથે-સાથે એક સફળ રાજનીતિજ્ઞના રૂપમાં પોતાનું નામ હંમેશાં-હંમેશાં માટે ઈતિહાસમાં અમર કરી ગયા.

અત્યંત સાધારણ પૃષ્ઠભૂમિમાં ઉછરેલાં ડૉ. કલામે પોતાના આદર્શો અને કર્મોથી સાબિત કરી દીધું કે દુનિયામાં કશું પણ પ્રાપ્ત કરવું મુશ્કેલ નથી. પહેલાં રક્ષા વૈજ્ઞાનિક તરીકે 'મિસાઈલ મેન'ના રૂપમાં એમણે રાષ્ટ્રની અમૂલ્ય સેવા કરી. પછી રાષ્ટ્રપતિના રૂપમાં સમસ્ત રાષ્ટ્રવાસીઓ માટે દરેક ક્ષેત્રમાં પ્રેરણાસ્ત્રોત બનીને એક મિસાલ કાયમ કરી. દેશના શીર્ષ પદ પર બેસેલો વ્યક્તિ જેટલો સરળ અને સહજ હોઈ શકે છે, તે એટલો જ પ્રખર પણ હોઈ શકે છે, એ વાત તો દુર્લભ જ છે અને ખરેખર પ્રેરણાસ્પદ પણ. એમના સાધારણ વ્યક્તિત્વમાં અસાધારણ પ્રતિભા હતી. સાચા અર્થોમાં તેઓ એવા યુગપુરુષ

રાષ્ટ્રપતિ ડૉ. એ.પી.જે. અબ્દુલ કલામ ડૉ. નિશંકની કૃતિ 'એ વતન તેરે લિયે'નું રાષ્ટ્રપતિ ભવનમાં લોકાર્પણ કરતાં નજરે પડે છે.

હતા, જે જાતિ, ધર્મ અને સંપ્રદાયથી ઉપર દેશના સાચા સપૂત અને માનવતાના પ્રતીક હતા. તેઓ સાચા અર્થોમાં આદર્શ અને કર્મઠતાના પર્યાય બની ગયા. ભારતીયતા અને ભારતીય મૂલ્યોમાં રચેલાં-વસેલાં તેઓ એક એવા વ્યક્તિત્વના ધની હતા, જેમણે દેશની રાજનીતિની દિશા બદલવા અને રાષ્ટ્રને મહાશક્તિના રૂપમાં સ્થાપિત કરવાનો મૂળમંત્ર પણ આપ્યો.

મારી એમનાથી પ્રથમ મુલાકાત ૨૦૦૭, જૂન મહીનામાં ત્યારે થઈ, જ્યારે હું એમને પોતાની દેશભક્તિના ગીતોની પુસ્તક 'એ વતન તેરે લિયે'ના વિમોચન કરવાનો આગ્રહ લઈને એમનાથી મળ્યો હતો. પ્રથમ જ મુલાકાતમાં એમના ચમત્કારિક વ્યક્તિત્વએ મને પ્રભાવિત કર્યો, એમની સ્નેહપૂર્ણ અને આત્મીયતાભરી મુલાકાતથી મને બિલ્કુલ પણ એ અહેસાસ ના થયો કે, હું દેશના સર્વોચ્ચ નાગરિકથી મળી રહ્યો છે. સત્ય કહું તો મને એવું લાગ્યું જ નહીં કે, હું એમનાથી પહેલીવાર મળી રહ્યો છું, તે પણ એક શીર્ષ પુરુષથી. આવી આત્મીય મુલાકાતથી હું અભિભૂત થઈ ગયો હતો. મારા સાહિત્ય સર્જન પર ખૂબ જ પ્રસન્નતા વ્યક્ત કરતાં એમણે સહજતા અને સ્નેહપૂર્વક 'એ વતન તેરે લિયે' પુસ્તકનું વિમોચન કરવાનો મારો આગ્રહ સ્વીકાર કરીને મને પોતાનો કાયલ બનાવી દીધો.

એમનાથી બીજી મુલાકાત પુસ્તક વિમોચનના પ્રસંગે રાષ્ટ્રપતિ ભવનમાં ૨૪ ઓગષ્ટ, ૨૦૦૭એ થઈ. આ મુલાકાતમાં મને એમના હિન્દી પ્રેમ અને રાષ્ટ્રભક્ત હૃદયની સાથે-સાથે એમના વિરાટ વ્યક્તિત્વના પણ દર્શન થયાં. વિમોચન પછી એમણે મારી પુસ્તકને ઉલટતાં એક વળેલું પૃષ્ઠ ખોલ્યું અને અત્યંત નજીકથી મને મારી એક કવિતાની અંતિમ બે લાઈનો પોતાની તૂટી-ફૂટી હિન્દીમાં ગણગણાવી.

'અભી ભી હૈ જંગ જારી વેદના સોઈ નહીં હૈ,
મનુજતા હોગી ધરા પર સંવેદના ખોઈ નહીં હૈ.
કિયા હૈ બલિદાન જીવન નિર્બલતા ઢોઈ નહીં હૈ,
કહ રહા હૂં એ વતન તુજસે બડા કોઈ નહીં હૈ ।'

કવિતાની અંતિમ બે લાઈનો -

'કહ રહા હૂં એ વતન/તુજસે બડા કોઈ નહીં હૈ'ને જ્યારે તેઓ ગુનગુનાવી

રહ્યાં હતા, તો મેં મહેસૂસ કર્યું કે તેઓ અત્યંત ભાવુક થઈ ઊઠ્યાં હતા. ત્યારે મને પહેલીવાર એમના હૃદયમાં દેશભક્તિનો મહાસાગર હિલોળાં લેતો પ્રતીત થયો.

ડૉ. કલામથી મારી ત્રીજી મુલાકાત કુમાઊ વિશ્વવિદ્યાલયના ૧૧માં દીક્ષાન્ત સમારોહમાં ૧૦ ઓગસ્ટ, ૨૦૧૧એ થઈ. દીક્ષાંત સમારોહમાં આમંત્રણ હેતુ જ્યારે મેં એમનાથી ટેલીફોન પર આગ્રહ કર્યો, તો એમણે નૈનીતાલ આવવા માટે હામી ભરી દીધી. એમણે કહ્યું કે, જો કે કાર્યક્રમ અત્યંત વ્યસ્ત છે, પરંતુ વિદ્યાર્થીઓની વચ્ચે આવવું અને એમનાથી મુલાકાત કરવી મારી પ્રથમ પ્રાથમિકતા છે.

નૈનીતાલમાં દીક્ષાંત સમારોહ દરમિયાન આપવામાં આવેલા એમના સંબોધનથી ના ફક્ત વિદ્યાર્થી-વિદ્યાર્થિનીઓ પરંતુ સમસ્ત શિક્ષક વર્ગ પણ અત્યંત પ્રેરિત થયો, જીવનનું આવું દર્શન કદાચ કોઈ વિરલા વ્યક્તિની પાસે હશે. અહિન્દીભાષી હોવા છતાં પણ તેઓ વચ્ચે-વચ્ચે હિન્દીમાં વાત કરવાનો પ્રયત્ન કરતાં.

આજે તેઓ આપણી વચ્ચે નથી, પરંતુ એમના વિચાર, એમનું દર્શન અને એમની જીવનશૈલી હંમેશાં જ આપણાં માટે પ્રેરણાસ્ત્રોત બનીને રહેશે અને આપણને પ્રેરિત કરતી રહેશે. એમના વ્યક્તિત્વ અને આદર્શોથી પ્રેરિત થઈને મેં એમના આદર્શોને આમજન અને નવી પેઢી સુધી પહોંચાડવા માટે આ પુસ્તકને લખવાનું મન બનાવ્યું. એમના વિરાટ વ્યક્તિત્વને આ નાની પુસ્તકમાં સામેલ કરવાનો મારો આ નાનકડો પ્રયાસ વાચકોને થોડો પણ લાભાન્વિત કરી શકે, તો હું આ પ્રયાસને સાર્થક સમજીશ.

પોતાના જીવનમાં મુશ્કેલીઓ અને વિઘ્નો છતાં પણ જમીન પર સંઘર્ષ કરીને જે લોકોએ શિખરને ચૂમ્યાં છે, એમની વાર્તાઓ પણ આ પુસ્તકમાં સામેલ કરવામાં આવી છે. એમને વાચંચીને વાચકોને નિશ્ચિત રૂપથી પોતાના સપના સાકાર કરવા માટે સંઘર્ષ કરવાની પ્રેરણા મળશે.

-રમેશ પોખરિયાલ 'નિશંક'
nishankdd@gmail.com

પ્રકાશકીય

સપનાઓનું સામર્થ્ય

એક પ્રકાશકના રૂપમાં મને ઘણાં લેખકોની રચનાત્મક અભિવ્યક્તિઓને પ્રકાશિત કરવાનું સૌભાગ્ય મળતું રહ્યું છે, એ આધાર પર હું કહી શકું છું કે સાચા અંતઃકરણથી કરવામાં આવેલી આત્મ-અપેક્ષાઓ અને એકઠી કરેલી મહત્ત્વાકાંક્ષાઓના પ્રકાશ સ્તંભ છે સ્વપ્ન. સપના જ આપણાં વ્યક્તિગત, સામાજિક તેમજ આધ્યાત્મિક માર્ગદર્શક છે. સ્વપ્ન-શાસ્ત્રી ભલે કશું પણ કહે પરંતુ મને સપનાઓ વિશે મનોવૈજ્ઞાનિક સિગમંડ ફ્રાયડનું એ કથન ઠીક લાગે છે કે, સપના આપણી એ ઇચ્છાઓ અને આકાંક્ષાઓનો અરીસો છે, જેમને આપણે મેળવવા ઇચ્છીએ છીએ. એ વાત અલગ છે કે, જ્યોતિષ અને ફલિત શાસ્ત્રી પોતાના હિસાબથી કોઈના સપનાઓનો જે ભાવ બતાવે છે, તે પણ ઘણાં બધા લોકોએ અસત્ય નથી મેળવ્યો. વિભાજન પછી શરણાર્થીના રૂપમાં પૂરી રીતે ઉજડીને ભારત આવેલા મારા સ્વર્ગીય પિતા ગોવિંદરામજી કહ્યાં કરતાં હતા 'સપના જુઓ અને એમને સાકાર કરવામાં લાગી જાઓ'. તેઓ કહ્યા કરતાં હતાં કે "સપના જોવાની ક્ષમતા ભગવાને ફક્ત મનુષ્યોને જ આપી છે.' મારા રૂમમાં આજે પણ એમના એ વાક્ય લાગેલા છે, જે મને હંમેશાં પ્રેરણા આપે છે.

સપનાઓનો સંસાર અદ્ભુત હોય છે. કલ્પના જગતમાં આ જેટલાં આપણને આશ્ચર્યચકિત કરે છે, એનાથી અધિક વાસ્તવિકતા કે જાગૃતિના સમયે પોતાના પાશમાં બાંધીને રાખે છે. દરેક આયુ અને દરેક પરિસ્થિતિમાં સપના આપણી મહત્ત્વાકાંક્ષાઓને માર્ગ બતાવવાનું જ કાર્ય કરે છે. સપના કેવા પણ હોય અને એમનાથી કોઈ પ્રેરણા લે કે ના લે પરંતુ એ નક્કી છે કે, જો પ્રયાસ કરવામાં આવે, તો સપના આપણા જીવનને નિશ્ચિત રૂપથી એક સાર્થક દિશા આપી શકે છે.

પોતાના અનુભવથી મેં જીવનભર એ જ શીખ્યું કે, સપના જોવા પણ એટલું જ જરૂરી છે, જેટલું કર્મ કરવું. સપના કર્મ કરતાં રહેવા અને આગળ વધવાની જે પ્રેરણા આપે છે, એમાં ભાવાત્મક ઊર્જા હોય છે. સપના ના હોય, વિચાર ના હોય, કલ્પના ના હોય, તો કેટલીય વાર આપણે વિચાર શૂન્યતાના મરુસ્થળમાં એ જ ભટકતાં રહી જઈશું.

જ્યારે પ્રસિદ્ધ સાહિત્યકાર, કવિ અને ઉત્તરાખંડ હિમાલયથી સાંસદ રમેશ પોખરિયાલ 'નિશંક'થી મુલાકાત થઈ, તો એમણે બતાવ્યું કે, તેઓ ભારતના પૂર્વ રાષ્ટ્રપતિ ડૉ. એ.પી.જે. અબ્દુલ કલામના વિચારો પર આધારિત એક એવી પુસ્તક લખવા ઇચ્છે છે, જે ખાસ કરીને યુવા પેઢીને આગળ વધવાની પ્રેરણા આપે, તો મેં એમના આગ્રહનો સ્વીકાર તુરંત જ કરી લીધો.

મને પણ યાદ છે કે, ડૉ. કલામ હંમેશાં કહ્યાં કરતાં હતા કે, જો ભારતના બધા નાગરિક મળીને પ્રયાસ કરે અને પોત-પોતાના ક્ષેત્રમાં શ્રેષ્ઠ કામ કરે, તો વર્ષ ૨૦૨૦ સુધી નિશ્ચિત રૂપથી ભારત એક વિકસિત રાષ્ટ્ર બની જ જશે.

આ પુસ્તકનું શીર્ષક "સપના જે સૂવા ના દે' રાખવાની સલાહ આપવા માટે હું મારા મિત્ર અને પ્રસિદ્ધ લેખક ડૉ. અશોક કુમાર શર્માનો અત્યંત આભારી છું. વાચકોથી અનુરોધ છે કે, આ પુસ્તકને વાંચ્યા પછી પોતાના અભિપ્રાય મને મોકલવાનું કષ્ટ કરે. તમારી પ્રતિક્રિયાથી અમને ભવિષ્યમાં પણ ઉપયોગી પુસ્તકો પ્રકાશિત કરવાની પ્રેરણા મળશે.

- નરેન્દ્ર કુમાર વર્મા

nk@dpb.in

|| અનુક્રમણિકા ||

ભાગ-૧
ડૉ. કલામ : જીવનચરિત્ર અને જીવન સંચાલન

ભાગ-૨
સપના જે સૂવા ના દે

ભાગ-૧

ડૉ. કલામ : જીવનચરિત્ર અને જીવન સંચાલન

પ્રારંભિક જીવન

જોવામાં આવે, તો એક સાધારણ બાળકથી લઈને કલામ બનવાની સફર સરળ ન હતી, પરંતુ ભારતના ૧૧મા રાષ્ટ્રપતિ એ.પી.જે. અબ્દુલ કલામ જેમનું પૂરું નામ ડૉક્ટર અબુલ પાકિર જૈનુલાબ્દીન અબ્દુલ કલામ છે, એમના જીવનની તો ફિલસૂફી એ જ હતી કે, 'ક્યારેય નાના સપના ના જુઓ. જે પણ જવાબદારી લો, એને નવી પરિભાષા આપી દો.' એમણે એવું જ કર્યું, આથી તેઓ સામાન્ય લોકોના રાષ્ટ્રપતિ થઈને પણ બધા માટે હંમેશાં ખાસ રહેશે.

તેઓ પ્રથમ એવા બિન-રાજનીતિજ્ઞ રાષ્ટ્રપતિ રહ્યાં, જેમનું રાજનીતિમાં આગમન વિજ્ઞાન અને તકનીકના ક્ષેત્રમાં આપવામાં આવેલા ઉત્કૃષ્ટ યોગદાનને કારણે થયું. ડૉ. કલામ બાળકો તથા યુવાઓમાં ખૂબ જ લોકપ્રિય થયાં. ભારતવાસી આદરવશ એને 'મિસાઈલ મેન' કહીને બોલાવે છે. પોતાના સહયોગીઓ પ્રતિ ઘનિષ્ઠતા તેમજ પ્રેમભાવ માટે કેટલાંક લોકો એમને 'વેલ્ડર ઑફ પીપલ' પણ કહે છે. પરિવારજન તથા બાળપણના મિત્રજન 'આઝાદ' કહીને બોલાવતા હતા.

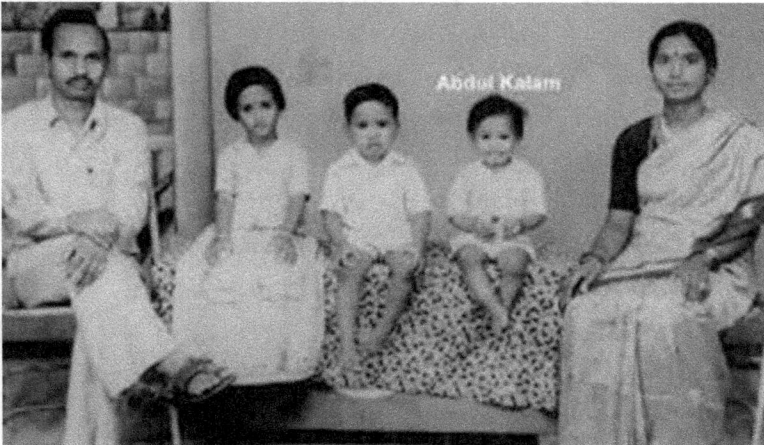

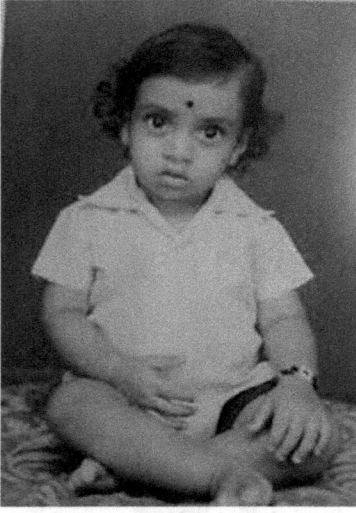

૧૫ ઑક્ટોબર, ૧૯૩૧એ ધનુષકોડી ગામ (રામેશ્વરમ, તમિલનાડુ)માં એક મધ્યમવર્ગીય મુસ્લિમ પરિવારમાં એમનો જન્મ થયો. એમના પિતા જૈનુલાબ્દીન ના વધારે ભણેલાં-ગણેલાં હતા, ઘરની આર્થિક સ્થિતિ પણ સારી ન હતી. એમના પિતા માછીમારોને નાવ ભાડા પર આપ્યા કરતાં હતા. અબ્દુલ કલામ સંયુક્ત પરિવારમાં રહેતા હતા. પરિવારની સદસ્ય સંખ્યાનું અનુમાન એ વાતથી લગાવી શકાય છે કે, આ સ્વયં પાંચ ભાઈ તેમજ પાંચ બહેન હતા અને ઘરમાં ત્રણ પરિવાર રહ્યાં કરતાં હતા. અબ્દુલ કલામના જીવનમાં એમના પિતાનો ખૂબ પ્રભાવ રહ્યો. તેઓ ભલે જ ભણેલાં-ગણેલાં ન હતા, પરંતુ એમની લગન અને એમના આપેલા સંસ્કાર અબ્દુલ કલામને ખૂબ જ કામ આવ્યા.

તેઓ પોતાના પૂર્વજોના મકાનમાં રહેતા હતા, જે ક્યારેક ૧૯મી સદીમાં બનેલું હતું. રામેશ્વરમનું પ્રસિદ્ધ શિવ મંદિર એમના ઘરથી ફક્ત ૧૦ મિનિટના અંતર પર હતું. એ વિસ્તારમાં વધારે વસ્તી મુસલમાનોની હતી. તેઓ દરેક સાંજે નમાજ પઢવા મસ્જિદ જતાં, તો રામેશ્વરમ મંદિરમાં આવીને માથું ટેકવાનું પણ ભૂલતાં ન હતા. મંદિરના પુજારી લક્ષ્મણ શાસ્ત્રી એમના અબ્બાના સારા મિત્રોમાંથી એક હતા. જ્યારે તેઓ ૬ વર્ષના હતા, તો અબ્બાજાનની સાથે મળીને લાકડીની એક નાવ બનાવી, જે લોકોને રામેશ્વરમથી ધનુષકોડીનો નદીનો રસ્તો પાર કરાવતી હતી. દરેક સવારે રામેશ્વરમ રેલવે સ્ટેશનથી ધનુષકોડીની વચ્ચે અખબાર વેચવાનું પણ કામ કર્યું, જે એમની આવકનું માધ્યમ બન્યું.

૫ વર્ષની અવસ્થામાં રામેશ્વરમની પંચાયત પ્રાથમિક વિદ્યાલયમાં એમના દીક્ષા-સંસ્કાર થયા હતા. એમના શિક્ષક ઈયાદુરાઈ સોલોમને એમનાથી કહ્યું હતું- 'જીવનમાં સફળતા તથા અનુકૂળ પરિણામ પ્રાપ્ત કરવા માટે તીવ્ર ઈચ્છા, આસ્થા, અપેક્ષા આ ત્રણ શક્તિઓને સારી રીતે સમજી લેવી અને એમના

પર પ્રભુત્વ સ્થાપિત કરવું જોઈએ.' એમની એ શીખામણને નાના કલામે મનોમન યાદ કરી લીધી.

અબ્દુલ કલામ એક તપસ્વી હોવાની સાથે-સાથે એક કર્મયોગી પણ હતા. પોતાનીલગન, મહેનત અને કાર્યપ્રણાલીના બળ પર અસફળતાઓને સહન કરીને આગળ વધતાં ગયા. પોતાની સિદ્ધિઓના દમ પર આજે એમનું નામ આંતરરાષ્ટ્રીય વૈજ્ઞાનિકોમાં લેવામાં આવે છે.

પ્રારંભિક જીવનમાં અભાવ છતાં તેઓ કયા પ્રકારે રાષ્ટ્રપતિના પદ સુધી પહોંચ્યા, એ વાત આપણા બધા માટે પ્રેરણાસ્પદ છે. એમની શાલીનતા,સાદગી અને સૌમ્યતા કોઈ મહાપુરુષથી ઓછી નથી. એમના જીવનથી આપણે ભારતીય જ નહીં, વિદેશી પણ ખૂબ જ પ્રભાવિત થયાં. અબ્દુલ કલામ સાદું જીવન, ઉચ્ચ વિચાર તથા મહેનતના ઉદ્દેશ્યને માનવાવાળા એવા મહાપુરુષ હતા, જેમણે બધા ઉદ્દેશ્યોને પોતાના જીવનમાં નિરંતર જીવ્યા પણ છે. આથી તેઓ દરેક નાના-મોટા, અમીર-ગરીબ, હિન્દુ-મુસલમાનના આદર્શ બન્યા. એમના પ્રેરણાસ્પદ વાક્યોથી લાખો યુવાઓને પ્રેરણા મળી.

બાળપણના દિવસ

કલામનું બાળપણ ખૂબ જ સંઘર્ષપૂર્ણ રહ્યું. તેઓ પ્રતિદિવસ સવારે ૪:૦૦ વાગ્યે ઊઠીને ગણિતનું ટ્યૂશન ભણાવવા જતાં હતા. ત્યાંથી ૫:૦૦ વાગ્યે પાછા ફર્યા પછી તેઓ પોતાના પિતાની સાથે નમાજ પઢતા, પછી ઘરથી ૩ કિલોમીટર દૂર સ્થિત ધનુષકોડી રેલવે સ્ટેશનથી અખબાર લાવતા અને પગપાળા ફરી-ફરીને વેચતા. ૮:૦૦ વાગ્યા સુધી તેઓ અખબાર વેચીને ઘેર પાછા આવતા. એના પછી તૈયાર થઈને સ્કૂલ ચાલ્યા જતા. એમના બાળપણને નિખારવામાં એમની માતાનું વિશેષ યોગદાન રહ્યું. કલામની માતાનું નામ આશિયમ્મા હતું. તેઓ એક ધર્મપરાયણ અને દયાળુ મહિલા હતી. ૭ ભાઈ-બહેનોવાળા પરિવારમાં કલામ સૌથી નાના હતા, આથી એમને પોતાના માતા-પિતાનો વિશેષ દુલાર મળ્યો.

૫ વર્ષની અવસ્થામાં રામેશ્વરમની પ્રાથમિક સ્કૂલમાં કલામની શિક્ષાનો

ડૉ.કલામનું પૈતૃક ઘર

સપના જે સુવા ના દે

પ્રારંભ થયો. એમની પ્રતિભાને જોઈને એમના શિક્ષક ખૂબ જ પ્રભાવિત થયા અને એમના પર વિશેષ સ્નેહ રાખવા લાગ્યા. એક વાર તાવ આવી જવાને કારણે કલામ સ્કૂલ ના જઈ શક્યા. એ જોઈને એમના શિક્ષક મુત્થુશજી વધારે ચિંતિત થઈ ગયા અને સ્કૂલ સમાપ્ત થયા પછી તેઓ એમના ઘેર જઈ પહોંચ્યા. એમણે કલામનું સ્કૂલ ન જવાનું કારણ પૂછ્યું અને કહ્યું કે, જો એમને કોઈ પ્રકારની સહાયતાની જરૂર હોય, તો તે નિઃસંકોચ કહી શકે છે.

નાના અબ્દુલને એમની માતાએ સારું-ખરાબ સમજવાની શિક્ષા આપી. વિદ્યાર્થી જીવન દરમિયાન જ્યારે અબ્દુલ ઘેર-ઘેર અખબાર વેચીને પાછા આવતા હતા, તો માતાના હાથમાં નાશ્તો તૈયાર મળતો. અભ્યાસ પ્રતિ એમના ઢળાવને જોઈને એમની માતાએ એમના માટે નાનો લેમ્પ ખરીદ્યો હતો, જેનાથી તેઓ રાત્રે ૧૧:૦૦ વાગ્યા સુધી ભણી શકતા હતા. એક જગ્યાએ કલામે પોતાની સફળતાનો શ્રેય પોતાની માતાને આપીને કહ્યું હતું કે, 'માતાએ જો સાથ ન આપ્યો હોત, તો હું અહીંયા સુધી ના પહોંચતો.'

કલામની લગન અને મહેનતને કારણે એમની માતા ખાવા-પીવાની બાબતમાં એમનું વિશેષ ધ્યાન રાખતી હતી. દક્ષિણમાં ચોખાની પેદાવાર અધિક હોવાને કારણે ત્યાં રોટલીઓ ઓછી ખાવામાં આવતી હતી, પરંતુ તેમ છતાં કલામને રોટલીઓથી વિશેષ લગાવ હતો. આથી એમની માતા એમને પ્રતિદિવસ ખાવામાં બે રોટલીઓ અવશ્ય આપ્યા કરતી હતી. એક વાર એમનના ઘરમાં ખાવા માટે થોડી જ રોટલીઓ હતી. એ જોઈને માતાએ એમને પોતાના હિસ્સાની રોટલી કલામને આપી દીધી. એમના મોટા ભાઈએ કલામને ધીમેથી આ વાત બતાવી દીધી. એનાથી કલામ અભિભૂત થઈ ઊઠ્યાં અને દોડીને માતાથી લપેટાઈ ગયા. એમના બાળ હૃદયમાં પોતાની માતા પ્રતિ વિશેષ સ્નેહ જાગી ઊઠ્યો. પછીથી ડૉ. કલામે જીવનભર શાકાહાર અપનાવી લીધો હતો અને તેઓ નિયમિત ખાવામાં પોતાના પારંપરિક દક્ષિણ ભારતીય ખાવાને જ સામેલ કરતા હતા. એમને પારંપરિક આયંગર ખાવાનું જ પસંદ હતું, જેમ કે- વૈંધયા કોજમ્બૂ અને પુલિયોડરે. એમણે શાકાહારને કેવી રીતે અપનાવ્યો?, એનું રહસ્ય એમણે એક સાક્ષાત્કાર દરમિયાન બતાવ્યું હતું કે, જ્યારે ૧૯૫૦માં એમણે સેંટ જોસફ કૉલેજ, તિરુચિરાપલ્લીમાં પ્રવેશ કર્યો હતો, ત્યારથી જ તેઓ શાકાહારી બની ગયા હતા, કેમ કે એમને જે સ્કૉલરશિપ મળતી હતી,એમાં માંસાહારી ભોજનનો ખર્ચ કાઢવો ખરેખર કઠિન કામ હતું. સમય અનુસાર ચાલવા માટે એમણે માંસાહારને છોડવાનો નિર્ણય લીધો, જે

પછીથી એમની આદતમાં સામેલ થઈ ગયો. એમની આ આદતને યાદ કરતાં બેંગલૂર, ઈસરો સેટેલાઈટ સેન્ટરના પૂર્વ નિદેશક, આર. અરવામુદાને બતાવ્યું કે - "અમે ઈન્દિરા ભવન લૉજ, તિરુવનંતપુરમમાં રહેતા હતા, તો લોકો એમને કલામ અય્યર બોલાવતા હતા, કેમ કે તેઓ બ્રાહ્મણોની ચારે તરફ જ ફરતાં નજરે પડતા હતા અને એમની ખાવાની આદતો પણ એમના જ જેવી થઈ ગઈ હતી. ફક્ત એક જ નૉન વેજિટેરિયન ખાવાનું તેઓ ક્યારેક-ક્યારેક ખાતા હતા અને તે હતું કેરલ આલૂની સાથે અંડા મસાલા.'

કલામથી આર. અરવામુદાન ૧૯૬૩માં નેશનલ ઍરોનોટિક્સ સ્પેસ ઍજેન્સીમાં પહેલીવાર મળ્યા હતા. અહીંયા સ્ટેશનથી જોડાયેઈ એક હોસ્ટેલ પણ હતી, જ્યાં સેલ્ફ સર્વિક કૉફી હાઉસ હતું. આર. અરવામુદાને એ દિવસોની યાદ કરતાં ભાવુક થઈને બતાવ્યું- 'અમે હંમેશાં મૈશ આલૂ. બાફેલી બીન્સ અને મટર, બ્રેડ તથા ખૂબ વધારે દૂધ પીતા હતા અને અઠવાડિયાનો છેલ્લો દિવસ સુપર માર્કેટ શૉપિંગ, સિનેમા જોવા અને ભારતીય ઘરોમાં ક્યારેક-ક્યારેક ડિનર કરવાના ચક્કરમાં જ નિકળી જતા હતા.'

ભારતના પૂર્વ રાષ્ટ્રપતિ વિશે વધારે જાણવા માટે ચેન્નઈની અન્નાલક્ષ્મી રેસ્ટોરાંમાં જઈ શકાય છે. જ્યાં ભારતના ૧૧મા રાષ્ટ્રપતિ બનવાથી પહેલાં કલામ આ નાની જગ્યા પર નિયમિત રૂપથી જતા હતા. મેનેજમેન્ટ અનુસાર, અહીંયા એમનું પસંદગીનું ભોજન હતું- વથા કોજમ્બૂ અને પાપડ. ડૉ. કલામે પોતાના જીવનના લગભગ ત્રણ દશક કેરલની રાજધાની તિરુવનંતપુરમમાં વિતાવ્યાં. અહીંયાની એક સ્થાનીય રેસ્ટોરાંમાં ડૉ. કલામની ફોટો દરેક જગ્યાએ લાગેલી છે, અને તે એ દાવો કરે છે કે, રોજ દિવસના અંતમાં કલામ ત્યાં જરૂર જતા હતા.

પ્રાઈમરી સ્કૂલ પછી કલામે શ્વાટ્ર્જ હાઈસ્કૂલ, રામનાથપુરમમાં પ્રવેશ લીધો. બાળપ્ણમાં કલામ અભ્યાસમાં રસ રાખવાવાળા અંતર્મુખી પ્રકારના વિદ્યાર્થી હતા. એમને અભઅયાસ તરફ વળવા એમના જીજા જલાલુદ્દીન અને પિતરાઈ ભાઈ શમસુદ્દીનનો મોટો હાથ રહ્યો. રુચિ જાગ્યા પછી કલામનો સમય એમના પડોશી શ્રી માણિક્કમના પુસ્તકાલયમાં વીત્યો. બાળપણમાં એમને લાંબી પાંખોવાળી સમુદ્રી ચકલીની ઉડાન ખૂબ જ આકર્ષિત કરતી હતી. કલામને પ્રેરિત કરવાવાળા લોકોમાં એમના વિજ્ઞાન શિક્ષક શિવસુબ્રમણ્યમ અય્યર પહેલાં વ્યક્તિ હતા. શ્વાટ્ર્જ હાઈસ્કૂલની શિક્ષા પૂરી કર્યા પછી એમણે ૧૯૫૦માં સેન્ટ જોસપ કૉલેજ, ત્રિચીમાં પ્રવેશ લીધો. ત્યાંથી એમણે ભૌતિકી

અને ગણિત વિષયોની સાથે બી.એસ.સી.ની ડિગ્રી પ્રાપ્ત કરી. એ જ કૉલેજમાં એમણે સાહિત્યકાર સ્કૉટ, ટૉલ્સટૉય તથા હાર્ડીને વાંચ્યા. અહીં જ એમની રુચિ 'દર્શનશાસ્ત્ર' તરફ પણ થઈ, પરંતુ આ જ દિવસોમા કલામે ભૌતિકીની તરફ પણ પોતાની રુચિને મહેસૂસ કરી. એમણે શ્રી ચન્નાદુરઈ અને પ્રો. કૃષ્ણમૂર્તિથી ભૌતિકી શીખી. પરંતુ બી.એસ.સી. પૂરું કર્યા પછી એમને પોતાની સ્વાભાવિક રુચિ એન્જીનિયરિંગમાં લાગી.

પોતાના અધ્યાપકોની સલાહ પર તેઓ સ્નાતકોત્તર શિક્ષા માટે મદ્રાસ ઈન્સ્ટીટ્યૂટ ઑફ તકનીક (એમ.આઈ.ટી.), ચેન્નઈ જવા ઈચ્છતા હતા, પરંતુ પારિવારિક આર્થિક પરિસ્થિતિઓ એમના આડે આવી રહી હતી. પોતાની ખરાબ આર્થિક સ્થિતિના ચાલતા એમ.આઈ.ટી.માં પ્રવેશ માટે થયેલી પરીક્ષામાં સર્વોચ્ચ સૂચીમાં આવવા છતાં કલામ ત્યાં પ્રવેશ લઈ શકતા ન હતા. જ્યારે એમની બહેન જોહરાને આ વાતની જાણ થઈ, તો એણે પોતાની સોનાની બંગડીઓ ગિરવી રાખીને એમની મદદ કરી. ત્યાં પર એમણે પોતાના સપનાઓને આકાર આપવા માટે ઍયરોનૉટિકલ એન્જીનિયરિંગની પસંદગી કરી.

જ્યારે તેઓ મદ્રાસ ઈન્સ્ટીટ્યૂટ ઑફ તકનીક (એમ.આઈ.ટી.)માં અભ્યાસ કરી રહ્યાં હતા, ત્યારે એમને એક નિમ્ન-સ્તરીય યુદ્ધ માટે ઉપયોગમાં થવાવાળા હવાઈ જહાજની રૂપરેખા તૈયાર કરવાની હતી. એમના શિક્ષક પ્રો. શ્રીનિવાસન એમના કાર્યની પ્રગતિથી સંતુષ્ટ ન હતા. કલામે એક મહીનાનો સમય માંગ્યો તો શ્રીનિવાસને કહ્યું- 'જુઓ કલામ! હું તમને ૩૦ દિવસ નહીં, ફક્ત ૩ દિવસ આપી શકું છું.' કલામ એ રાત્રે સૂઈ ના શક્યા, ફક્ત કામ કરતાં રહ્યાં અને કશું ખાધા વગર જ વિભિન્ન પ્રકારની ડ્રૉઈંગ બનાવવામાં લાગી રહ્યાં. સમય પર કામ પૂરું કરવાની ચિંતાને કારણે કલામે આગલા દિવસે ફક્ત એક કલાકનો સમય પોતાના માટે કાઢ્યો અને બાકી ડ્રૉઈંગ બનાવવામાં લગાવી દીધો. હવે ત્રીજો દિવસ આવી ગયો. પ્રો. શ્રીનિવાસન છુપાઈને કામને પૂરું કરવાની ધુનમાં લાગેલા કલામને જોઈ રહ્યાં હતા. થોડા સમય પછી તેઓ સામે આવ્યો અને કલામને ગળે લગાવી લીધા, પછી એમની પીઠ થપથપાવતાં કહ્યું- 'હું જાણતો હતો કે તૂં કરી બતાવીશ.' તો આવા હતા વિશ્વાસ પર ખરાં ઉતરવાવાળા દૃઢ-સંકલ્પી કલામ. જિદ, જોશ અને ઝનૂનથી ભરેલા કલામ હંમેશાં કામ પ્રતિ પૂરી રીતે સમર્પિત રહ્યાં. કામની ક્ષણોમાં તેઓ ક્યારેય એ વાતની પરવાહ કરતાં ન હતા કે સમય અનુકૂળ છે અથવા પ્રતિકૂળ.

એ જ દિવસોમાં એક વાર કલામ પોતાની પ્રયોગશાળામાં સોડિયમ અને થર્માઇટના મિશ્રણની સાથે પોતાના સાક્ષી સુધાકરની સાથે કેટલાંક પ્રયોગ કરી રહ્યાં હતા. ગરમીને કારણે એમને પરસેવો આવી રહ્યો હતો. ત્યારે જ મિશ્રણની એક બૂંદ પડી ગઈ. અચાનક એક જોરદાર ધમાકો થયો અને ચારે તરફ આગ ફેલાવા લાગી. આ મિશ્રણમાં ઉપસ્થિત સોડિયમ અને પરસેવાના જળની વચ્ચે થયેલી રાસાયણિક ક્રિયાને કારણથી આમ બન્યું હતું. એમના મિત્ર સુધાકરે પ્રત્યુત્પન્ન મતિનો પરિચાય આપતા બારીના કાચને તોડ્યાં અને ઘા થવાની પરવાહ કર્યા વગર કલામને બહાર ફેંકીને બચાવી લીધા. આ ક્ષણ દેશ માટે ખૂબ સૌભાગ્યશાળી રહી.

કલામે ૧૯૫૮માં મદ્રાસ ઇન્સ્ટીટ્યૂટ ઑફ તકનીકથી અંતરિક્ષ વિજ્ઞાનમાં સ્નાતકની ડિગ્રી પ્રાપ્ત કરી હતી. સ્નાતક થયાપછી એમણે હાવરક્રાફ્ટ પરિયોજના પર કામ કરવા માટે ભારતીય રક્ષા અનુસંધાન તેમજ વિકાસ સંસ્થાનમાં પ્રવેશ કર્યો.

વૈજ્ઞાનિક જીવન

કલામની હાર્દિક ઇચ્છા હતી કે, તેઓ વાયુ સેનામાં ભરતી થાય તથા દેશની સેવા કરે, પરંતુ એવું થઈ ના શક્યું.

શું આપણે કલ્પના કરી શકીએ છીએ કે, એ યુવકના મન પર શું વીતી હશે, જે વાયુસેનામાં વિમાન ચાલક બનવાની ન જાણે કેટલી સુખદ આશાઓ લઈને દેહરાદૂન ગયો હતો, પણ પરિણામોની યાદીમાં એનું નામ ૯મા ક્રમાંક પર હતું, જ્યારે કે પસંદગી ફક્ત ૮ની જ થવાની હતી. માછીમાર પરિવારના એ યુવકે નૌકા ચલાવીને અને સમાચારપત્ર વેચીને જેમ-તેમ પોતાનું ભણતર પૂરું કર્યું હતું.

દેહરાદૂન આવતાં સમયે તેઓ ફક્ત પોતાની જ નહીં, પોતાના માતા-પિતા અને મોટાભાઈની આકાંક્ષાઓનો માનસિક ભાર પણ પોતાની પીઠ પર લઈને આવ્યો હતો, જેમણે પોતાની ન જાણે કઈ-કઈ જરૂરિયાતોને તાક પર રાખીને એ વિચારીને ભણાવ્યો હતો કે, તે ભણી-ગણીને કોઈ સારી નોકરી કરશે અને પરિવારની આર્થિક સ્થિતિ સુધારવામાં સહાયક થશે.

પરંતુ પાયલટ પરીક્ષાના પરિણામોએ બધા સપનાઓને ક્ષણમાત્રમાં ધૂળધૂસરિત કરી દીધા. નિરાશાની આ ક્ષણોમાં તેઓ ઋષિકેશ જઈ પહોંચ્યા, જ્યાં જગતકલ્યાણી માં ગંગાની પવિત્રતા, પૂજ્ય સ્વામી શિવાનંદના સાન્નિધ્ય અને 'શ્રીમદ્ભગવદ્ગીતા'ના સંદેશે એમને નવેસરથી કર્મપથ પર અગ્રેસર કર્યા. એ સમયે કોને ખબર હતી કે, નિયતિએ એની સાથે મજાક ના કરી, પરંતુ એના ભાગ્યોદયના દ્વાર ખુદ પોતાના સ્વર્ણિમ હાથોથી ખોલી દીધા છે.

પોતાની આ ઇચ્છા પૂરી ન થઈ શકવાને કારણે એમણે ક-મનથી રક્ષા મંત્રાલયના તકનીકી વિકાસ તેમજ ઉત્પાદની પસંદગી કરી. ત્યાં પર એમણે ૧૯૫૮માં તકનીકી કેન્દ્ર (સિવિલ વિમાનન)માં વરિષ્ઠ વૈજ્ઞાનિક સહાયકનો કાર્યભાર સંભાળ્યો. એમણે પોતાની પ્રતિભાના બળ પર ત્યાં પહેલા જ

વર્ષમાં એક પરાધ્વનિક લક્ષ્યભેદી વિમાનની ડિઝાઈન તૈયાર કરીને પોતાની સ્વર્ણિમ સફરની શરૂઆતકરી. અહીંયા પર એમણે વિભિન્ન પદો પર કાર્ય કર્યું. એમણે પોતાના નિર્દેશનમાં ઉન્નત સંયોજિત પદાર્થોનો વિકાસ આરંભ કર્યો. એમણે ત્રિવેન્દ્રમમાં સ્પેસ સાયન્સ એન્ડ તકનીક સેન્ટર (એસ.એસ.ટી.સી.) માં 'ફાઈબર રિઈનફોર્સ્ડ પ્લાસ્ટિક' વિભાગની સ્થાપના કરી. એની સાથે જ એમણે અહીંયા પર સામાન્ય માણસથી લઈને સેનાની જરૂરિયાતોને ધ્યાનમાં રાખીને થયેલી અનેક મહત્ત્વપૂર્ણ યોજનાની શરૂઆત કરી.

એ જ દિવસોમાં ઈસરોમાં સ્વદેશી ક્ષમતા વિકસિત કરવાના ઉદ્દેશ્યથી 'ઉપગ્રહ પ્રક્ષેપણ યાન કાર્યક્રમ'ની શરૂઆત કરી. કલામની યોગ્યતાઓને દૃષ્ટિગત રાખીને એમને આ યોજનાના પરિયોજના નિદેશક નિયુક્ત કરવામાં આવ્યા. આ યોજનાનો મુખ્ય ઉદ્દેશ્ય હતો ઉપગ્રહોને અંતરિક્ષમાં સ્થાપિત કરવા માટે એક વિશ્વાસપાત્ર પ્રણાલીનું વિકાસ તેમજ સંચાલન. ૧૯૬૨માં તેઓ ભારતીય અંતરિક્ષ અનુસંધાન સંગઠનમાં આવ્યા, જ્યાં એમણે સફળતાપૂર્વક કેટલીય ઉપગ્રહ પ્રક્ષેપણ પરિયોજનાઓમાં પોતાની મહત્ત્વપૂર્ણ ભૂમિકા નિભાવી. સમયાંતરમાં તેઓ ભારતીય અંતરિક્ષ વિજ્ઞાન તેમજ પ્રૌદ્યોગિકી સંસ્થાના કુલપતિ પણ બન્યાં, પરંતુ ત્યાં સુધી પહોંચવાની સફળ કંઈ ઓછી મુશ્કેલ ન હતી. એમની આગળની સિદ્ધિઓને જાણવાથી પહેલાં આપણે એક વાર ફરી એમના અતીતમાં નજર નાખીને ચાલીએ, કેમ કે એમની અતીતનો વર્તમાનથી ઊંડું જોડાણ છે.

હકીકતમાં ડૉ. કલામ જ્યારે નાના હતા, ત્યારે તેઓ પોતાના મિત્રની સાથે એક મંદિરમાં રામલીલા જોવા ગયા. ત્યાં જ એમણે પહેલીવાર એક રૉકેટને જોયું, જે એમના મને પણ ગમી ગયું. જોતાં-જોતાં જ એમનો આ લગાવ રૉકેટ બનાવવાના ઝનૂનમાં બદલાઈ ગયો. એના પછી જ્યારે પણ રજા મળતી, કલામ જાત-જાતના રૉકેટ બનાવી-બનાવીને ઉડાડતાં નજરે પડ્યાં. રૉકેટ વિશે ઘણું બધું જાણવાની જિજ્ઞાસા એમને પુસ્તકોની દુનિયામાં લઈ ગઈ. પુસ્તકોના માધ્યમથી એમણે જાણ્યું કે, મૈસૂરના ટીપૂ સુલ્તાને પ્રથમ રૉકેટ બનાવ્યું હતું અને યુદ્ધમાં એનો પ્રયોગ પણ કરવામાં આવ્યો હતો. હવે કલામ વધારે જિજ્ઞાસુ થઈ ગયા. પોતાની વધતી જિજ્ઞાસાઓને શાંત કરવા માટે તેઓ ધર્મ-ગ્રંથોને ટટોળતાં રહ્યાં, પરંતુ આધુનિક પુસ્તકોને પણ વાંચતા રહ્યાં. એમનું સપનું ત્યારે સાકાર થયું, જ્યારે એમણે 'ઈસરો'માં દેશના સુપ્રતિષ્ઠિત વૈજ્ઞાનિક

વિક્રમ સારાભાઈના માર્ગદર્શનમાં કામ કરવાની તક મળી. સન્ ૧૯૬૨માં એ.પી.જે. અબ્દુલ કલામ ભારતીય અંતરિક્ષ અનુસંધાન સંગઠનથી જોડાઈ ગયા હતા. ત્યારપછી જ એમણે પોતાની સફળતાની વાર્તા ઘડવાની શરૂ કરી દીધી. આ એમનું પ્રથમ ચરણ હતું, જેમાં એમણે ત્રણ મહાન શિક્ષકો- ડૉ. વિક્રમ સારાભાઈ, પ્રોફેસર સતીશ ધવન અને ડૉ. બ્રહ્મ પ્રકાશના નેતૃત્વમાં શીખ્યું અને એમના માટે આ શીખવા અને જ્ઞાનના અધિગ્રહણનો સમય હતો.

સારાભાઈએ કલામની બૌદ્ધિક ક્ષમતાને ઓળખી, સમજી અને એમને સતત ઉત્સાહિત કર્યા. જ્યારે બેંગલોરમાં ઍરોનૉટિક્સ વિભાગની સ્થાપના થઈ, તો એમણે ત્યાં કલામને નિયુક્ત કર્યા. સારાભાઈ એમને નિખારતા રહ્યા અને પડકારો પિરસતા રહ્યાં. સારાભાઈએ એક વાર કલામને માત્ર ૧૮ મહીનામાં 'રોટો' નામના યંત્રને બનાવવાનો પડકાર આપ્યો. આ યંત્ર અધિક ભાર લઈ જવા તેમજ વિપરીત પરિસ્થિતિઓમાં વાયુસેનાના વિમાનોને ઉડાન ભરવામાં સહાયતા પ્રદાન કરવા માટે બનાવવાનું હતું જ્યારે સારાભાઈએ પ્રક્ષેપણ સંબંધ તકનીક અને ખુદ પ્રપેક્ષપણ વાહન વિકસિત કરવાની યોજના બનાવી, તો એમણે કલામને ખૂબ જ આશાઓ અને વિશ્વાસની સાથે આ દળનું નેતૃત્વ કરવાની જવાબદારી સોંપી. કલામના પિતા, મિત્ર, શિક્ષક અને ઇન્ડિયન સ્પેસ સાયન્સના જનક ડૉ. વિક્રમ સારાભાઈએ કલામને દેશના 'મિસાઇલ મેન' બનાવવામાં મહત્ત્વપૂર્ણ ભૂમિકા નિભાવી હતી. જ્યારે પણ અબ્દુલ કલામ કોઈ પરેશાની કે સમસ્યામાં પડે તો એમના જાણકારોએ દરેક તક પર કલામનો સાથ આપ્યો. આગળ ચાલીને જ્યારે રક્ષા મંત્રાલયે 'મિસાઇલ સમિતિ'નું ગઠન કર્યું, ત્યારે પણ કલામને એના નેતૃત્વ માટે પસંદ કરવામાં આવ્યા. એમાં એમની સાથે ગ્રુપ્કેપ્ટન બી.એસ. નારાયણન હતા. એમની પ્રતિભાને જોતાં ઉપગ્રહ પ્રક્ષેપણ યાનના વિકાસ માટે ગઠિત દળમાં પણ એમને વી.આર. ગાવરીકર, એમ.આર. ગાવરીકર, એમ.આર. કુરૂપ, એ.ઈ. મુથુનાયગમ જેવાં ખ્યાતિપ્રાપ્ત વૈજ્ઞાનિકોની સાથે સામેલ કરવામાં આવ્યા.

ડૉ. અબ્દુલ કલામને પરિયોજના નિદેશકના રૂપમાં ભારતનો પ્રથમ સ્વદેશી ઉપગ્રહ (એસ.એલ.વી.-૩) પ્રક્ષેપાસ્ત્ર બનાવવાનો શ્રેય પ્રાપ્ત થયો. ૧૯૮૦માં એમણે રોહિણી ઉપગ્રહને પૃથ્વીની કક્ષાની નજીક સ્થાપિત કર્યો હતો. રોહિણી ભારતીય અંતરિક્ષ અનુસંધાન સંગઠન દ્વારા શરૂ કરવામાં આવેલી ઉપગ્રહોની એક શ્રૃંખલા છે. રોહિણી શ્રૃંખલામાં ૪ ઉપગ્રહ હતા, જે

બધા ભારતીય ઉપગ્રહ પ્રક્ષેપણ વાહન દ્વારા પ્રક્ષેપિત કરવામાં આવ્યા હતા અને જેમાંથી ૩ સફળતાપૂર્વક કક્ષામાં સ્થાપિત થઈ ગયા. શ્રૃંખલા મોટાભાગે પ્રયોગાત્મક ઉપગ્રહોને પ્રાયોગિક પ્રક્ષેપણ વાહન એસએલવી દ્વારા લૉન્ચ કરવા પર આધારિત હતી. રોહિણી શ્રૃંખલાનો પ્રથમ ઉપગ્રહ ૩૫ કિલોનો પ્રયોગાત્મક સ્પિન સ્થિર ઉપગ્રહ હતો, જે ૩ વૉટ વીજળીનો ઉપયોગ કરે છે અને સતીશ ધવન અંતરિક્ષ કેન્દ્રથી ૧૦ ઓગસ્ટ, ૧૯૭૯ને પ્રક્ષેપિત કરવામાં આવ્યો હતો. આ પોતાની ઉદ્દેશ્ય કક્ષા પ્રાપ્ત ના કરી શક્યો, કેમ કે એનું વાહક રૉકેટ એસએલવી ફક્ત આંશિક રૂપથી જ સફળ થઈ શક્યું. પછી વર્ષ ૧૯૮૦, ૧૯૮૧ અને ૧૯૮૨માં મોકલવામાં આવેલા ઉપગ્રહ સફળતાપૂર્વક અંતરિક્ષમાં પ્રક્ષેપિત કરવામાં આવ્યા. એમની આ સિદ્ધિની સાથે જ ભારત પણ આંતરરાષ્ટ્રીય અંતરિક્ષ ક્લબનો સદસ્ય બની ગયો. એના પછી ઈસરો લૉન્ચ વ્હીકલ પ્રોગ્રામને પરવાન ચઢાવવાનો શ્રેય પણ એમને પ્રદાન કરવામાં આવે છે. ડૉ. કલામે સ્વદેશી લક્ષ્ય ભેદી નિયંત્રિત પ્રક્ષેપાસ્ત્ર 'ગાઈડેડ મિસાઈલ્સ'ને ડિઝાઇન કર્યું. એમણે અગ્નિ તેમજ પૃથ્વી જેવાં પ્રક્ષેપાસ્ત્રોને સ્વદેશી તકનીકથી બનાવ્યા હતા.

ડૉ. કલામે ભારતને રક્ષાના ક્ષેત્રમાં આત્મનિર્ભર બનાવવાના ઉદ્દેશ્યથી રક્ષામંત્રીના તત્કાલીન વૈજ્ઞાનિક સલાહકાર ડૉ. વી.એસ. અરુણાચલમના માર્ગદર્શનમાં 'ઇન્ટીગ્રેટેડ ગાઈડેડ મિસાઈલ ડેવલપમેન્ટ પ્રોગ્રામ'ની શરૂઆત કરી. આ યોજના અંતર્ગત 'ત્રિશૂલ' (નીચી ઉડાન ભરવાવાળા હેલીકૉપ્ટરો, વિમાનો તથા વિમાનભેદી મિસાઈલોને નિશાન બનાવવામાં સક્ષમ), 'પૃથ્વી' (જમીનથી જમીન પર માર કરવાવાળી, ૧૫૦ કિ.મી. સુધી અચૂક નિશાન લગાવવાવાળી હળવી મિસાઈલ), 'આકાશ' (૧૫ સેકેન્ડમાં ૨૫ કિમી સુધી જમીનથી હવામાં માર કરવાવાળી આ સુપરસોનિક મિસાઈલ એક સાથે ચાર લક્ષ્યો પર વાર કરવામાં સક્ષમ), 'નાગ' (હવાથી જમીન પર અચૂક માર કરવાવાળી ટેંક ભેદી મિસાઈલ), 'અગ્નિ' (અત્યંત ઉચ્ચ તાપમાન પર પણ 'કૂલ' રહેવાવાળી ૫૦૦૦ કિ.મી. સુધી માર મારવાવાળી મિસાઈલ) તેમજ 'બ્રહ્મોસ' (રૂસની સાથે સંયુક્ત રૂપથી વિકસિત મિસાઈલ, ધ્વનિથી પણ તેજ ચાલવા તથા ધરતી, આકાશ અને સમુદ્રમાં માર કરવામાં સક્ષમ) મિસાઈલો વિકસિત થઈ.

આ મિસાઈલોના સફળ પ્રક્ષેપણે ભારતને એ દેશોની કતારમાં લાવીને ઊભો કર્યો, જે ઉન્નત પ્રૌદ્યોગિકી તેમજ શસ્ત્ર પ્રણાલીથી સંપન્ન છે. રક્ષા ક્ષેત્રમાં વિકાસની આ ગતિ એ પ્રકારે બની રહે, એના માટે ડૉ. કલામે 'ડિપાર્ટમેન્ટ

ઑફ ડિફેન્સ રિસર્ચ એન્ડ ડેવલપમેન્ટ ઑર્ગેનાઈઝેશન' (ડી.આર.ડી.ઓ.) નો વિસ્તાર કરતાં આર.સી.આઈ. નામના એક ઉન્નત અનુસંધાન કેન્દ્રની સ્થાપન પણ કરી.

ડૉ. કલામ જુલાઈ ૧૯૯૨થી ડિસેમ્બર ૧૯૯૯ સુધી રક્ષા મંત્રીના વિજ્ઞાન સલાહકાર તથા સુરક્ષા શોધ ને વિકાસ વિભાગના સચિવ હતા. એમણે રણનીતિક પ્રક્ષેપાસ્ત્ર પ્રણાલીનો ઉપયોગ આગ્નેયાસ્ત્રોના રૂપમાં કર્યો. એ જ પ્રકારે પોખરણમાં બીજી વાર પરમાણુ પરીક્ષણ પણ પરમાણુ ઊર્જાની સાથે મિલાવીને કર્યું. આ રીતે ભારતે પરમાણુ હથિયારના નિર્માણની ક્ષમતા પ્રાપ્ત કરવામાં સફળતા અર્જિત કરી. કલામે તત્કાલિન અટલ બિહારી વાજપેયી સરકારના નેતૃત્વમાં ૧૯૯૮માં પોખરણમાં એક પછી એક પાંચ પરમાણુ પરીક્ષણ કર્યાં હતા અને એના પછી દુનિયાભરમાં એની તીખી પ્રતિક્રિયા થઈ હતી. ભારતીય ગુપ્તચર એજેન્સી રૉ દ્વારા આયોજિત ૭મા આર.એન. કાવ મેમોરિયલ લેક્ચરમાં કલામે કહ્યું હતું કે, ૧૯૯૮ની ગરમીઓમાં પોખરણ પરમાણુ વિસ્ફોટથી બે દિવસ પહેલાં દુનિયાભરનું ધ્યાન વહેંચવા માટે ભારતે સુનિયોજિત રીતથી મિસાઈલો, રૉકેટો અને બૉમ્બોનો ઉપયોગ કર્યો.

કલામે બતાવ્યું કે, પરીક્ષણના એક દિવસ પહેલાં કેટલીય એજેન્સીઓ સક્રિય ગતિમાં હતી અને પોત-પોતાના કામને અંજામ આપી રહી હતી. આગલા બે દિવસ ચાંદ બિલ્કુલ છુપાયેલો રહેવાવાળો હતો અને રાતો અંધારી થવાવાળી હતી. ચાંદીપુર લાઇટ ટેસ્ટ રેન્જથી એ સમયે એક પછી એક ૧૨ ત્રિશૂલ મિસાઈલો લૉન્ચ કરવામાં આવી. દર બે કલાકમાં એક મિસાઈલ લૉન્ચ કરવામાં આવી. અગ્નિ મિસાઈલની લૉન્ચિંગની તૈયારીઓ પણ તેજ કરી દેવામાં આવી. પોખરણમાં વિસ્ફોટથી દૂર પિનાકા જેવા રૉકેટ છોડવામાં આવ્યા. એના સિવાય વાયુસેનાના વિમાનોએ રન-વે વિધ્વંસ કરવાનો અભ્યાસ પણ એ જ દરમિયાન શરૂ કરી દીધો. એના આગલા દિવસે જાણ ચાલી કે, ભારતે ૩ પરમાણુ પરીક્ષણ કર્યાં છે. આગલા દિવસે વધારે બે પરીક્ષણ કરવામાં આવ્યા.

જો કે, પૂર્વ પ્રધાનમંત્રી નરસિંહા રાવે એમને બોલાવીને પરમાણ પરીક્ષણની તૈયારી કરવા માટે કહ્યું હતું. એના બે દિવસ પછી જ ૧૯૯૬ની સામાન્ય ચૂંટણીના પરિણામ ઘોષિત થવાવાળા હતા. પરિણામ રાવની વિરુદ્ધ ગયા, તો એમણે પછી કલામને બોલાવ્યા અને પરીક્ષણ વિશે ભાવી પ્રધાનમંત્રી અટલ બિહારી વાજપેયીને વિસ્તારપૂર્વક બતાવવાનું કહ્યું, જેથી આટલો

મહત્ત્વપૂર્ણ નિર્ણય સત્તા પરિવરત્ન પછી પણ ના અટકે. કલામે કહ્યું- 'આ ઘટના એક દેશભક્ત રાજનેતાની પરિપક્વતા અને પેશવર વલણને દર્શાવે છે, જે સમજે છે કે દેશ રાજનીતિથી ક્યાંય ઉપર છે.'

ડૉ. કલામે ભારતના વિકાસ સ્તરને વર્ષ ૨૦૨૦ સુધી વિજ્ઞાનના ક્ષેત્રમાં અત્યાધુનિક કરવા માટે એક વિશિષ્ટ વિચારધારા પ્રદાન કરી. તેઓ ભારત સરકારના મુખ્ય વૈજ્ઞાનિક સલાહકાર પણ રહ્યાં. ૧૯૮૨માં તેઓ ભારતીય રક્ષા અનુસંધાન તેમજ વિકાસ સંસ્થાનમાં પાછા નિદેશક તરીકે આવ્યા અને એમણે પોતાનું બધું ધ્યાન 'ગાઈડેડ મિસાઈલ'ના વિકાસ પર કેન્દ્રિત કર્યું. અગ્નિ માઈલ અને પૃથ્વી મિસાઈલના સફળ પરીક્ષણનો શ્રેય મોટાભાગે એમને જ છે. જુલાઈ ૧૯૯૨માં તેઓ ભારતીય રક્ષા મંત્રાલયમાં વૈજ્ઞાનિક સલાહકાર નિયુક્ત થયા. એમણે ભારતને 'સુપર પાવર' બનાવવા માટે ૧૧ મે અને ૧૩ મે, ૧૯૯૮એ સફળ પરમાણુ પરીક્ષણ કર્યું. આ પ્રકારે ભારતે પરમાણુ હથિયારના નિર્માણની દિશામાં એક મહત્ત્વપૂર્ણ સફળતા અર્જિત કરી.

ડૉ. કલામ નવેમ્બર ૧૯૯૯માં ભારત સરકારના મુખ્ય વૈજ્ઞાનિક સલાહકાર રહ્યાં. એમણે ભારતના વિકાસ સ્તરને વિજ્ઞાનના ક્ષેત્રમાં અત્યાધુનિક કરવા માટે એક વિશિષ્ટ વિચારધારા પ્રદાન કરી તથા અનેક વૈજ્ઞાનિક પ્રણાલીઓ તથા રણનીતિઓને કુશળતાપૂર્વક સંપન્ન કરાવવામાં મહત્ત્વપૂર્ણ ભૂમિકા નિભાવી. નવેમ્બર ૨૦૦૧માં પ્રમુખ વૈજ્ઞાનિક સલાહકારનું પદ છોડ્યાં પછી એમણે અન્ના વિશ્વવિદ્યાલયમાં પ્રોફેસરના રૂપમાં પોતાની સેવાઓ પ્રદાન કરી. એમણે પોતાની વિચારધારાને અમલમાં લાવવા માટે આ દેશના બાળકો અને યુવાઓને જાગરુક કરવાનું બીડું લીધું. આ હેતુ એમણે નિશ્ચય કર્યો કે, તેઓ એક લાખ વિદ્યાર્થીઓથી મળશે અને એમને દેશ સેવા માટે પ્રેરિત કરવાનું કાર્ય કરશે. જીવનમાં ડૉ. કલામનો દરેક વસ્તુની પાછળ એક ઉદ્દેશ્ય રહેતો હતો. એ ઉદ્દેશ્યને લઈને જ તેઓ પોતાના દરેક દિવસની યોજનાને નક્કી કરતા હતા.

પોતાની પુસ્તક 'ઈન્ડિયા-૨૦૨૦'માં કલામે લખ્યું છે- 'તેઓ ભારતને અંતરિક્ષ વિજ્ઞાનના ક્ષેત્રમાં દુનિયાનું સિરમૌર રાષ્ટ્ર બનતાં જોવા ઈચ્છે છે. પરમાણુ હથિયારોના ક્ષેત્રમાં ભારતને સુપર પાવર બનાવવાનું છે.' જેના માટે તેઓ ઈચ્છતા હતા કે નવયુવક સામે આવે. એમી સાથે ભણવાવાળા મિત્રોમાંથી એક, રક્ષા અનુસંધાન અને વિકાસ પ્રયોગશાળાઓના પૂર્વ સહયોગી નિદેશકે

એમને કૉલેજના દિવસોથી લઈને રાષ્ટ્રપતિના સમય સુધી જોયા છે અને એમની જીવનશૈલીમાં મુશ્કેલથી જ કોઈ બદલાવ આવ્યા હતા. કામમાં ડૂબ્યા રહેવાવાળા કલામ દિવસના ૧૮ કલાક કામને આપતા હતા. ડૉ. કલામ માટે જ્ઞાનનો સંચાર એમની પ્રકૃતિનો હિસ્સો હતો. તેઓ શિક્ષક હતા. એમનામાં શીખવા-શીખવાડવાની લલક હતી. કલામને કામ કરતાં જોઈને પ્રો. એ.જી.કે. મેનન એમને અસાધારણ બુદ્ધિના વ્યક્તિ માનતા કહેતા હતા હતા કે, એમનામાં વિજ્ઞાનના ગૂઢ રહસ્યોને જાણવાની અસીમ લલક છે. એમનામાં આ શીખવા અને જાણવાની લલક હંમેશાં એ જ રીતે વિદ્યમાન રહી. તેઓ ક્યારેય પણ અને ક્યાંયથી પણ નવું શીખવા માટે આતુર રહેતા હતા.

વિજ્ઞાનથી રાજનીતિ સુધીની સફર

ડૉ. કલામને ભારતીય જનતા પાર્ટી સમર્થિત એન.ડી.એ. ઘટક દળોએ રાષ્ટ્રપતિની ચૂંટણી સમયે પોતાના ઉમેદવાર બનાવ્યા હતા, જેનું વામદળો સિવાય સમસ્ત દળોએ પણ સમર્થન કર્યું. ૧૮ જુલાઈ, ૨૦૦૨એ ડૉ. કલામને ૯૦ ટકા બહુમત દ્વારા ભારતના રાષ્ટ્રપતિ પસંદ કરવામાં આવ્યા હતા. એમનાથી પહેલાં ૧૦ રાષ્ટ્રપતિ થયા હતા. કલામ રાજનીતિક ન હતા, જ્યારે એમણે રાષ્ટ્રપતિ જીવનમાં ચરણ રાખ્યા હતા,તો રાયસીના હિલની છાતી પહોળી થઈ ગઈ. મિસાઈલોને બનાવવાવાળા વૈજ્ઞાનિક હવે મુગલ ગાર્ડનમાં બેસીને વિજ્ઞાન અને સંગીતથી લઈને બ્રહ્માંડ અને બ્રહ્મ પર ચિંતન કરતા હતા. પરંતુ એ જ વૈજ્ઞાનિકને જ્યારે રાજનીતિના ઘટને મથવું પડ્યું, તો ન્યાયનો સાથ ના છોડ્યો.

૨૦૦માં કલામનું નામ પ્રસ્તાવિત કરવામાં આવવું એક સંયોગ ન હતો, ત્યારે ગુજરાતના ભીષણ દંગાઓની લપટો ઠીકથી ઓલવાઈ પણ ન હતી. એવામાં કલામને ઉમેદવાર બનાવવાને કેટલાંક લોકોએ મુસલમાનો માટે મલમ અને કેટલાંકે ભાજપાનો રાજનીતિ દાવની જેમ જોયું.

સંઘના લોકો આથી ખુશ હતા કે, કલામ ગીતા વાંચતા હતા. કૉંગ્રેસ અને સમાજવાદી પાર્ટી એક મુસલમાનનો વિરોધ કરી શકતી ન હતી. એક એવો આદર્શ મુસલમાન, જેણે દેશને શક્તિશાળી બનાવ્યો અને જેની દેશભક્તિ પર શંકાની કોઈ શક્યતા ન હતી.

એ તો રાજનીતિનો શુભ સંયોગ તેમજ સૌભાગ્ય જ હતું કે, કલામનું નામ આ પદ માટે ઊભર્યું. કેટલાય ઉમેદવારોના નામ પર ચર્ચા થઈ, પરંતુ સંમતિ ના બની. ક્યારેક ભાજપા, ક્યારેક વાજપેયી તો ક્યારેક વિપક્ષના ઘડાઓમાં ના-નુકુર ઉભરી. જ્યારે કલામનું નામ પ્રસ્તાવિત ઉમેદવાર તરીકે આવ્યું, તો પણ વામપંથી ના માન્યા, એમણે કેપ્ટન લક્ષ્મી સહગલ જેવાં ધુરંધર નામને

આગળ કરી દીધું. આખો વિપક્ષ લક્ષ્મી સહગલની સાતે ના ગયો અને કલામ એક મોટા અંતરથી જીતી ગયા. જ્યારે શપથ લેવાનો સમય નજીક આવ્યો, તો પ્રમોદ મહાજને ડૉ. કલામને પૂછ્યું- 'તમે કયા શુભ મુહૂર્તમાં શપથ લેવા ઇચ્છશો?' ડૉ. કલામે કહ્યું- 'જ્યાં સુધી સૌરમંડળમાં પૃથ્વી પોતાના કક્ષમાં વિદ્યમાન છે અને સૂરજની આસપાસ પોતાના પથ પર ગતિમાન છે, દરેક ઘડી શુભ છે.' એણના માટે તો દરેક સમય વ્યસ્ત હતો.

'મિસાઇલ મેન' કલામની દેશના રાષ્ટ્રપતિ બનવાની વાર્તા અત્યંત રસપ્રદ છે. પોતાની પુસ્તક 'ધી ટર્નિંગ પૉઇન્ટ'માં કલામે ઉલ્લેખ કર્યો છે કે, કેવી રીતે તેઓ દેશના રાષ્ટ્રપતિ બન્યાં. પ્રસ્તુત છે એ પુસ્તકના કેટલાંક અંશઃ-

કલામે લખ્યું છે- '૧૦ જૂન, ૨૦૦૨ની સવારે અનુસંધાન પરિયોજનાઓ પર પ્રોફેસરો અને વિદ્યાર્થીઓની સાથે કામ કરી રહ્યો હતો, ત્યાં હું ડિસેમ્બર, ૨૦૦૧ પછીથી કામ કરી રહ્યો હતો. આ દિવસ અન્ના વિશ્વવિદ્યાલયના સુંદર વાતાવરણમાં કોઈ પણ અન્ય દિવસની જેમ હતો. મારી કક્ષઆની ક્ષમતા ૬૦ વિદ્યાર્થીઓની હતી, પરંતુ દરેક લેક્ચર દરમિયાન ૨૫૦થી અધિક વિદ્યાર્તી પહોંચી જતા હતા. મારો ઉદ્દેશ્ય પોતાના કેટલાય રાષ્ટ્રીય મિશનોથી પોતાના અનુભવોને વહેંચવાનો હતો. દિવસભરા લેક્ચર પછી સાંજે હું જ્યારે પાછો ફરતો તો અન્ના યૂનિવર્સિટીના ઉપ કુલપતિ પ્રોફેસર કલાનિધિએ બતાવ્યું કે, મારી ઑફિસમાં દિવસમાં કેટલીય વાર ફોન આવ્યા અને કોઈ ખૂબ વ્યગ્રતાપૂર્વક મારાથી સંપર્ક કરવા ઇચ્છતું હતું. જેવો જ હું મારા રૂમમાં

પહોંચ્યો, તો જોયું કે ફોન રણકી રહ્યો હતો. મેં જેવો જ ફોન ઊઠાવ્યો, બીજી તરફથી અવાજ આવ્યો કે, પ્રધાનમંત્રી તમારાથી વાત કરવા ઇચ્છે છે.

હું પ્રધાનમંત્રીથી ફોન કનેક્ટ થવાની રાહ જ જોઈ રહ્યો હતો કે, આંધ્ર પ્રદેશના તત્કાલીન મુખ્યમંત્રી ચંદ્રાબાબૂ નાયડૂનો ફોન મારા સેલફોન પર આવ્યો. નાયડૂએ કહ્યું- 'પ્રધાનમંત્રી અટલ બિહારી તમારાથી કેટલીક મહત્ત્વપૂર્ણ વાત કરવાવાળા છે, તમે એમને મનાઈ ના કરતા.' હું નાયડૂથી વાત કરી જ રહ્યો હતો કે, અટલ બિહારી વાજપેયીથી કૉલ કનેક્ટ થઈ ગઈ.

વાજપેયીજીએ ફોન પર કહ્યું - 'કલામ તમારી શૈક્ષણિક જિંદગી કેવી છે?'

મેં કહ્યું- 'ખૂબ જ સરસ.'

વાજપેયીજીએ આગળ કહ્યું- 'મારી પાસે તમારા માટે ખૂબ જ મહત્ત્વપૂર્ણ સમાચાર છે, હું હમણાં ગઠબંધનના બધા નેતાઓની સાથે એક મહત્ત્વ બેઠક કરીને આવી રહ્યો છું અને અમે બધાએ નિર્ણય કર્યો છે કે, દેશને એક રાષ્ટ્રપતિના રૂપમાં તમારી જરૂર છે. મેં આજે રાત્રે એની ઘોષણા નથી કરી, તમારી સંમતિ જોઈએ. હું ફક્ત 'હા' ઇચ્છું છું, 'ના' નહીં.'

મેં કહ્યું- 'એન.ડી.એ. લગભગ બે ડઝન પાર્ટીઓનું ગઠબંધન છે અ; એ જરૂરી નથી કે, હંમેશાં એકતા જળવાઈ રહે.'

પોતાના રૂમમાં પહોંચ્યા પછી મારી પાસે એટલો સમય પણ ન હતો કે, હું બેસી શકું. ભવિષ્યને લઈને મારી આંખોની સામે કેટલીય વસ્તુઓ નજરે આવવા લાગી. પહેલી, હંમેશાં વિદ્યાર્થીઓ અને પ્રોફેસરની વચ્ચે ઘેરાયેલા રહેવું અને બીજી તરફ સંસદમાં દેશને સંબોધિત કરવો. આ બધું મારા દિમાગમાં ફરવા લાગ્યું. મેં વાજપેયીજીને કહ્યું - 'શું તમે મને નિર્ણય લેવા માટે ૨ કલાકનો સમય આપી શકો છો?' એ પણ જરૂરી હતું કે, રાષ્ટ્રપતિ પદના ઉમેદવારના રૂપમાં મારા નામાંકન પર બધા દળોની સંમતિ હોય.

વાજપેયજીએ કહ્યું- 'તમારી હા પછી અમે સર્વસંમતિ પર કામ કરીશું.' આગલા ૨ કલાકમાં મેં મારા નજીકના મિત્રોને લગભગ ૩૦ કૉલ કર્યા, જેમાં કેટલાય સિવિલ સર્વિસિસમાં હતા, તો કેટલાંક રાજનીતિથી જોડાયેલાં લોકો હતા. એ બધાથી વાત કરીને બે અભિપ્રાય સામે આવ્યા. એક અભિપ્રાય હતો કે, હું શૈક્ષણિક જીવનનો આનંદ લઈ રહ્યો છું, એ મારું ઝનૂન અને પ્રેમ છે, એને મારે પરેશાન ના કરવા જોઈએ. ત્યાં જ બીજો અભિપ્રાય હતો કે, મારી પાસે તક છે ભારત ૨૦૨૦ મિશનને દેશ અને સંસદની સામે પ્રસ્તુત કરવાની. ઠીક ૨ કલાક પછી મેં વાજપેયીજીને ફોન કર્યો અને કહ્યું- 'હું આ મહત્ત્વપૂર્ણ

મિશન માટે તૈયાર છું.' વાજપેયીજીએ કહ્યું-'આભાર.'

૧૫ મિનિટની અંદર એ ખબર પૂરાં દેશમાં ફેલાઈ ગઈ. થોડી જ વાર પછી મારી પાસે ફોન કૉલ્સનું પૂર આવી ગયું. મારી સુરક્ષા વધારી દેવામાં આવી અને મારા રૂમમાં સેંકડો લોકો એકઠા થઈ ગયા. એ જ દિવસે વાજપેયીજીએ વિપક્ષની નેતા સોનિયા ગાંધીજીથી વાત કરી. જ્યારે સોનિયાજીએ એમનાથી પૂછ્યું કે, શું એન.ડી.એ.ની પસંદ ફાઈનલ છે. પ્રધાનમંત્રીએ સકારાત્મક જવાબ આપ્યો. સોનિયા ગાંધીજીએ પોતાની પાર્ટીના સદસ્યો અને સહયોગી દળોથી વાત કરીને મારી ઉમેદવારી માટે સમર્થન કર્યું. મને સારું લાગતું, જો મને વામપંથીનું પણ સમર્થન મળતું, પરંતુ એમણે પોતાના ઉમેદવાર નામાંકિત કર્યા. રાષ્ટ્રપતિની ઉમેદવારી માટે મારી મંજૂરી પછી મીડિયા દ્વારા મારાથી કેટલાય સવાલ પૂછવામાં આવવા લાગ્યા. કેટલાય લોકો પૂછે છે કે, કોઈ બિન-રાજનીતિક વ્યક્તિ અને ખાસ કરીન વૈજ્ઞાનિક કેવી રીતે રાષ્ટ્રપતિ બની શકે છે?

રાષ્ટ્રપતિ પદના ઉમેદવારના રૂપમાં પોતાની અરજી કર્યા પછી ૧૮ જૂન, ૨૦૦૨એ જ્યારે કલામ પહેલીવાર મીડિયાથી રૂબરૂ થયાં, તો એમનાથી કેટલાય પ્રકારના સવાલ પૂછવામાં આવ્યા. એમાં ગુજરાત દંગા અને અયોધ્યામાં રામ મંદિર બનાવવાના સવાલ પણ સામેલ હતા. રાષ્ટ્રપતિ તરીકે એમનું દેશ માટે શું વિઝન હશે, એના પર પણ સવાલ પૂછવામાં આવ્યા.

એ બધા મુદ્દાઓ માટે એમણે શિક્ષણ અને વિકાસના રસ્તે જ સમાધાનની વાત કહી. ચેન્નઈથી જ્યારે તેઓ ૧૦ જુલાઈએ દિલ્લી આવ્યા, તો અહીંયા તૈયારીઓ પૂરા જોર-શોરથી ચાલી રહી હતી. ભાજપાના પ્રમોદ મહાજન એમના ચૂંટણી ઍજેન્ટ હતા.

કલામને જે ઘરની ફાળવણી થઈ હતી, એમણે એના હૉલમાં જ પોતાનું કામ શરૂ કરી દીધું અને થોડા સમય પછી ત્યાં એક ઈલેક્ટ્રૉનિક કેમ્પ કાર્યાલય બની ગયું.

૧૮ જૂન, ૨૦૦૨એ નામાંકન ભર્યા પછી એમણે

પોતાની પ્રથમ પ્રેસ કૉન્ફરન્સ કરી હતી, જેમાં ખૂબ જ સચોટ રીતે ગુજરાત, અયોધ્યા, પરમાણુ વિસ્ફોટ વગેરે વિષયો પર જવાબ આપ્યા. એમણે કહ્યું કે, ભારતને એક એવો શિક્ષિત રાજનીતિક વર્ગ જોઈએ, જે યોગ્ય અને સાર્થક નિર્ણય લેવામાં સક્ષમ હોય. અયોધ્યાના સંદર્ભમાં એમણે કહ્યું કે, જરૂર છે શિક્ષણ, આર્થિક વિકાસ અને મનુષ્યોના એક-બીજાના પ્રતિ સન્માનની.

એમણે લોકસભા અને રાજ્યસભાના લગભગ ૮૦૦ સાંસદોને, રાષ્ટ્રપતિ તરીકે દેશ પ્રતિ મારો શું દૃષ્ટિકોણ રહેશે, એનાથી અવગત કરાવ્યા અને એમને વોટ કરવાની અપીલ કરી. એનું પરિણામ એ થયું કે, એમને મોટા અંતરથી ૧૮ જુલાઈએ રાષ્ટ્રપતિ પસંદ કરી લેવામાં આવ્યા. કુલ બે ઉમેદવારોમાં કલામને ૯,૨૨,૮૮૪ વોટ મળ્યાં. ત્યાં જ વામપંથિ સમર્થિત ઉમેદવાર કેપ્ટન લક્ષ્મી સહગલને ૧,૦૭,૩૬૬ મત મળ્યાં. તેઓ એવા પ્રથમ રાષ્ટ્રપતિ રહ્યાં છે, જેમનો રાજનીતિથી ક્યારેય દૂરનો પણ સંબંધ નથી રહ્યો. એમને ભારતના ઉપરાષ્ટ્રપતિ ના બનાવવામાં આવ્યા, સીધા જ રાષ્ટ્રપતિ બનાવવામાં આવ્યા. શપથ ગ્રહમ સમારોહ પહેલાં જ એમની સામે એક સમસ્યા ઊભી થઈ ગઈ. ૨૫ જુલાઈએ એમનો શપથ ગ્રહણ સમારોહ થવાવાળો હતો, જેના માટે અતિથિઓની યાદી બનાવવામાં એમને વધારે મુશ્કેલી થઈ.

સંસદના કેન્દ્રીય હૉલમાં ફક્ત ૧૦૦૦ લોકોની વ્યવસ્થા હતી. એમનામાંથી બધા સાંસદો, રાજનાયિકો અને પૂર્વ રાષ્ટ્રપતિ કે.આર. નારાયણનના અતિથિઓની સંખ્યા લાવ્યા પછી ફક્ત ૧૦૦ વધારાના લોકોની જગ્યા ત્યાં બચી હતી. બધાએ એને વધારીને એની સંખ્યા ૧૫૦ સુધી કરી દીધી. હવે કલામની આગળ સમસ્યા હતી કે, આ ૧૫૦ લોકોમાં કોને સામેલ કરવામાં આવે. એમના પરિવારના લોકોની સંખ્યા ૩૭ હતી.એના પછી એમના ભૌતિકના શિક્ષક ચિન્નાદુરઈ, પ્રોફેસર કે.વી. પંડલઈ અને એમના સિવાય એમના મિત્ર કેટલાય અન્ય પ્રોફેસર, પત્રકાર મિત્ર, ઉદ્યોગપતિ અને ન જાણે કેટલાય લોકો મહેમાનોની સૂચીમાં સામેલ હતા.

એના સિવાય એમના દેશમાં બધા રાજ્યોથી ૧૦૦ બાળકોને પણ સામેલ કરવામાં આવ્યા, જેમના માટે અલગથી એક પંક્તિ બનાવવામાં આવી. તે દિવસ ખૂબ ગરમ હતો, પરંતુ બધા લોકો ઔપચારિક પરિધાનોમાં ઐતિહાસિક કેન્દ્રીય હૉલમાં પહોંચ્યા અને એમના શપથ ગ્રહણ સમારોહનો હિસ્સો બન્યાં.

ડૉ. એ.પી.જે. અબ્દુલ કલામને ૨૫ જુલાઈ, ૨૦૦૨એ સંસદ ભવનના અશોક કક્ષમાં રાષ્ટ્રપતિ પદની શપથ અપાવવામાં આવી. આ સંક્ષિપ્ત

સમારોહમાં પ્રધાનમંત્રી અટલ બિહારી વાજપેયી, એમના મંત્રીમંડળના સદસ્ય તથા અધિકારીગણ ઉપસ્થિત હતા.

કલામને દુનિયાએ ત્યારે ઓળખ્યા, જ્યારે તેઓ મિસાઈલ બનાવવા લાગ્યા, ઉપગ્રહ ઉડાવવા લાગ્યા અને ભારતને એ દેશોની કતારમાં લાવીને ઊભો કર્યો, જે પોતાના દમ પર પોતાની પ્રયોગશાળામાં આ વિજ્ઞાનને આકાર આપી શકતા હતા. પછી કલામ રાષ્ટ્રપતિ બની ગયા અને દુનિયાએ માની લીધું કે, આ કલામની ક્ષમતાઓ પર પૂર્ણવિરામ છે, પરંતુ શપથની સાથે જ કલામે એ સાબિત કરવાનું શરૂ કરી દીધું કે, મહામહિમ થવું આરામ નથી.

એમનાથી પહેલાં ૩૨૯ એકરમાં ફેલાયેલું રાષ્ટ્રપતિ ભવન સામાન્ય માણસ માટે એક જાદુ સમાન જ રહ્યું હતું, પણ કલામે પોતાની તરફથી એનો દરવાજો ખોલી રાખવાનો પ્રયત્ન કર્યો અને એના વાતાવરણને ઔપચારિકતાઓથી ભારરૂપ ના રહેવા દીધો. હકીકતમાં ડૉ. રાજેન્દ્ર પ્રસાદ પછી કલામ બીજા એવા રાષ્ટ્રપતિ હતા, જેમના કાર્યકાળમાં રાષ્ટ્રપતિ ભવનના મોટાં-મોટાં લોખંડના ગેટ સામાન્ય જનતા અને મહામહિમની વચ્ચે બાધા ના બન્યા. રાષ્ટ્રપતિ ભવન બાળકો, યુવાઓ અને વૈજ્ઞાનિકો માટે હંમેશાં ખુલ્લા રહેતા હતા. પોતાના કાર્યકાળ દરમિયાન કલામે રાષ્ટ્રપતિ ભવનને દેશના વિકાસની બ્લૂ પ્રિંટ તૈયાર કરવાનું કેન્દ્ર બનાવી દીધું હતું. એક રાષ્ટ્રપતિના રૂપમાં કલામનો ઉદ્દેશ્ય જનતાના દિમાગને એ સ્તર પર લઈ જવાના હતા, જેથી એક મહાન ભારતનું નિર્માણ થઈ શકે. રાષ્ટ્રપતિ બનવાના થોડા સમય પછી જ કલામને એક કાર્યક્રમમાં હિસ્સો લેવા માટે કેરલ રાજભવનમાં જવાનું હતું. જ્યાં તેઓ પોતાની તરફથી રાષ્ટ્રપતિના મહેમાનોના રૂપમાં કોઈ પણ બે મહેમાનોને બોલાવી શકતા હતા. જરા વિચારો કે તે મહેમાન કોણ હતા? એમણે ભવનની બહાર બેઠેલા એક મોચી અને એક નાના હોટલના માલિકને આમંત્રિત કર્યા. આવું ઉદાહરણ કદાચ જ કોઈ અન્ય રાષ્ટ્રપતિ કાયમ કરી શકે.

પોતાના કાર્યકાળ દરમિયાન એમણે રાષ્ટ્રપતિ ભવનમાં સ્થિત મુગલ ગાર્ડનને નવા આયામોથી સુશોભિત કર્યો.

મુગલ ગાર્ડન અને ડૉ. કલામ

ડૉ. કલામનો મુગલ ગાર્ડનથી લગાવ રાષ્ટ્રપતિ બનવાથી પહેલાંનો હતો. વર્ષ ૧૯૯૭માં જ્યારે એમને ભારત રત્નથી સન્માનિત કરવામાં આવ્યો હતો, ત્યારે એમણે તત્કાલીન રાષ્ટ્રપતિ કે. આર. નારાયણનની પુત્રી ચિત્રા નારાયણનની સાથે મુગલ ગાર્ડન ફરવાનો અવસર પ્રાપ્ત થયો. ઉદ્યાનની અપ્રિતમ સુંદરતાને જોઈને કલામ સાહેબને ખૂબ જ ખુશી થઈ અને એમણે ઉદ્યાનને ચાંદની રાતમાં જોવાની ઇચ્છા જાહેર કરી. એમની આ ઇચ્છા રાષ્ટ્રપતિ કે.આર. નારાયણન તેમજ એમની પત્નીને જાણ ચાલી, એના પછી જ્યારે પણ કલામ સાહેબ વિભાગીય કામથી દિલ્લી આવતા, તો રાષ્ટ્રપતિના આગ્રહ પર રાષ્ટ્રપતિ ભવનમાં જ રોકાતા હતા.

કલામ સાહેબે પોતાની પુસ્તક 'ટર્નિંગ પૉઈન્ટ'માં લખ્યું છે- 'ત્યારે મને ખબર ન હતી કે, રાષ્ટ્રપતિ ભવનમાં મને પૂર્ણમાસીની ૬૦ રાતો જોવાની

તક મળશે. જે દિવસોમાં હું ત્યાં હતો, મુગલ ગાર્ડન મારા માટે એક મોટું પ્રયોગ સ્થળ બની ગયું હતું. તે એક મોટો સંવાદ મંચ હતો, જેનાથી મેં પ્રકૃતિને અને પોતાના દેશવાસીઓની સાથે મનની વાતો કરી, જ્યાં મેં વિવિધ ક્ષેત્રોથી આવેલા લોકોથી વિચાર-વિમર્શ કર્યા. બગીચાના અનેક પશુ-પક્ષી મારા અંતરંગ થઈ ગયા હતા. બગીચાનો સુવ્યવસ્થિ પરિવેશ અને છોડ-ઝાડ મને શાંતિ પ્રદાન કરતાં હતા.'

ડૉ. કલામના કાર્યકાળમાં ૨૦૦૭માં સાર્ક દેશોના રાષ્ટ્રાધ્યક્ષોની સાથે ફરતાં-ફરતાં પાકિસ્તાનના તત્કાલીન પ્રધાનમંત્રી શૌકત અજીજે કહ્યું હતું કે, જો મુગલ ગાર્ડનમાં દ્વિપક્ષીય સંમેલન થઈ જાય, તો બંને દેશના ભેદભાવ છૂ-મંતર થઈ જશે.

ડૉ. કલામે બગીચામાં બે ઝૂંપડીઓ બનાવડાવી હતી. બંને પ્રાકૃતિક પદાર્થોથી બનેલી હતી. એકનું નામ 'થિંકિંગ હટ' તથા બીજીનું નામ 'ઈમ્મોરટલ હટ' છે. 'થિંકિંગ હટ'ની ડિઝાઇન ત્રિપુરાના કારીગર દ્વારા કરવામાં આવી છે. એમની પુસ્તક 'ઈનડોમિટેબલ સ્પિરિટ'નો ખૂબ જ મોટો હિસ્સો આ જ હટમાં લખવામાં આવ્યો છે. બીજી હટ 'ઈમ્મોરટલ હટ' એટલે અમર સ્થળીમાં ડૉ. કલામની પુસ્તક 'ગાઈડિંગ સોલ',જે જીવનના લક્ષ્યની શોધ પર આધારિત છે, એનો ઉદ્ભવ થયો હતો. રાષ્ટ્રહિતથી જોડાયેલાં કેટલાય વિચાર-વિમર્શ ડૉ. કલામ પોતાના મિત્રોની સાથે આ જ ઝૂંપડીઓમાં કર્યા કરતા હતા. અનેક કવિતાઓનો ઉદ્ભવ પણ અહીંયા થયો હતો.

ડૉ. કલામની સામાજિક ચેતના તેમજ પ્રાકૃતિક પ્રેમના કારણે મુગલ ગાર્ડનમાં કેટલાય નવા સુધારા પણ કરવામાં આવ્યા હતા. સ્પર્શનીય છોડોના બગીચાનો પાયો સામાજિક જાગૃકતાનું સ્પષ્ટ ઉદાહરણ છે. ભારતમાં તેમજ વિશ્વમાં આ પ્રકારના બગીચા ખૂબ ઓછાં છે. લખનૌમાં સી.એસ.આઈ. આર. નેશનલ બૉટૈનિકલ રિસર્ચ ઈન્સ્ટીટ્યૂટમાં સ્પર્શનીય ઉદ્યાન છે. રાષ્ટ્રપતિ કલામના પ્રયાસોનું જ પરિણામ છે કે, ૨૦૦૪માં રાષ્ટ્રપતિ ભવનમાં સ્પર્શનીય બગીચો લગાવવામાં આવ્યો. ફળ, ફૂલ, ઔષધિ તથા મસાલાઓના છોડોની ક્યારીઓ પર સૂચના પટ્ટિકાના માધ્યમથી સંબંધિત છોડો વિશે હિન્દી, અંગ્રેજી ભાષા અને બ્રેલ લિપિમાં લખ્યું છે. પ્રતિવર્ષ જ્યારે પણ આ બગીચા દૃષ્ટિબાધિતો માટે ખોલવામાં આવતો, કલામ એમની સાથે જતા હતા. દૃષ્ટિબાધિતોની ખુશી જોઈને કલામ ખૂબ જ ખુશ થતાં હતા. ૨૦૦૬માં મુગલ ગાર્ડનમાં સંગીતમય ફુવારો લગાવવામાં આવ્યો.

જ્યારે અમેરિકાના રાષ્ટ્રપતિ જૉર્જ ડબ્લ્યૂ બુશ પોતાની પત્ની અને શિષ્ટ મંડળની સાથે ભારત આવ્યા હતા, ત્યારે એમના સન્માનમાં મુગલ ગાર્ડનમાં પ્રીતિભોજ આયોજિત કરવામાં આવ્યું હતું. આ પ્રીતિભોજમાં ઘણાં બધા કલાકાર, બુદ્ધિજીવી અને અતિવિશિષ્ટ વ્યક્તિ પણ આમંત્રિત હતા. જર્જ દંપતિ આ અદ્દ્ભુત આયોજનથી અત્યધિક પ્રભાવિત થયાં હતા. ડૉ. કલામ અનુસાર પૂર્ણિમાની એક રાત્રે જ્યારે પંડિત શિવકુમાર શર્માએ ૫૦૦ લોકોની સન્મુખ સંતૂર-વાદન કર્યું, તો આ સંગીતમય બગીચાની સ્વર્ણિમ ક્ષણ હતી.

એમનો પશુ-પક્ષીઓથી પ્રેમ જગજાહેર હતો. કલામ હંમેશાં કહેતા હતા કે, પક્ષીઓની ઉડાન હંમેશાંથી જ એમને પોતાની તરફ ખેંચતી હતી. એક વાર કલામ ડી.આર.ડી.ઓ.ની સાથે એક ભવન નિર્માણ પરિયોજના પર કામ કરી રહ્યા હતા. એ જ દરમિયાન કલામે પોતાની ટીમથી પૂછ્યું કે, આ ભવનની સુરક્ષા સુનિશ્ચિત કરવા માટે શું કરશે. ત્યારે જ ટીમના એક સદસ્યએ પોતાનો અભિપ્રાય આપતાં કહ્યું- ‘અમે ભવનની દીવાલો પર તૂટેલાં કાચ લગાવી શકીએ છીએ.’ એના પર કલામે તુરંત જવાબ આપ્યો- ‘જો આપણે દીવાલ પર તૂટેલાં કાચ લગાવી દઈશું, તો દીવાલ પર પક્ષી નહીં બેસી શકે. કોઈ અન્ય રસ્તો કાઢો.’

આ જ કારણ હતું કે, રાષ્ટ્રપતિ ભવનમાં બાયો ડાયવર્સિટી પાર્કની શરૂઆત પણ ડૉ. કલામના કાર્યકાળમાં જ થઈ હતી. જેમાં ઘણાં બધા પક્ષીઓ અને પશુઓની પ્રજાતિઓ લાવવામાં આવી હતી. માછલીઓ માટે તળાવ, સસલા માટે બખોલ, બતકોનાં ઘર અને પક્ષીઓનાં ઠેકાણાંથી આ પાર્ક પ્રકૃતિ પ્રેમનું અદ્દ્ભુત સ્થળ બની ગયું હતું. એક વાર ડૉ. કલામ પોતાના મિત્ર ડૉ. સુધીરની સાથે ટહેલવા નિકળ્યા, ત્યારે જ એક નાની હરણી રસ્તામાં દેખાઈ જેને એની માતાએ ત્યાગી દીધી હતી. તે ઠીકથી ચાલી પણ શકતી ન હતી, કેમ કે એના બે પગો જન્મથી જ ચોટિલ હતા. ડૉ. સુધીરની સારવારથી તે થોડાં દિવસો પછી ઠીક થઈ ગઈ અને થોડાં અઠવાડિયા પછી હરણોના ઝૂંડે એને અપનાવી લીધી. ડૉ. કલામ અનુસાર- ‘હું આ ઘટનાથી ખૂબ અભિભૂત થયો હતો. રાષ્ટ્રપતિ ભવનમાં મુગલ ગાર્ડન અને પરિસરના અન્ય બગીચાઓએ જે આનંદની અનુભૂતિ મને આપી, એના પ્રતિ ખૂબ ભાવુક છું. હું આ વાત માટે સર્વશક્તિમાનનો આભાર વ્યક્ત કરું છું, જેણે મને કુદરતનું આ સુખ લેવાની તક આપી.’

એમના કાર્યકાળમાં રાષ્ટ્રપતિ ભવન સામાન્ય લોકોનાં આગમન અને

બાળકોની ખિલખિલાહટથી ગૂંજતું રહ્યું. બાળપણથી જ અબ્દુલ કલામનું સપનું હતું કે, તેઓ એક દિવસ ફાઈટર પ્લેન ઉડાવે. લાંબા સમયે વિજ્ઞાનના ક્ષેત્રમાં દેશની સેવા કર્યા પછી સન્ ૨૦૦૬માં એમને આ તક મળી અને એમણે લગભગ ૩૦ મિનિટ સુધી હવામાં પોતાના આ સપનાને જીવ્યું હતું. જૂન, ૨૦૦૬એ જ્યારે તત્કાલીન રાષ્ટ્રપતિ અબ્દુલ કલામે ૩૦ મિનિટ માટે લડાકૂ વાયુયાન સુખોઈ-૩૦ એમકેઆઈને ઉડાવ્યું હતું, તો એમને જોવાવાળાઓની નજરો બરબસ આકાશ તરફ ચોંટી ગઈ હતી. કદાચ દુનિયાએ પહેલીવાર ભારતના રાષ્ટ્રપતિ અને મિસાઈલ મેનના હાથોમાં વિમાનની સ્ટીયરિંગ જોઈ હતી. એ સમયે એમની સાથે સહયોગી પાયલટ વિંગ કમાંડર અજય રાઠૌર હતા.

એમની આ સૌથી મોટી માત હતી કે, એમણે રાષ્ટ્રપતિ જેવાં 'લાર્જર ધેન લાઈફ' પદને પોતાના વ્યક્તિત્વ પર ક્યારેય હાવી ના થવા દીધું. ખેર, રાષ્ટ્રપતિના રૂપમાં એમની પાસે વિશેષ બે વિકલ્પ હતા. એક તો એ કે, કાર્યપાલિકા પ્રમુખના ર-પમાં તેઓ સરકારના કામકાજને લઈને સચેત રહે અને જ્યાં પણ એને રસ્તાથી અહીં-તહીં થતાં જુએ, ત્યાં પોતાની મર્યાદામાં રહીને એની ભૂલોનો અહેસાસ કરાવે.

બીજો વિકલ્પ, રાષ્ટ્રપતિ ભવનને અકાદમિક અને વૈચારિક વિમર્શનું કેન્દ્ર બનાવવા તથા એક દૂરદર્શી અભિભાવકના રૂપમાં રાષ્ટ્રના સામાજિક-આર્થિક વિકાસનું ભવિષ્યોન્મુખ માળખું ખેંચવાનું હતું. એને એમની શક્તિ કહીએ અથવા સીમા, પરંતુ લાભના પદ સંબંધી વિધેયકને પાછા આપવાના નિર્ણયને છોડી દે, તો સામાન્ય રીતે એમમે પહેલાંવાળા રસ્તાથી કતરાઈને નિકળવાનું જ યોગ્ય સમજ્યું. રાષ્ટ્રપતિના રૂપમાં પોતાની સામે આવેલી ૨૧ દયા યાચિકાઓમાંથી ૨૦ના સંબંધમાં કોઈ નિર્ણય ન કરવાને લઈને એમને આલોચનાઓનો સામનો કરવો પડ્યો. આ વાતનો જવાબ આપીને એમણે એક વાર કહ્યું હતું- 'ખુદાએ તમને મોકલ્યા છે, તો ખુદા જ તમને ઉપર બોલાવશે. જ્યારે એણે જિંદગી આપી છે, તો તે જ તમારી જિંદગીને લેવાનો હકદાર પણ છે.' એવી વિચારસરણી રાખવાવાળા ડૉ. એ.પી.જે. અબ્દુલ કલામ કોઈને પણ મૃત્યુદંડ આપવાથી પાછળ હટતા હતા.

જી હા, રાષ્ટ્રપતિ તરીકે એમને કેટલીય વાર એવા નિર્ણય લેવા પડ્યાં, જે એમના દિલને ચીરીને રાખી દેતા હતા, પરંતુ એમને એવા નિર્ણય લેવા પડતાં હતા. એ જ નિર્ણયોમાંથી એક નિર્ણય મૃત્યુદંડનો રહેતો હતો. વર્ષ ૨૦૦૨-

૨૦૦૭ની વચ્ચે પોતાના કાર્યકાળ દરમિયાન એમણે ૨૮ દયા યાચિકાઓમાંથી ૨ પર જ નિર્ણય કર્યો હતો.

વર્ષ ૨૦૦૪માં એમણે ધનંજય ચેટર્જીની પત્ની અને માતાની દયા યાચિકાને બરતરફ કરી દીધી હતી. ધનંજયે પોતાના જ ઍપાર્ટમેન્ટમાં એક યુવતિનો બળાત્કાર કર્યો હતો. વર્ષ ૨૦૦૬માં કલામે ખરેજ રામની દયા યાચિકાને મંજૂરી આપી દીધી હતી, પરંતુ એમણે પાંચ વર્ષ દરમિયાન ડઝનો દયા યાચિકાઓને લંબિત થછોડી દીધી હતી. જેમાં સદન આતંકી હુમાલના આરોપી અફજલ ગુરુની યાચિકા પણ હતી.

કલામે પોતાની એક પુસ્તકમાં મૃત્યુદંડ વિશે લખ્યું પણ હતું- 'મને લાગે છે કે, જીવનમાં સૌથી મોટું અને મુશ્કેલ કોઈ કામ હતું, તો તે આ જ હતું. કોઈની જિંદગી પોતાના હાથોથી છીનવી લેવી. જ્યારે ખુદાએ જિંદગી આપી છે, તો જિંદગી છીનવવાનો હક પણ એને જ છે.' એમણે લખ્યું- 'પાંચ વર્ષોના કાર્યકાળ દરમિયાન રાષ્ટ્રપતિ તરીકે આ કામ મારા માટે સૌથી મોટું હતું. મને લાગે છે કે, એક રાષ્ટ્રપતિ માટે આ ખૂબ જ મુશ્કેલભર્યું કામ છે. હું જ્યારે એ યાચિકાઓને જોતો હતો, મને લાગતું હતું જાણે હું ખુદાના બંદાને સજા આપી રહ્યો છું. જેણે કદાચ જાણીજોઈને કોઈ ગુનો નથી કર્યો. પરંતુ ગુનો તો કર્યો છે. હવે એની સાથે-સાથે એના પરિવારને પણ સજા મળવા જઈ રહી છે.'

૨૩ મે, ૨૦૦૫એ પોતાની રૂસ યાત્રા દરમિયાન એમણે મંત્રીમંડળની સલાહ પર બિહાર વિધાનસભાને ભંગ કરી દીધી હતી. પછીથી સુપ્રીમ કોર્ટે એના પર પ્રતિકૂળ ટિપ્પણી કરી હતી. કલામે વધારે દિવસો પછી ખુલાસો કર્યો કે, આ ટિપ્પણી પછી તેઓ પોતાનું પદ છોડી દેવા ઈચ્છતા હતા.

આમ તો ડૉ. અબ્દુલ કલામ રાજનીતિક ક્ષેત્રના વ્યક્તિ ન હતા, પરંતુ રાષ્ટ્રવાદી વિચારધારા અને રાષ્ટ્રપતિ બન્યા પછી ભારતની કલ્યાણ સંબંધી નીતિઓને કારણે એમને કેટલીક હદ સુધી રાજનીતિક દૃષ્ટિથી સંપન્ન માની

શકાય છે. એમણે જ્યારે પાકિસ્તાનના પૂર્વ રાષ્ટ્રપતિ પરવેજ મુશર્રફથી મુલાકાત કરી, તો મુશર્રફને લેક્ચર તો આપ્યું જ, સાથે કેટલીય વાતો પણ શીખવાડી. આ ઘટના એમની વિચારસરણીને સ્પષ્ટ કરે છે. થયું એમ કે, વર્ષ ૨૦૦૫માં જનરલ પરવેજ મુશર્રફ ભારત આવ્યા, તો તત્કાલીન પ્રધાનમંત્રી મનમોહન સિંહની સાથે-સાથે રાષ્ટ્રપતિ એ.પી.જે. અબ્દુલ કલામ પણ મળ્યાં.

મુલાકાતથી એક દિવસ પહેલાં કલામના સચિવ પી.કે. નાયર એમની પાસે બ્રીફિંગ માટે ગયા. પી.કે. નાયરે બતાવ્યું કે, સર, કાલે મુશર્રફ તમારાથી મળવા આવી રહ્યાં છે.

એના પર એમણે જવાબ આપ્યો- 'હા, મને ખબર છે.'

નાયરે કહ્યું- 'તેઓ જરૂર કાશ્મીર મુદ્દો ઉઠાવશે. તમારે એના માટે તૈયાર રહેવું જોઈએ.'

કલામ એક ક્ષણ માટે રોકાયા, એમની તરફ જોયું અને કહ્યું- 'એની ચિંતા ના કરો. હું બધું સંભાળી લઈશ.' આગલા દિવસે ઠીક ૭:૩૦ કલાકે પરવેજ મુશર્રફ પોતાના કાફલાની સાથે રાષ્ટ્રપતિ ભવન પહોંચ્યા. એમણે પહેલા માળ પર નૉર્થ ડ્રૉઈંગ રૂમમાં લાવવામાં આવ્યા. કલામે એમનું સ્વાગત કર્યું.

એમની ખુરશી સુધી ગયા અને એમની બાજુમાં બેઠા. મુલાકાતનો સમય ૩૦ મિનિટનો હતો. કલામે બોલવાનું શરૂ કર્યું- 'રાષ્ટ્રપતિ મહાશય, ભારતની જેમ તમારા ત્યાં પણ ઘણાં બધા ગ્રામીણ વિસ્તારહશે. તમને નથી લાગતું કે, આપણે એમના વિકાસ માટે જે કંઈ શક્ય હોય, તે કરવું જોઈએ.'

એવામાં જનરલ મુશર્રફ 'હા' સિવાય બીજું શું કહી શકતા હતા. કલામે કહેવાનું શરૂ કર્યું- 'હું તમને સંક્ષેપમાં 'પોરા' વિશે બતાવીશ. પૂરાનો અર્થ છે કે,પ્રોવાઈડિંગ અર્બન ઍમીમિટીજટૂ રૂરલ એરિયાઝ.'

પાછળ લાગેલી પ્લાઝમા સ્ક્રીન પર હરકત થઈ અને કલામે આગલી ૨૬ મિનિટ સુધી મુશર્રફને લેક્ચર આપ્યું કે, 'પૂરા'નો શું અર્થ છે અને આગલા ૨૦ વર્ષોમાં બંને દેશ એને કઈ પ્રકારે પ્રાપ્ત કરી શકે છે. ૩૦ મિનિટ પછી મુશર્રફે કહ્યું કે, ધન્યવાદ રાષ્ટ્રપતિ મહોદય. ભારત ભાગ્યશાળી છે કે, એની પાસે તમારા જેવા એક વૈજ્ઞાનિક રાષ્ટ્રપતિ છે.

બંનેએ હાથ મિલાવ્યા. નાયરે પોતાની ડાયરીમાં લખ્યું કે, કલામે બતાવ્યું કે વૈજ્ઞાનિક પણ કૂટનીતિક હોઈ શકે છે.

પછી 'પૂરા' શું છે, એના પર એમણે પોતાની પુસ્તક 'ઇન્ડિયા ૨૦૨૦'માં પોતાનો દૃષ્ટિકોણ સ્પષ્ટ કર્યો છે. તેઓ ભારતને અંતરિક્ષ વિજ્ઞાનનાક્ષેત્રમાં

દુનિયાના સિરમોર રાષ્ટ્ર બનતા જોવા ઈચ્છતા હતા.

કલામનું જીવન આજની રાજનીતિના સમયમાં ખોખલી થતી આપણી ચેતના પર પણ એક ટિપ્પણી છે. એક મુસલમાન, જે સરસ્વતી વીણા વગાડતાં-વગાડતાં, ગીતાના શ્લોક વાંચતા-વાંચતા અને શાકાહાર અપનાવીને પણ પોતાની કોમના મૂળીયાથી જોડાયેલાં રહ્યાં. અમે કલામ સાહેબના સંઘર્ષને વધારે વિસ્તાર આપીએ છીએ. ભારતના એક મહામહિમ એક-એક બૂંદ માટીના તેલ માટે તરસ્યા હતા. પરંતુ એણે જ પરમાણુ હથિયારોના ક્ષેત્રમાં ભારતને સુપર પાવર બનાવવાની વાત વિચારી. તેઓ વિજ્ઞાનના અન્ય ક્ષેત્રોમાં પણ તકનીકી વિકાસ ઈચ્છતા હતા. ડૉ.કલામનું કહેવું હતું- 'સૉફ્ટવેયર'નું ક્ષેત્ર બધી વર્જનાઓથી મુક્ત હોવું જોઈએ, જેથી અધિકાધિક લોકો એની ઉપયોગિતાથી લાભાન્વિત થઈ શકે. એવામાં સૂચના તકનીકનો તીવ્ર ગતિથી વિકાસ થઈ શકશે.'

એમનો કાર્યકાળ ૨૫ જુલાઈ, ૨૦૦૭એ સમાપ્ત થયો.

રાષ્ટ્રપતિ જવાબદારીથી મુક્તિ પછી

રાષ્ટ્રપતિ ભવનથી નિકળ્યા પછી પણ કલામનું વ્યક્તિત્વ કરમાયું નહીં. એક અનુભવી વડીલની ભૂમિકામાં પાછા આવીને તેઓ એક શિક્ષક, જીવન-દર્શનના વ્યાખ્યાતા અને અરાજનીતિક જનનેતાના રૂપમાં લોકપ્રિય થયાં.

વૈજ્ઞાનિક અને શિક્ષક ડૉ.કલામના જીવનનું મિશન દેશના બાળકો, યુવાઓ અને કર્ણધારોને જાગૃત કરવાનું હતું. રાષ્ટ્રપતિ જેવાં મહત્ત્વપૂર્ણ અને જવાબદારીવાળા પદ પર રહીને પણ તેઓ અહીંયા-ત્યાં 'ક્લાસ' લેતાં રહ્યાં હતા.એના પછી પણ જ્યારે-ત્યારે એમની ક્લાસોની ચર્ચા પત્ર-પત્રિકાઓમાં છપાતી રહેતી હતી. એમની ક્લાસમાં બાળકો, યુવાઓ, રાજનેતા, જન-પ્રતિનિધિ, શિક્ષક અને પત્રકાર બધા બેઠેલાં મળતાં. એમનું કહેવું હતું, 'દરેક વિદ્યાર્થી અને શિક્ષક પોતાના જીવનમાં એક લક્ષ્યને નક્કી કરીને એને મેળવવા માટે પુરુષાર્થ કરવા અને મુશ્કેલથી મુશ્કેલ પરિસ્થિતિઓમાં પણ હાર ન માનવાની વાતને મનમાં બેસાડી લે. આ જ આપણા દેશને વિશ્વમાં એક મહાશક્તિના રૂપમાં સ્થાપિત કરવાનો મહામંત્ર છે.'

કાર્યાલય છોડ્યા પછી, કલામ ભારતીય પ્રબંધન સંસ્થાન શિલોંગ, ભારતીય પ્રબંધન સંસ્થાન અમદાવાદ, ભારતીય પ્રબંધન સંસ્થાન ઇન્દોર તેમજ ભારતીય વિજ્ઞાન સંસ્થાન બેંગલોરના માનદ ફેલો તથા એક વિઝિટિંગ પ્રોફેસર બની ગયા. ભારતીય અંતરિક્ષ વિજ્ઞાન તેમજ પ્રૌદ્યોગિકી સંસ્થાન, તિરુવનંતપુરમના કુલાધિપતિ, અન્ના વિશ્વવિદ્યાલયમાં એયરોસ્પેસ એન્જીનિયરિંગના પ્રોફેસર તથા ભારતભરમાં કેટલીય અન્ય શૈક્ષણિક અને અનુસંધન સંસ્થાનોમાં સહાયક બની ગયા. એમણે બનારસ હિન્દૂ વિશ્વવિદ્યાલય અને અન્ના વિશ્વવિદ્યાલયમાં સૂચના પ્રૌદ્યોગિકી અને આંતરરાષ્ટ્રીય સૂચના પ્રૌદ્યોગિકી સંસ્થાન હૈદરાબાદમાં સૂચના પ્રૌદ્યોગિના ક્ષેત્રમાં ભણાવ્યું.

મે ૨૦૧૨માં, ડૉ. કલામે ભારતના યુવાઓ માટે એક કાર્યક્રમ, ભ્રષ્ટાચારને હરાવવાના એક કેન્દ્રીય વિષયની સાથે, 'હું આંદોલનને શું આપી શકું છું'નો શુભારંભ કર્યો. એમણે અહીંયા તમિલ કવિતા લખવા અને વેન્નઈ નામના દક્ષિણ ભારતીય સ્ટ્રિંગ વાદ્ય યંત્રને વગાડવાનો પણ આનંદ લીધો.

એમને ૨૦૦૩ તેમજ ૨૦૦૬માં 'એમટીવી યૂથ આઇકન ઑફ ધી યર' માટે નામાંકિત કરવામાં આવ્યા હતા.

તેઓ જીવનપર્યંત ભાવનાત્મક વિષયોથી પણ જોડાયેલાં રહ્યાં છે. 'યેનૂદયા પ્રાયના' તમિલ ભાષામાં લખેલો એમનો કવિતા-સંગ્રહ છે, જેનું અનુવાદ અંગ્રેજી ભાષામાં પણ થયું છે. આ પુસ્તક પણ એમના વ્યક્તિત્વ પર પ્રકાશ નાખે છે. તેઓ સંગીતના પ્રેમી હતા અને ખુદ વીણા વગાડવાનો શોખ પણ રાખતા હતા. એમના ઘરમાં વિજ્ઞાન પુસ્તકોની સાથે જ કવિતા સંગ્રહો અને સંગીતનો મોટો ખજાનો હતો. એક તરફ જ્યાં વિક્રમ સારાભાઈ એમના પ્રેરક અને પસંદીદા વૈજ્ઞાનિક હતા, તો બીજી તરફ મિલ્ટન વૉલ્ટ વ્હાઇટમેન અને રવીન્દ્રનાથ એમના પસંદગીના કવિ હતા. લોકો એમને શું કહે- વૈજ્ઞાનિક, તમિલ, સારા મનુષ્ય કે ભારતીય? ખુદ કલામના શબ્દોમાં- 'એક સારા મનુષ્યમાં બાકી ત્રણેય મળી શકે છે.' એટલે, કલામ ઇચ્છતા હતા કે લોકો એમને ફક્ત 'સારો મનુષ્ય' કહે. હકીકતમાં, તેઓ ધર્મથી પરે હતા. તેઓ ફક્ત દેશના જ રાષ્ટ્રપતિ ન હતા, બલ્કે જનતાના રાષ્ટ્રપતિ હતા.તેઓ દેશના પ્રથમ એવા રાષ્ટ્રપતિ હતા, જે જાત-પાતથી ખૂબ જ પરે હતા. એમના માટે માનવતાનો ધર્મ જ સૌથી મોટો હતો.

તેઓ ભારતને દર વર્ષે સન્ ૨૦૨૦ સુધી વિશ્વ-શક્તિના રૂપમાં જોવાનું સપનું જોયું હતું. તેઓ વિકાસની રાજનીતિના પક્ષધર હતા. જ્યારે પણ

એમને અવસર મળતો, તેઓ નવા વિચાર આપવાથી પાછળ હટતા ન હતા. જ્યારે મધ્ય પ્રદેશમાં 'અટલ જ્યોતિ અભિયાન'ની શરૂઆત થઈ હતી. જેના અંતર્ગત પ્રદેશમાં ચોવીસે કલાક વિજળી ઉપલબ્ધ કરાવવી યોજના હતી. એપ્રિલ ૨૦૧૩ સુધી પ્રદેશના ૯ જિલ્લાઓમાં આ યોજના લાગૂ થઈ ચુકી હતી. ત્યારે એક જિલ્લામાં ઉદ્ઘાટન માટે કલામને આમંત્રિત કરવામાં આવ્યા હતા. આ અવસર પર પ્રદેશમાં વિજળીની ઉપલબ્ધિ પર ખુશી વ્યક્ત કરતાં એમણે લોકોથી ઊર્જા દક્ષતાને અપનાવવા પર પણ ભાર આપ્યો. એક નવો વિચાર આપતા એમણે કહ્યું કે, એનાથી જે રિઝર્વ તૈયાર થશે, તે પાંચમા પ્રકારના ઈંધણની ભૂમિકા નિભાવશે.

ડૉ. કલામ પ્રાચીન ભારતીય ચિકિત્સા આયુર્વેદ ઉપકરણને લઈને વધારે ઉત્સાહિત હતા અને વિશ્વભરમાં એનું આધુનિકીકરણ કરવા ઇચ્છતા હતા, આ વાત આંતરરાષ્ટ્રીય એનજીઓના પ્રમુખ દ્વારા બતાવવામાં આવી છે. ભારત, બ્રિટન અને સ્વિટ્ઝરલેન્ડમાં આંતરરાષ્ટ્રીય આયુર્વેદ ફાઉન્ડેશન (આઈએએફ) ના પ્રમુખ, પ્રફુલ્લ પટેલ, જ્યારે નવેમ્બર ૨૦૦૫માં ડૉ. કલામથી મળ્યાં હતા, તો એમણે આયુર્વેદ માટે એમના પ્રેમ વિશે જાણવાનું હતું.

પટેલે બતાવ્યું- 'અમે કેટલાય પડકારો પર ડૉ. કલામથી ચર્ચા કરી કે, ભારત અને વિદેશોમાં આયુર્વેદને લઈને કઈ વસ્તુઓનો સામનો કરવો પડી રહ્યો હતો અને એના પર એમની સલાહ માંગી. એમણે હર્બલ અને નૉન હર્બલ આયુર્વેદ રિસર્ચ અને વિકાસ કેન્દ્રની સ્થાપના કરવા પર ભાર આપ્યો. સાથે જ, એમણે સલાહ આપી કે, 'કેન્દ્રને આયુર્વેદ અને પારંપરિક ઔષધીય ઉત્પાદનની ગુણવત્તા, સુરક્ષા, સ્થિરતા અને પ્રભાવ વગેરેની સરળ તપાસ અને પ્રમાણપત્ર આપવું જોઈએ.'

પટેલે આગળ બતાવતા કહ્યું કે, આઈએએફે આયુર્વેદ રિસર્ચ અને વિકાસ કેન્દ્ર માટે પરિયોજના તૈયાર કરી છે, જે પશ્ચિમી દવાઓની તર્જ પર હશે. ડૉ. કલામ પણ ઔષધીય છોડનાં ઉત્પાદનને વધારવા માટે ઉત્સુક હતા, જેમાં વિશ્વએ ૬૮ બિલિયન ડૉલરનું ઉત્પાદન કર્યું અને એમાં ચીન ભારતથી વધારે આગળ ઊભું છે.

ડૉ. કલામે ભાર આપીને કહ્યું હતું કે, ભારતની પાસે દક્ષિણ-પૂર્વી રાજ્યો અને હિમાલયમાં વિશાળ જમીન છે, જે મોટા પાયા પર ઔષધિ ઉત્પાદન માટે ઉપયોગ કરી શકાય છે. જો કોઈપણ મોટી કંપની એના માટે ભારતમાં ક્યાંય પણ રોકાણ કરે છે, તો તે સ્થાનીય ખેડૂતોને એમાં સામેલ કરવા માટે

પ્રેરિત કરશે- ઔષધીય છોડો સીધા ખેડૂતોથી ખરીદે- ગુજરાતમાં અમૂલ ડેરીની તર્જની જેમ.

આઈએએફે આર.એન્ડ ડી. સેન્ટર (રિસર્ચ એન્ડ ડેવલપમેન્ટ સેન્ટર) પરિયોજનાની રિપોર્ટ પહેલેથી જ તૈયાર કરી લીધી હતી અન તે એકસંઘ બનવાની રાહ જોઈ રહ્યાં હતા, જે ડૉ. કલામની બંને પરિયોજનાઓને લઈ શકે, પરંતુ એનાથી પહેલાં કાળના ક્રૂર પંજાઓએ એમને આપણાથી છીનવી લીધા.

વિઝન ૨૦૨૦

કલામ સાહેબે રાષ્ટ્રપતિ રહીને સાંસદો અને વિધાયકો સિવાય દેશના નીતિ નિયંતાઓની સાથે મુલાકાત કરીને વિકાસની દેશામાં આગળ વધવાની યોજનાઓ બનાવી હતી. રાષ્ટ્રપતિ રહીને એમણે પોતાનું એક વિઝન-પી.યૂ.આર.એ. (પ્રોવાઈડિંગ અરબન ઍમિનિટીઝ ઈન રૂરલ ઍરિયાઝ) દેશની સામે રજૂ કર્યું, જેના પ્રમાણે ૨૦૨૦ સુધી ભારતને એક પૂર્ણ વિકસિત રાષ્ટ્ર થઈ જવાનું છે. આ કારણોથી એ સમયમાં લોકો રાષ્ટ્રપતિ ભવનને સમાજમાં બદલાવની પ્રયોગશાળા સુધી કહેવા લાગ્યા હતા.

સન્ ૨૦૨૦ સુધી ભારત એક વિશ્વ-શક્તિના રૂપમાં ઉભરીને સામે આવે એના માટે એમણે એક રોડમેપ તૈયાર કર્યો હતો. તેઓ આખા ભારતમાં ફરી-ફરીને યુવાઓ અને વિદ્યાર્થીઓને પ્રેરિત કરવામાં લાગ્યા હતા. એમના ૨૦૨૦ વિઝનને જોઈએ, તો તેઓ ભવિષ્યદૃષ્ટા અને અનુપમ દેશભક્ત પણ હતા.

પોતાના વિઝન ૨૦૨૦માં એમણે ભારતને સર્વશક્તિમાન બનાવવાનો ભાવ રાખ્યો હતો, જેની તૈયારી એમણે ખૂબ પહેલાં શરૂ કરી દીધી હતી.

એમણે ૧૯૯૦ના દશમાં પોતાના એ અનુભવોને એક જગ્યાએ વહેંચતા લખ્યું હતું- 'મને તકનીક ઈન્ફર્મેશન, ફૉરકાસ્ટિંગ એન્ડ એસેસમેન્ટ કાઉન્સિલ (ટીઆઈએફએસી)ના નેતૃત્વની જવાબદારી આપવામાં આવી હતી. આ એક સ્વાયત્ત સંસ્થા છે, જે ભારતના વિજ્ઞાન તેમજ પ્રૌદ્યોગિકી વિભાગ અંતર્ગત ૧૯૮૮માં ગઠિત થઈ. રાષ્ટ્રીય મહત્ત્વના વિશિષ્ટ ક્ષેત્રોમાં ઈનોવેશનની સહાયતા અને તકનીકમાં વિસ્તાર માટે એનું ગઠન થયું હતું. એની પહેલી જ બેઠકમાં કાઉન્સિલના સદસ્યોએ નિર્ણય કર્યો કે, વર્ષ ૨૦૨૦ સુધી ભારતને આર્થિક રૂપથી વિકસિત રાષ્ટ્રમાં બદલવાની યોજના આ પરિષદ તૈયાર કરશે. આ પ્રકારના વિઝનની રૂપરેખા તૈયાર કરવાની પ્રક્રિયા બે દશક પહેલાં જ નક્કી થઈ હતી. કેટલીય ટીમોએ દિવસ-રાત પરિશ્રમ કરીને એને તૈયાર કર્યો

હતો. ભારતમાં આજે પણ મોટાભાગના લોકો ગામડાઓમાં નિવાસ કરે છે. એનાથી એમાં મેં પૂરા (Providing Urban Aminities in Rural Areas) નામની એક અવધારણા સામે રાખી હતી. મારો દ્દઢ વિશ્વાસ હતો કે, ગામડાઓમાં આર્થિક કનેક્ટિવિટીની નિતાંત આવશ્યકતા છે, જે ભૌતિક, ઇલેક્ટ્રૉનિક અને જ્ઞાનના સંયોજકના માધ્યમથી લાવી શકાય છે. ભારતને એક વિકસિત રાષ્ટ્ર બનાવવા માટે આપણે એક એવા રાષ્ટ્રનું વિઝન લઈને આગળ વધતાં રહેવાનું છે, જેના નાગરિકો ગરીબીની રેખાની ખૂબ જ ઉપર ઊઠી ચુક્યા હોય. એમનું શિક્ષણ અને સ્વાસ્થ્ય સ્તરીય હોય, એ રાષ્ટ્રની સુરક્ષા અચૂક હોય અને તમામ મોટા ક્ષેત્રોમાં દેશની ઉત્પાદન ક્ષમતા એવી ગુણવત્તા પૂર્ણ હોય, જેનાથી દેશમાં ખુશહાલી આવે અને તે જળવાઈ રહે.'

આ એ સમય હતો, જ્યારે તત્કાલીન પ્રધાનમંત્રી પી.વી. નરસિંહ રાવ દ્વારા શરૂ આર્થિક ઉદારીકરણનો પ્રભાવ દેખાવા લાગ્યો હતો અને કાઉન્સીલના સદસ્ય એને લઈને આશંકિત હતા કે, બદલાતી આર્થિક તેમજ સામાજિક સ્થિતિમાં કલામની ટીમ કેવી રીતે દીર્ઘકાલિક યોજના તૈયાર કરી શકે છે, જ્યારે કે ૨૦ વર્ષ પછીની સ્થિતિ બિલ્કુલ ભિન્ન હશે. એ સમયે દેશની અર્થવ્યવસ્થા લગભગ ૫-૬ ટકાના વાર્ષિક દરથી વધી રહી હતી અને એમની ટીમને આગલા ૧૦ વર્ષો માટે ઓછામાં ઓછા ૧૦ ટકાના વિકાસ દર વિશે વિચારવું હતું, જેથી લોકતાંત્રિક, બહુભાષી, બહુધાર્મિક તેમજ બહુસાંસ્કૃતિક વસ્તીનો વિકાસ થઈ શકે.

ટીઆઈએફએસીની ટીમે બીજા વિભાગોની સાથે મળીને બે વર્ષથી પણ વધારે સમય સુધી એના પર કામ કર્યું અને લગભગ ૨૫ રિપોર્ટ તૈયાર કરવામાં આવ્યા. એમનામાં વિવિધ ક્ષેત્રો, જેમ કે - કૃષિ-ખાદ્ય પ્રસંસ્કરણ, નાગરિક ઉડ્ડયન, વિદ્યુત, જળમાર્ગ, સડક-પરિવહન, દૂરસંચાર, દૂરદર્શન, ખાદ્યાન્ન અને ખેતી, એન્જીનિયરિંગ ઉદ્યોગ, સ્વાસ્થ્ય-સેવા, જીવ વિજ્ઞાન અને જૈવ-પ્રૌદ્યોગિકીથી સંબંધિત વિઝન સામેલ હતા.

એમના અનુસાર વર્ષ ૨૦૨૦નું ભારત તમને કેવું દેખાવું જોઈતું હતું, તે આ દસ બિંદુઓમાં સામેલ છે -

- પ્રથમ, તે એક એવો દેશ હોય, જ્યાં શહેરો અને ગામડાઓની વચ્ચેનું અંતર નામમાત્રનું રહી જાય.
- બીજું, જ્યાં વિજળી અને સ્વચ્છ પેયજળ સુધી બધાની પહોંચ હોય અને બધાને આ બંને સમાન રૂપથી મળે.

- ત્રીજું, જ્યાં દેશના વિકાસમાં કૃષિ, ઉદ્યોગ તેમજ સેવા ક્ષેત્ર સમાન રૂપથી સહાયક હોય.
- ચોથું, જ્યાં સામાજિક કે આર્થિક ભેદભાવને કારણે કોઈ મેધાવી વિદ્યાર્થી સ્તરીય શિક્ષણથી વંચિત ના રહી શકે.
- પાંચમું, ભારત દુનિયાભરના વિદ્વાનો, વૈજ્ઞાનિકો તેમજ આવિષ્કારકો માટે ઉપયુક્ત ગંતવ્ય હોય.
- છઠ્ઠું, જ્યાં બધાને ઉત્તમ સ્વાસ્થ્ય સેવાઓ ઉપલબ્ધ હોય.
- સાતમું, જ્યાં ગરીબીને પૂર્ણ ઉન્મૂલન થઈ ચુક્યું હોય, નિરક્ષરતા દૂર થઈ ચુકી હોય, બાળકો તેમજ સ્ત્રીઓની વિરુદ્ધ અપરાધ રોકાઈ ચુક્યા હોય.
- આઠમું, સમાજમાં કોઈ ખુદને ઉપેક્ષિત ન જુએ.
- નવમું, ભારત એક સમૃદ્ધ, સ્વસ્થ, સુરક્ષિત, આતંકવાદ મુક્ત, શાંત અને ખુશહાલરાષ્ટ્ર બને અને વિકાસના માર્ગ પર સતત રહે.
- દસમું, ભારત રહેવાના હિસાબથી દુનિયાની ઉત્તમ જગ્યાઓમાંથી એક હોય અને એને પોતાના નેતૃત્વ પર ગર્વ હોય.

આ બધા માટે કલામ માનતા હતા કે, આપણે એ પાંચ ક્ષેત્રોમાં બદલાવ કરવો પડશે, જેમનામાં આ દેશ સામર્થ્ય રાખે છે અને આ ક્ષેત્ર છે- કૃષિ તેજ ખાદ્ય-પ્રસંસ્કરણ, શિક્ષણ તેમજ સ્વાસ્થ્ય, સૂચના તેમજ સંચાર-પ્રૌદ્યોગિકી, માળખાગત વિકાસ અને મહત્ત્વના પ્રૌદ્યોગિકીઓમાં આત્મનિર્ભરતા.

ઈન્ડિયા વિઝન-૨૦૨૦ દસ્તાવેજ પી.વી. નરસિંહ રાવના શાસનકાળમાં તૈયાર થયું. એના પછી તત્કાલીન પ્રધાનમંત્રી અટલ બિહારી વાજપેયીને

આપવામાં આવ્યું, જેમણે સંસદમાં એને રાખ્યું અને સ્વતંત્રતા દિવસના પોતાના એક ભાષણમાં એનો ઉલ્લેખ પણ કર્યો કે, વર્ષ ૨૦૨૦થી પહેલાં ભારત આર્થિક રીતે વિકસિત રાષ્ટ્ર બની જશે. કલામના રાષ્ટ્રપતિકાળ દરમિયાન રાજ્યપાલોના એક સંમેલનમાં તત્કાલીન પ્રધાનમંત્રી મનમોહન સિંહે પણ એ ઘોષણા કરી હતી કે, એમની સરકાર દેશને આર્થિક સમૃદ્ધિના રસ્તા પર આગળ વધારવાનું કામ કરશે.

કોઈપણ રાષ્ટ્રીય વિઝનને સાકાર કરવામાં ઓછામાં ઓછાં ૧૫ વર્ષ લાગી જ જાય છે. લોકતાંત્રિક રીતથી નિર્વાચિત ઓછામાં ઓછી ત્રણ સરકારોને એના પર કામ કરવાનું હોય છે. રાષ્ટ્રીય દૃષ્ટિને કોઈ એક પાર્ટીનો ઍજેન્ડા નથી માની શકાતી, પાર્ટીઓનાં ઘોષણા-પત્રોનો હિસ્સો હોઈ શકે છે. સત્તામાં ઉપસ્થિત એક પાર્ટીના કામકાજની રીત પાછલી પાર્ટીથી અલગ હોઈ શકે છે, પરંતુ રાષ્ટ્રીય વિઝન બધાથી ઉપર હોય છે.

વિઝન-૨૦૨૦ કોઈ એક પાર્ટી કે સરકારથી સંબંધ નથી રાખતું. આ દેશનું સપનું છે. કલામ માનતા હતા કે, આપણી પાસે આ વિઝનને પ્રાપ્ત કરવા માટે હવે ખૂબ ઓછો સમય બચ્યો છે. આથી દેશે એને પ્રાથમિકતાની સાથે લેવું જોઈએ અને લક્ષ્યને મેળવવા માટે એનાથી જોડાયેલાં બધા હિતધારકોનું મનોબળ વધારવું જોઈએ.

તેઓ માનતા હતા કે, દેશે કૃષિ ઉત્પાદન અને પ્રતિ વ્યક્તિ આવક વધારવામાં વધારે પ્રગતિ કરી છે. ભારત દુનિયાનો સૌથી મોટો મોબાઈલ ફોન ઉપભોક્તા બની ચુક્યો છે. ઑટોમોબાઈલ ઈન્ડસ્ટ્રીના ક્ષેત્રમાં આપણે દુનિયામાં ત્રીજું સ્થાન રાખે છે. એના સિવાય, ગ્રામીણ તેમજ શહેરી વિકાસ યોજનાઓએ આધારભૂત માળખાઓને વિસ્તાર આપ્યો છે, જેમ કે- સ્વર્ણિમ ચતુર્ભુજ સડક માર્ગ, મેટ્રો શહેરોમાં શ્વસ્તરીય હવાઈ અડ્ડા વગેરે. વર્ષ ૨૦૧૨માં ભારતનો સાક્ષરતા દર ૭૪.૦૪ ટકા થઈ ગયો હતો. આ તમામ પ્રગતિઓની વચ્ચે તેઓ એ કહેતા હતા- ‘આપણે એ પણ જોવાનું છે કે ૧૯૯૦ના દશકમાં આપણે શું વિચાર્યું હતું અને એને મેળવવામાં હજુ અંતર કેમ છે?’

રાજનીતિ અને વિકાસને એક જ પરિપ્રેક્ષ્યમાં રાખીને તેઓ એ માનતા હતા કે, આ આપણી રાજનૈતિક વ્યવસ્થા જ છે, જે ખેડૂતો, વૈજ્ઞાનિકો, એન્જીનિયરો, ડૉક્ટરો, શિક્ષકો, વકીલો અને અન્ય વેપારી લોકોને હરિત ક્રાન્તિ, શ્વેત ક્રાન્તિ, સ્પેસ મિશન, સાયન્સ એન્ડ તકનીક મિશન અને

ઈન્ફ્રાસ્ટ્રક્ચર ડેવલપમેન્ટ મિશનમાં દેશને સફળતા અપાવવા માટે જરૂરી મદદ ઉપલબ્ધ કરે છે. તેઓ કહેતા હતા- 'આજે આપણે જે કંઈ છીએ, પોતાની આ રાજનૈતિક વ્યવસ્થાને કારણે છીએ. આથી નવયુવાનોને રાજનીતિથી દૂર ના રાખવા જોઈએ, બલ્કે દેશને બધા ક્ષેરોમાં મહાન બનાવવા માટે એનું નેતૃત્વ, માર્ગદર્શન તેમજ પ્રેરણા માટે એમણે આવવું જોઈએ. યુવાઓનું મન એ ભાવનાથી ઓત-પ્રોત થાય છે કે, 'હું આ કરી શકું છું' અને એને વિશ્વાસ છે કે, 'ભારત એક વિકસિત રાષ્ટ્ર બનશે.' જો તમે એ મહેસૂસ કરો છો કે, તમે આ કરી શકો છો, તો નિશ્ચિત રૂપથીભારત પંચાયતથી લઈને સંસદ સધી રચનાત્મક નેતૃતવને મેળવી શકાશે.'

ભવિષ્યના ભારત પ્રતિ પોતાના દૃષ્ટિકોણની ચર્ચા કરતાં એમણે પોતાના 'વિઝન-૨૦૨૦'માં લખ્યું હતું કે, એમાં સ્વતંત્રતા, વિકાસશીલતા અને સંસારની સામે સુદઢતાથી ઊભા થવા જેવાં તત્વ સામેલ છે. એમણે પોતાના વિઝનમાં કૃષિ અને ખાદ્ય પદાર્થ ઉત્પાદન, દેશના દરેક હિસ્સામાં વિજળી, શિક્ષણ અને સ્વાસ્થ્ય સેવાઓ, સૂચના તકનીકી તથા યુદ્ધ સંબંધી પાંચ ક્ષેત્રોના સુદઢીકરણની ચર્ચા કરી. પરંતુ આ બધું ત્યારે જ થઈ શકે છે, જ્યારે આપણે મૂલ્યોથી ભરેલાં હોઈએ. આથી કલામનીદરેકવાતમાં માનવીય મૂલ્યો પર બળ રહેતું હતું. તેઓ ઈચ્છતા હતા કે, ઘર-પરિવાર અને સ્કૂલ-કૉલેજોમાં મૂલ્યોથી ભરેલી શિક્ષા હોય; મૂલ્યોથી ભરેલાં કર્તવ્ય હોય, મૂલ્યોથી ભરેલી રાજનીતિ હોય અને મૂલ્યોથી ભરેલી જ આપણી વિચારસરણી તેમજ જીવન હોય. દરેક વ્યક્તિ એ મહેસૂસ કરે કે કોઈપણ લક્ષ્યને મેળવવા માટે મહેનત અને સમર્પણ જરૂરી છે. કોઈ આપણી મદદ નથી કરી શકતું. ફક્ત આપણે ખુદ જ આપણી મદદ કરી શકીએ છીએ. પરંતુ એના માટે આપણાં કરોડો લોકોના રાષ્ટ્રની જેમ કામ કરવું જોઈએ, ના કે અલગ-અલગ કરોડો લોકોની જેમ.

કલામ દેશના પ્રથમ વૈજ્ઞાનિક અને અવિવાહિત રાષ્ટ્રપતિ પણ હતા. એમનો કાર્યકાળ એટલો સફળ અને પ્રેરણાદાયી હતો કે, એમને સહજ જ બીજો કાર્યકાળ આપવામાં આવવો જોઈતો હતો, પરંતુ રાજનૈતિક વર્ગ સામાન્ય જનમાં એમની વધી રહેલી લોકપ્રિયતાથી આશંકિત હતો. એમને 'જનતાના રાષ્ટ્રપતિ' કહેવામાં આવવા લાગ્યા હતા. આ સાધારણ દેખાવાવાળા શરમાળ વ્યક્તિએ રાષ્ટ્રપતિની ભૂમિકાને લઈને દેશની ધારણા બદલી નાખી હતી. એમના પ્રમાણે, દેશને સારા નેતાઓની દરકાર છે. તેઓ યુવાઓથી સારા નેતા બનવાની કામના કરતા હતા. તેઓ એવા નેતા પેદા કરવા ઈચછતા

હતા, જે દેશને નવા શિખરો તરફ લઈ જાય. એમની વાતો યુવાઓના દિલને સ્પર્શતી હતી. તેઓ પણ યુવાઓને નવા સમયના ક્રાંતિકારીના રૂપમાં જોયા કરતાં હતા. તેઓ વિરલા રાષ્ટ્રપતિ હતા, જે દેશની સર્વોચ્ચ સંસ્થાને સામાન્ય લોકોની નજીક લઈ આવ્યા હતા.

એમણે ક્યારેય પોતાની આસ્થાઓ છુપાવી નહીં. તેઓ હંમેશાં પોતાના આચરણ અને ચરિત્રથી પોતાની આસ્થાને જાહેર કર્યા કરતા હતા. ધર્મ વિશે એમના વિચાર પોતાની માતૃભૂમિ પ્રતિ આસ્તા રાખવાને જ પ્રેરિત કરતાં હતા. એમના માટે દેશ જ સૌથી વધીને હતો. તેઓ બેશક સૌથી વિનમ્ર રાષ્ટ્રપતિ હતા. ડૉ. કલામ દેશના દૂર-દરાજના ખૂણાઓ સુધી પહોંચ્યા અને લાખો સ્કૂલો-કૉલેજોના વિદ્યાર્થીઓની સાથે તાદાત્મ્ય સ્થાપિત કર્યું.

એમણે ધાર્મિક કટ્ટરતા અને રાજનૈતિક પાબંદીઓની દીવાલો તોડીને રાષ્ટ્રીય ગૌરવની પુનર્સ્થાપના કરી. કલામનું વ્યક્તિત્વ પ્રેરણાદાયી હતું. તેઓ એવા નાયક હતા, જેમણે બતાવ્યું કે, દેશભક્તિનું ઝનૂન સામાન્ય લોકોમાં આજે પણ એટલું જ જોરદાર છે. એમનો સરળ અને દિલને સ્પર્શી લેવાવાળો વ્યવહાર એમને રાજનૈતિક નેતાઓથી અલગ જ સાબિત કરતો હતો. એમનું વૈજ્ઞાનિક દિમાગ હંમેશાં મિસાઈલોની પાર જતું હતું. તેઓ વૈજ્ઞાનિકોથી ખુદ મળ્યાં અને એમને સ્ટેમ સેલથી લઈને પ્રોટિયોમિક્સ અને નૈનો તકનીકમાં નવી ઊંચાઈઓને સ્પર્શવા માટે પ્રેરિત કર્યા. એમણે એમને જન સ્વાસ્થ્ય સુધારવા માટે નવી શોધ કરવા માટે પ્રેરિત કર્યા. એમની વાતોને વૈજ્ઞાનિક બિરાદરી માન આપતી હતી, કેમ કે એમણે મિસાઈલ તકનીકના પોતાના જ્ઞાનથી એવા કૃત્રિમ પગ બનાવવામાં મદદ કરી હતી, જે અત્યાર સુધી ઉપયોગમાં લાવવામાં આવવાવાળા પગોથી હળવા હતા. એમણે એક સસ્તા સ્ટેંટનો પણ વિકાસ કર્યો હતો.

રાષ્ટ્રપતિ કલામને વિજ્ઞાનની ઊંચી સિદ્ધિઓ પણ પ્રાપ્ત હતી, તો એમને સામાન્ય માણસની જેમ રેલવેના ત્રીજા દરજાની યાત્રા અને પાણી માટે લાંબી-લાંબી કતારોમાં લાગવાનો પણ અનુભવ હતો. એમણે મિસાઈલ કાર્યક્રમની રૂપરેખા તૈયાર કરી હતી અને સુખોઈ વિમાન પણ ઉડાવ્યું હતું. એમનો સંદેશ દેશના વિદ્યાર્થીઓ અને યુવાઓ માટે હતો, જે દેશના ભાવી કર્ણધાર હોય છે.

ડૉ. કલામનું વ્યક્તિત્વ

આ અદ્ભુત નથી તો બીજું શું છે? અખબાર વેચવાથી લઈને પોતાના જીવનની સફરમાં તમામ ઉતાર-ચઢાવ, સુખ-દુઃખની મજા ભોગવી ચુકેલા ડૉ. કલામ દેશના ના ફક્ત રાષ્ટ્રપતિ બન્યાં, બલ્કે આધુનિક ભારતના સૌથી લોકપ્રિય રાષ્ટ્રપતિ, મહાન ભવિષ્યદ્રષ્ટા, જન-જનના પ્રેરણાસ્ત્રોત પણ બની ગયાં. આવા અણમોલ રત્ન સરીખા ભારત રત્ન ડૉ. કલામનું નિધન દેશની સાથે જ માનવતા માટે એક મોટી ક્ષતિ છે. કોઈ એમને કેવી રીતે ભૂલી શકે છે, જે દેશને એક સક્ષમ પરમાણુ સંપન્ન રાષ્ટ્ર બનાવવાની સાથે જ બાળકો-વિદ્યાર્થીઓ અને શિક્ષકોના જીવનના પ્રેરણાસ્ત્રોત બની ગયા. સાધારણ પૃષ્ઠભૂમિમાં ઉછરેલાં કલામ તમામ અભાવોથી બે-ચાર થયા છતાં એક સફળ વૈજ્ઞાનિક બન્યાં, પછી એક ચિંતક, પથપ્રદર્શક તેમજ સાંપ્રદાયિકતાના આ સમયમાં રાષ્ટ્રના સાચા સપૂત બની ગયા.

ડૉ. કલામની પ્રતિભાના સ્તરને એ જ વાતથી સમજી શકાય છે કે, તે સીધા વિજ્ઞાનના ક્ષેત્રથી રાજનીતિના સર્વોચ્ચ પદ પર આસીન થયા હતા. દ્વીપ જેવાં નાના શહેર રામેશ્વરમમાં પેદા થયેલા અબ્દુલ કલામનું જોડાણ પ્રકૃતિથી ખૂબ જ રહ્યું છે. એની પાછળ કદાચ એ જ કારણ પણ હોઈ શકે છે કે, એમનું ગૃહસ્થાન ખુદ એક પ્રાકૃતિક અને મનોહારી સ્થાન હતું. બાળપણથી જ એમણે પોતાના અભ્યાસને ખૂબ જ વધારે મહત્ત્વ આપ્યું હતું. તેઓ જાણતા હતા કે, એમને જીવનમાં સફળ થવું છે, તો ભણતરને અણદેખ્યું નથી કરી શકાતું. અબ્દુલ કલામનું વ્યક્તિત્વ એટલું ઉન્નત છે કે, તે બધા ધર્મ, જાતિ તેમજ સંપ્રદાયોના વ્યક્તિ નજરે આવતા હતા.

તેઓ દરેક કાર્યને નિપુણતાની સાથે કરતાં હતા, આ વાતની પુષ્ટિ એમની એ વાતથી થાય છે કે, તેઓ સ્વતંત્રતા દિવસ પર આપવામાં આવવાવાળા પોતાના ભાષણને લઈને પણ ખાસ ચોકસ રહેતા હતા. ૨૦૦૫ના સ્વતંત્રતા

દિવસના પ્રસંગ પર આપવામાં આવેલા એમના ભાષણને ૧૫ વાર લખવામાં આવ્યું. એના સિવાય ૨૫ એપ્રિલ, ૨૦૦૭એ કલામને યૂરોપિયન પાર્લામેન્ટમાં ભાષણ આપવાનું હતું. એ ભાષણના ૩૧ ડ્રાફ્ટ થયાં, જેના પછી તે સુનિશ્ચિત થઈ શક્યો.

કલામને પડકારોને સ્વીકાર કરવાનું હંમેશાં ગમતું હતું. એક વાર અબ્દુલ કલામની પ્રયોગશાળામાં નિજામ ઇન્સ્ટીટ્યૂટ ઑફ મેડિકલ સાયન્સીસના એક હાડકાં રોગ વિશેષજ્ઞ આવ્યા. તેઓ પ્રયોગશાળામાં રાખેલા એક કાર્બનના બનેલા પદાર્થના હળવાપણા, પરંતુ મજબૂતીને જોઈને આશ્ચર્યચકિત રહી ગયા. એમણે કલામને પોતાની હૉસ્પિટલમાં આવવાનું નિમંત્રણ આપ્યું. જ્યારે તેઓ હૉસ્પિટલ પહોંચ્યા, ત્યારે ત્યાંના એ ડૉક્ટર સર્જને એમનો પરિચય ત્રણ બાળકોથી કરાવ્યો, જેમના માટે એણે ૩-૩ કિલોગ્રામ વજનના ભારે કેલીપર્સ બનાવ્યા હતા. કેલીપર્સ એટલા ભારે હતા કે, બાળકોને એમને ઘસેડતાં-ઘસેડતાં ચલાવવા પડતા હતા. ડૉક્ટરે ખૂબ આશાની સાથે કહ્યું- 'કલામ સાહેબ! આમનું દર્દ દૂર કરો.' કલામ પણ એ બાળકોની હાલત જોઈને અત્યંત દુઃખી થયા. એ જ સમયે એમણે નિશ્ચય કરી લીધો કે, તેઓ અપંગ બાળકો માટે અત્યંત ઓછા વજનવાળા કેલીપર્સનું નિર્માણ કરશે. ત્રણ સપ્તાહની અલ્પાવધિમાં તેઓ ૩૦૦ ગ્રામ વજનના કેલીપર્સ બનાવવામાં સફળ થઈ ગયા. એમને લઈને તેઓ ખુદ હૉસ્પિટલ પહોંચ્યા. એ અપંગો તેમજ એમના પરિવારના સદસ્યોના ચહેરાઓ પર ખુશી છવાઈ ગઈ. એમની આંખોથી આંસૂ વહેવા લાગ્યા. હવે એ બાળકોને પોતાના કેલીપર્સ ઘસેડતાં નહીં ચાલવું પડે. આ એક ભારતીય વૈજ્ઞાનિકની કરુણા, દયા, સંકલ્પ અને પરોપકારનું જીવતું-જાગતું ઉદાહરણ છે.

એમના એવા જ ઉદાર વ્યક્તિત્વના દર્શન ૨૦૧૩માં સૈન ડિએગોમાં થઈ રહેલાં આંતરરાષ્ટ્રીય અંતરિક્ષ વિકાસ સંમેલન દરમિયાન થયા. કેટલાંક વિદ્યાર્થી કલામથી મળવા પહોંચ્યા. એ સમયે કલામ રાત્રિભોજન કરી રહ્યાં હતા. વિદ્યાર્થીઓને જોઈને કલામે તુરંત એ વિદ્યાર્થીઓને પોતાની પ્લેટથી ખાવાનું ખાવા નિમંત્રણ આપ્યું. કલામનો આવો સહજ વ્યવહાર જોઈને ત્યાં ઉપસ્થિત વિદ્યાર્થી હેરાન હતા. કલામના વારંવાર કહેવા પર એક વિદ્યાર્થીને કલામની પ્લેટમાંથી એક ટુકડો ઉઠાવી લીધો. એવાં જ હતા કલામ. એમણે ક્યારેય ખુદને વીઆઈપી નથી સમજ્યા, તેઓ બધાની સાથે હળતાં-મળતાં હતા.

તેઓ બીજાઓનું સન્માન કરવાનું જાણતા હતા. એક વાર ડૉ. કલામને

આઈઆઈટી વારાણસીની કૉન્વોકેશન સેરેમનીમાં મુખ્ય અતિથિ તરીકે બોલાવવામાં આવ્યા. ત્યાં કુલ પાંચ ખુરશીઓ લગાવવામાં આવી હતી, જેમનાથી એક ખુરશી કલામ માટે હતી તેમજ અન્ય વિશ્વવિદ્યાલયોના અધિકારીઓ માટે હતી. થોડી વાર પછી કલામે નોટિસ કર્યું કે, પાંચેય ખુરશીઓમાંથી એક ખુરશી, જે કલામ માટે રાખવામાં આવી હતી, તે બાકી ખુરશીઓથી ઊંચી હતી.કલામે ખૂબ જ પ્રેમપૂર્વક ત્યાંના કુલપતિથી કહ્યું- 'તમે મારા બદલે આ ખુરશી પર બેસી જાઓ.' કુલપતિની મનાઈ કરવા પર કલામ માટે તુરંત એક સામાન્ય ખુરશીની વ્યવસ્થા કરવામાં આવી.

ડૉ. કલામમાં એનાથી પણ ક્યાંય વધારે ખૂબીઓ હતી. એમની જિંદગી નિઃસ્વાર્થ હતી. વિનમ્ર હ્રદયવાલા ડૉ. કલામમાં બાળકો માટે ક્યારેય સમાપ્ત ન થવાવાળી ખોજ એમને બીજાઓથી અલગ કરતી હતી. ડૉ. કલામે એક વાર કહ્યું હતું- 'એમણે પોતાનો કાર્યકાળ રાષ્ટ્રપતિ ભવનથી શરૂ કર્યો, ત્યારે તેઓ પોતાની સાથે બે સૂટકેસ લઈને આવ્યા હતા અને પોતાનો કાર્યકાળ પૂરો થયા પછી પાછા પણ એ જ બે સૂટકેસની સાથે ગયા.' છતાં કોઈએ એ બે સૂટકેસ વિશે પૂછતાં સવાલકરી જ લીધો કે, આખરે એ બે સૂટકેસોમાં શું હતું? આ સવાલનો જવાબ આપતા કલામે કહ્યું હતું- 'જો હું ક્યાંક એક-બે દિવસ માટે જઈ રહ્યો છું, તો એનાથી મારી બે દિવસની જરૂરિયાતો પૂરી થઈ જશે. એમાં એક નવી પ્રકાશિત બુક, ક્યારેક-ક્યારેક મારું કંમ્પ્યૂટર, મારું ટેપ-રેકૉર્ડર અને બે દિવસના કપડાં હોય છે.'

ડૉ. કલામ પોતાના વ્યક્તિગત જીવનમાં પૂરી રીતે અનુશાસનનું પાલન કરવાવાળાઓમાંથી એક હતા. એવું કહેવામાં આવે છે કે, તેઓ કુરાન અને ભગવદ્ગીતા બંનેનું અધ્યયન કરતાં હતા. કલામે કેટલાય સ્થાનો પર ઉલ્લેખ કર્યો કે તેઓ તિરુક્કુરલનું પણ અનુસરણ કરે છે, એમના ભાષણોમાં ઓછાથી ઓછા એક કુરલનો ઉલ્લેખ અવશ્ય રહેતો હતો. વિજ્ઞાન અને અધ્યાત્મ જેવાં વિપરીત છેડાઓની વચ્ચે સંપર્કના સૂત્ર શોધવામાં પણ એમની ઊંડી રુચિ રહી હતી. તેઓ વિભિન્ન ધર્માચાર્યોથી આ સંબંધમાં મળતાં રહેતા હતા. તેઓ જૈનાચાર્ય મહાપ્રજ્ઞજીથી ખાસ પ્રભાવિત રહ્યાં. કલામે હંમેશાં પોતાના પ્રત્યેક કાર્યમાં પ્રગતિશીલતા, રચનાત્મકતા અને નવાચારનો પરિચય આપ્યો.

રાજનીતિક સ્તર પર કલામની ઈચ્છા હતી કે, આંતરરાષ્ટ્રીય સ્તર પર ભારતની ભૂમિકાનો વિસ્તાર થાય અને ભારત વધારેથી વધારે મહત્ત્વપૂર્ણ ભૂમિકા નિભાવે ભારતને મહાશક્તિ બનવાની દિશામાં પગ વધારતાં જોવો

એમની હાર્દિક ઇચ્છા હતી. એમણે કેટલીય પ્રેરણાદાયક પુસ્તકોની રચના કરી હતી. તેઓ તકનીકને ભારતના જનસાધારણ સુધી પહોંચાડવાની હંમેશાં વકીલાત કરતાં રહ્યાં હતા. બાળકો અને યુવાઓની વચ્ચે ડૉ. કલામ અત્યધિક લોકપ્રિય હતા.

એમણે પ્રથમ રક્ષા વૈજ્ઞાનિક તરીકે મિસાઇલ મેનના રૂપમાં દેશની અમૂલ્ય સેવા કરી, પછી રાષ્ટ્રપતિના રૂપમાં સમસ્ત દેશને પ્રેરણા પ્રદાન કરી. એવા મહાન યુગપુરુષને દેશના શત્-શત્ નમન છે, જે જીવનના દરેક ક્ષેત્રના લોકો માટે એક મિસાલ પણ બન્યાં. ડૉ. કલામ દરેક રૂપમાં એક આદર્શ અને સાચા અર્થોમાં વિરલા હતા. તેઓ ભારતીય મૂલ્યોમાં રચેલાં-વસેલાં એક એવા વ્યક્તિના રૂપમાં ઉભર્યા, જે ભારતીયતાના પર્યાય બન્યાં. રાષ્ટ્રપતિ તરીકે રાજનીતિની દિશા બદલવાનો દરેક સંભવ પ્રયત્ન કર્યો, તો દેશને મહાશક્તિ બનાવવાનો મૂળ મંત્ર પણ આપ્યો. લોકોમાં વિશ્વાસ જગાવ્યો કે ભારત હકીકતમાં પ્રગતિના શિખર પર પહોંચી શકે છે. એમને સાચી શ્રદ્ધાંજલિ એ જ હશે કે આપણા નીતિ-નિયંતા એમના સપનાનું ભારત બનાવવા માટે પ્રતિબદ્ધ થાય.

કલામની પુસ્તકો અને એમનો હિન્દી પ્રેમ

ડૉ. કલામને હિન્દી અને તમિલથી ખૂબ જ પ્રેમ હતો. તેઓ અત્યંત તૂટેલી-ફૂટેલી હિન્દી બોલતા હતા, બલ્કે નહીં બરાબર જ બોલતા હતા, પરંતુ હિન્દીને લઈને એમનો ખૂબ જ લગાવ હતો. સન્ ૨૦૦૨ની વાત છે, ડૉ. કલામ ત્યારે રાષ્ટ્રપતિ બન્યા જ હતા. સંસદ ભવનના બાલયોગી સભાગૃહમાં વિશ્વનાથ પ્રતાપસિંહની કવિતાઓનો પાઠ આયોજિત થયો હતો. એ સમારોહમાં ચાર ભૂતપૂર્વ પ્રધાનમંત્રી - ખુદ વિશ્વનાથ પ્રતાપ સિંહ, ચંદ્રશેખર, દેવગૌડા અને આઈ.કે. ગુજરાલ એક સાથે એક મંચ પર ઉપસ્થિત હતા. ભવ્ય કાર્યક્રમ હતો. રાષ્ટ્રપતિ કલામ એ કાર્યક્રમમાં વિશિષ્ટ અતિથિ તરીકે પહોંચ્યા હતા. કાર્યક્રમ હિન્દીમાં હતો. વિશ્વનાથ પ્રતાપસિંહે પોતાની કવિતાઓ સંભળાવી અને બધા વક્તાઓએ હિન્દીમાં પોતાનું ભાષણ આપ્યું, જેને ડૉ. કલામ અત્યંત લગનથી સાંભળતા અને સમજતા રહ્યાં. ડૉ. કલામે વિશ્વનાથ પ્રતાપ સિંહની કવિતાઓ પર ખૂબ સારું ભાષણ આપ્યું હતું.

એમના ભાષણને સાંભળીને એવું લાગી રહ્યું હતું કે, એક અહિંદી ભાષીએ કેટલી મહેનત કરી હશે બધી કવિતાઓ અને એના અર્થ તેમજ મર્મને સમજવા માટે. ત્યાં ઉપસ્થિત તમામ લોકો હેરાન હતા કે એક અહિંદી ભાષી કેવી રીતે આટલી રુચિની સાથે કવિ ગોષ્ઠીમાં ના ફક્ત સક્રિયતાની સાથે ભાગ લે છે, બલ્કે હિન્દીમાં આયોજિત આ કાર્યક્રમને શ્રેષ્ઠ કરાર આપીને એવા વધુ કાર્યક્રમોના આયોજનની વકીલાત કરે છે.

એમનો હિન્દી પ્રેમ એમની પોતાની પુસ્તકોમાં પણ ઝળકે છે. કલામ સાહેબની હિન્દીમાં ૨૦થી વધારે પુસ્તકો પ્રકાશિત થઈને લોકપ્રિય થઈ ચુકી છે. એમની પુસ્તકોના પ્રકાશક પ્રભાત પ્રકાશનના નિદેશક પીયૂષ કુમારે મને બતાવ્યું હતું કે, જ્યારે પણ તેઓ ડૉ. કલામથી મળવા જતા હતા, તો તેઓ પોતાની પુસ્તકના હિન્દી અનુવાદમાં ખાસ રુચિ લેતાં હતા. ડૉ. કલામ

કહ્યાં કરતાં હતા કે, એમની મજબૂરી છે કે તેઓ અંગ્રેજીમાં જ લખે છે, પરંતુ જ્યાં સુધી એમની પુસ્તક હિન્દી અને તમિલમાં પ્રકાશિત ના થઈ જાય, એને સંતોષ થતો ન હતો. કલામ સાહેબ હિન્દીમાં પ્રકાશિત પોતાની પુસ્તકોનાં શીર્ષકને લઈને પણ વધારે સતર્ક રહેતા હતા અને જાણવા ઇચ્છતા હતા કે, વાચક આ શીર્ષકથી જોડાશે કે નહીં. ડૉ. કલામ હિન્દીમાં પ્રકાશિત પુસ્તકોના મૂલ્યને લઈને પણ સજાગ રહેતા હતા અને વારંવાર કહ્યાં કરતાં હતા કે, કિંમત ઓછાથી ઓછી હોવી જોઈએ, જેથી તેઓ અધિકથી અધિક વાચકો સુધી પહોંચી શકે.

ડૉ. કલામ ભાષાની સાથે-સાથે તકનીકના મેળ પર પણ ભાર આપતા હતા. એમની સાથે કેટલીય પુસ્તકોના લેખક પ્રોફેસર અરુણ તિવારી બતાવે છે કે, ડૉ. કલામ હંમેશાં કહેતા હતા કે, તિવારી જે પુસ્તક તમારી માતા ના વાંચી શકે, એને લખવાનો શું ફાયદો. માતૃભાષામાં લખેલું સાહિત્ય જ આત્માને તૃપ્ત કરે છે અને સ્પર્શે છે. કલામ તો વિજ્ઞાન અને ચિકિત્સાનો અભ્યાસ પણ માતૃભાષાના માધ્યમથી કરાવવાના પક્ષધર હતા. ડૉ. કલામની સાથે 'અગ્નિ કી ઉડાન' જેવી પુસ્તક લખવાવાળા પ્રોફેસર તિવારીએ બતાવ્યું કે, એક વાર દક્ષિણ કોરિયાથી પાછા ફરીને ડૉ. કલામ ત્યાંનીતકનીક અને ચિકિત્સા સુવિધાથી ખૂબ જ પ્રભાવિત હતા અને બોલ્યા કે- 'કોરિયાએ આ ફક્ત પોતાની માતૃભાષાના દમ પર કર્યું છે.ભારતે પણ હિન્દીના માધ્યમથી એવું કરવું જોઈએ.' તો આવા હતા આપણાં રાષ્ટ્રપતિ ડૉ. કલામ, જે બિન હિન્દીભાષી હોવા છતાં પણ ભારતના વિકાસ માટે હિન્દીને જરૂરી માનતા હતા.

મારી મુલાકાત એમનાથી ૨૦૦૨ પછી જ્યારે પણ થઈ, હું એ વાત પર હેરાન થતતો હતો કે, હિન્દીમાં લખેલા લેખોને તેઓ આટલી ઝીણવટથી કેવીરીતે સમજે છે. મારી આ હેરાની પર કલામ સાહેબ પોતાના ઉજળાં સ્મિતની સાથે કહેતા 'ધીસ ઇઝ વન્ડરફુલ. હિન્દી પીપુલ શુડ ઑલ્સો નો વ્હાટ ઇઝ બીઇંગ રિટન ઇન અધર લેંગ્વેજિસ.'

એમના નજીકના સહયોગી સૃજન પાલ સિંહથી પણ વાતોવાતોમાં જ મને જાણ ચાલી કે, હિન્દીને લઈને ડૉ. કલામના મનમાં ઊંડો અનુરાગ હતો. સૃજન પાલ સિંહે બતાવ્યું કે, ડૉ. કલામ પોતાના ઉત્તર ભારતના સેંકડો પ્રવાસ પર પોતાનું ભાષણ હિન્દીમાં એમનાથી જ બોલાવતા હતા, જેથી શ્રોતાઓને એમનીવાત સમજવામાં સરળતા થાય. પોતાના ભાષણની આરંભિક ચાર-પાંચ પંક્તિઓ હિન્દીમાં બોલવા માટે તેઓ અભ્યાસ કર્યા કરતા હતા.

સૃજન પાલ સિંહે પણ આ વાતને સ્વીકારી છે કે, હિન્દીને લઈને રાષ્ટ્રપતિ ડૉ. કલામના મનમાં ઊંડું સન્માન હતું. એમનો હિન્દી પ્રેમ કેટલાય હિન્દી વિરોધીઓ માટે મિસાલ છે. અબ્દુલ કલામની હિન્દીમાં અનુવાદિત પુસ્તકો ભારતીય પ્રકાશન જગતમાં એક સુખદ ઘટનાની જેમ છે. એક અનુમાન પ્રમાણે 'વિંગ્સ ઑફ ફાયર'ની અત્યાર સુધી ૧૦ લાખથી પણ વધારે નકલો વેચાઈ ચુકી છે.

ડૉ. અબ્દુલ કલામ ભારતીય ઈતિહાસના એવા પુરુષ છે, જેમનાથી લાખો લોકો પ્રેરણા ગ્રહણ કરે છે. અરુણ તિવારી લિખિત એમનું જીવનચરિત્ર 'વિંગ્સ ઑફ ફાયર' ભારતીય યુવાઓ અને બાળકની વચ્ચે અત્યંત લોકપ્રિય છે. છઠ્ઠી ક્લાસના એક વિદ્યાર્થીએ કલામની પુસ્તક 'વિંગ્સ ઑફ ફાયર' વાંચ્યા પછી અબ્દુલ કલામની એક તસ્વીર બનાવી. એ તસ્વીરને જોઈને એ વિદ્યાર્થીનો પરિવાર ખૂબ ખુશ થયો અને એમણે તે તસ્વીર તત્કાલીન રાષ્ટ્રપતિ કલામને મોકલવાનો નિર્ણય કર્યો. થોડું વિચાર્યા પછી એમણે તે તસ્વીર કલામને મોકલી દીધી. એના પછી જે થયું, એની કલ્પના કદાચ જ કોઈએ કરી હતી. થોડાં દિવસ પછી એ વિદ્યાર્થીને કલામની તરફથી એક પત્ર મળ્યો, જેમાં લખ્યો હતો, 'તમારા દ્વારા બનાવવામાં આવેલી આ સુંદર તસ્વીર માટે આભાર.' આ દિલને સ્પર્શી લેવાવાળી વાત એમના ઉદાહ વ્યક્તિત્વના એક અન્ય પાસાને બતાવે છે.'

એમની લખેલી પુસ્તકોમાં 'ગાઇડિંગ સોલ્સઃ ડાયલૉગ્સ ઑન ધી પર્પજ ઑફ લાઈફ' એક ગંભીર કૃતિ છે, જેના સહ લેખક અરુણ કે. તિવારી છે.

એમાં એમણે પોતાના આત્મિક વિચારોને પ્રગટ કર્યા છે.

એના સિવાય એમની અન્ય ચર્ચિત પુસ્તકો છે- 'ઇગ્નાઇટેડ માઇન્ડ્સઃ અનલીશિંગ ધી પાવર વિદીન ઇન્ડિયા', 'ડેવલપમેન્ટ્સ ઇન ફ્લ્યૂડ મેકેનિક્સ એન્ડ ટેક્નોલૉજી' સહ લેખક- આર. નરસિમ્હા, '૨૦૨૦ : અ વિઝન ફૉર ધી ન્યૂ મિલેનિયમ' સહ લેખક- વાઈ.એસ. રાજન, 'ઇનવિઝનિંગ એન ઇમ્પાવર્ડ નેશન : ટેક્નોલૉજી ફૉર સોસાઇટલ ટ્રાંસફૉર્મેશન' સહ લેખક- એ. સિવાથનુ પિલ્લઈ.

ડૉ. કલામે તમિલ ભાષામાં કવિતાઓ પણ લખી છે, જે અનેક પત્ર-પત્રિકાઓમાં પ્રકાશિત થઈ છે. એમની કવિતાઓનો એક સંગ્રહ 'ધી લાઇફ ટ્રી'ના નામથી અંગ્રેજીમાં પણ પ્રકાશિત થયો છે.

ડૉ. અબ્દુલ કલામ વ્યક્તિગત જિંદગીમાં ખૂબ જ અનુશાસન પ્રિય હતા. એમણે પોતાના જીવનચરિત્ર 'વિંગ્સ ઑફ ફાયર' ભારતીય યુવાઓને માર્ગદર્શન પ્રદાન કરવાવાળા અંદાજમાં લખી છે. એમની બીજી પુસ્તક 'ગાઇડિંગ સોલ્સ : ડાયલૉગ્સ ઑફ ધી પર્પજ ઑફ લાઇફ' આત્મિક વિચારોને ઉદ્‌ઘાટિત કરે છે. એમણે તમિલ ભાષામાં કવિતાઓ પણ લખી છે. એ પણ જ્ઞાત થયું છે કે, દક્ષિણી કોરિયામાં એમની પુસ્તકોની ખૂબ માંગ છે અને ત્યાં એમને ખૂબ અધિક પસંદ કરવામાં આવે છે.

અલવિદા કલામ

૨૭ જુલાઈ, ૨૦૧૫ની સાંજે કોને ખબર હતી કે, ૨૦૨૦ સુધી ભારતને આર્થિક રૂપથી સમૃદ્ધ બનાવવાનું સપનું આંખોમાં લઈને કલામ આપણા બધાથી હંમેશાં-હંમેશાં માટે વિદાય લઈ લેશે. એમને શિલાંગની આઈ.આઈ.એમ. સંસ્થામાં વ્યાખ્યાન આપવા માટે આમંત્રિત કરવામાં આવ્યા હતા, જેનો વિષય હતો 'રહેવા યોગ્ય ગ્રહ' (Livable Planet). એમની યાત્રાનો આરંભ જ્યારે બપોરે ૧૨:૦૦ કલાકથી દિલ્લીથી ગુવાહાટી માટે હવાઈ જહાજ દ્વારા થયો, તો એમની સાથે સૃજન પાલ પણ હતા. ડૉ. કલામે ઘેરા રંગનો સૂટ પહેરી રાખ્યો હતો. સૃજને હંમેશાંની જેમ એમની પ્રશંસા કરી કે, એમના સૂટનો રંગ સારો છે અને જવાબમાં તેઓ હસી પડ્યાં. એ દિવસે વાતાવરણ ખરાબ હતું, છતાં પણ અઢી કલાકની સફર પૂરી કર્યા પછી તેઓ ગુવાહાટી પહોંચી ગયા હતા. ત્યાંથી એને કારથી આઈ.આઈ.એમ. શિલાંગ પહોંચવામાં વધારે અઢી કલાક લાગ્યા. આ પાંચ કલાકની સફરમાં સૃજને એમનાથી કેટલાય મુદ્દાઓ પર ચર્ચા કરી. એ જ દિવસે સવારે પંજાબમાં બીએસએફના કાફલા પર આતંકવાદી હુમલો થયો હતો અને ખબરો આવી રહી હતી કે, હુમલામાં બે જવાન બહાદુરીથી એમનો સામનો કરતાં-કરતાં વીરગતિને પ્રાપ્ત થયા હતા. કલામ પંજાબમાં થયેલા આતંકી હુમાલાથી અત્યંત આહત હતા. એમણે કહ્યું- 'લાગે છે માણસોની બનાવેલી તાકાત પણ ધરતીને પ્રદૂષણ જેટલું જ નુકસાન પહોંચાડી રહી છે. આમ જ રહ્યું, તો આપણે બધાએ ધરતી છોડવી પડી જશે.' સૃજને વાતાવરણને હળવું બનાવવા જ્યારે વાતોનું વલણ સંસદની તરફ વાળ્યું, તો ખિન્ન મનથી કલામે સંસદમાં ચાલી રહેલા ગતિરોધ પર ચર્ચા કરતાં એમનાથી કહ્યું- 'કેવી રીતે આ ગતિરોધને સમાપ્ત કરવામાં આવે? મેં પોતાના કાર્યકાળમાં બે અલગ-અલગ સરકારો જોઈ અને એના પછી પણ કેટલીય સરકારો જોઈ કામમાં આ દખલ થતી જ રહે છે. એ યોગ્ય

નથી. મારે કોઈ એવો રસ્તો કાઢવો જ પડશે કે, સંસદ વિકાસની રાજનીતિ પર કામ કરે.' કલામે સૃજનથી કહ્યું કે, સંસદમાં ચાલી રહેલા ગતિરોધ પર વિદ્યાર્થી એમનાથી કેટલાંક સરપ્રાઇઝ સવાલ જરૂર પૂછશે. પછી એમણે સૃજનથી વિદ્યાર્થીઓ માટે એક પ્રશ્ન તૈયાર કરવા માટે કહ્યું, જે એમને વ્યાખ્યાન પછી આપવાનું હતું. તેઓ ઇચ્છતા હતા કે, વિદ્યાર્થી સંસદને અધિક ઉત્પાદક અને જીવંત બનાવવાના વિષયમાં સલાહ આપે.

પરંતુ થોડી વાર પછી એમણે કહ્યું- 'હું એમનાથી કોઈ નિરાકરણ માટે કેવી રીતે કહી શકું છું, જ્યારે ખુદ મારી પાસે એનું નિરાકરણ ના હોય.'

તે લોકો ૬-૭ કારોના કાફલામાં ચાલી રહ્યાં હતા, સૃજન અને ડૉ. કલામ બીજી કારમાં હતા. એમની કારની આગળ એક ઓપન જિપ્સી હતી, જેમાં બે જવાન બેઠાં હતા અને એક જવાન બંદૂક લઈને ઊભો હતો. એક કલાક પછી કલામે સૃજનને કહ્યું- 'તે જવાન કેમ ઊભો છે?તે થાકી ગયો હશે, આ તો સજા છે. શું તૂં વાયરલેસથી મેસેજ કરી શકે છે, તે બેસી જાય.' સૃજને એમને સમજાવ્યા કે કદાચ એને યોગ્ય સુરક્ષા માટે ઊભો કર્યો હશે. સૃજને વાયરલેસ મેસેજથી આ વાત આગળ ચાલી રહેલી જિપ્સીમાં પહોંચાડવાનો પ્રયત્ન કર્યો, પરંતુ એમાં તેઓ અસફળ રહ્યાં. આ જોઈને કલામ એમનાથી બોલ્યા- 'હું શિલાંગ પહોંચીને એનાથી મળવા ઇચ્છું છું અને એને આભાર કહેવા ઇચ્છું છું.'

જ્યારે તેઓ આઈઆઈએમ શિલાંગ પહોંચ્યા, તો એમણે સૌથી પહેલાં એ જવાનને બોલાવ્યો. બિચારો ભાગતો-ભાગતો આવ્યો કે ના જાણે મારાથી શું ભૂલ થઈ ગઈ છે, પરંતુ જ્યારે એણે ડૉ. કલામના મુખમાંથી આભાર સાંભળ્યું, તો તે હેરાન થઈ ગયો અને એના મુખથી એ જ નિકળ્યું- 'સર તમારા માટે તો છ કલાક પણ ઊભા રહીશું' કલામે એનાથી આત્મીયતાથી પૂછ્યું- 'તમે થાકી ગયા હશો, કશું ખાધું કે નહીં. મને દુઃખ છે કે, મારા કારણથી તમારે તકલીફ ઉઠાવવી પડી.' એમની આત્મીયતાથી એ સમયે રૂમમાં ઉપસ્થિત દરેક વ્યક્તિ અભિભૂત થઈ ગયા હતા.

એના પછી તેઓ વ્યાખ્યાન કક્ષમાં પહોંચ્યા, તેઓ વ્યાખ્યાન માટે વાર કરવા ઇચ્છતા ન હતા, કેમ કે તેઓ હંમેશાં કહેતા હતા કે, વિદ્યાર્થીઓને ક્યારેય રાહ ના જોવડાવવી જોઈએ. સૃજને તુરંત એમનું માઇક સેટ કર્યું, વ્યાખ્યાન વિશે થોડું સંક્ષિપ્ત વિવરણ આપ્યું અને કૉમ્પ્યૂટર સંભાળી લીધું. જ્યારે સૃજન એમનું માઇક લગાવી રહ્યા હતા, તો એમણે હસીને કહ્યું- 'ફની ગાય, શું તમે ઠીક છો?' જવાબમાં સૃજને હા કહ્યું. એના પછી એમણે બોલવાનું શરૂ

કર્યું- 'આ ધરતીને કેવી રીતે સુંદર બનાવવામાં આવે?' આ વાક્ય બોલતાં જ તેઓ જમીન પર પડી ગયા.

બધા લોકોએ એમને દોડીને ઊઠાવ્યા, ડૉક્ટર દોડતાં-દોડતાં આવ્યા અને એ લોકોએ તે બધું જ કર્યું, જે કરી શકતા હતા. સૃજન એ પળને યાદ કરીને સિહરતાં-સિહરતાં કહે છે- 'હું એમની થોડી-એવી ખુલ્લી આંખોને નથી ભૂલી શકતો. મેં એક હાથથી એમનું માથું પકડ્યું હતું. એમનો હાથ મારી આંગળી પર ભિંચાયેલો હતો. પાંચ મિનિટ (લગભગ ૬:૩૦ કલાકે)ની અંદર તે લોકો નજીકની બેથાની હૉસ્પિટલના આઈસીયૂમાં હતા. અંતિમ ક્ષણ પર એમના ચહેરા પર દર્દનું પણ નામો-નિશાન પણ ન હતું. થોડી જ મિનિટોમાં ડૉક્ટરોએ બતાવ્યું કે, મિસાઈલ મેને હવે હંમેશાં માટે ઉડાન ભરી લીધી છે. હૉસ્પિટલના સીઈઓ જૉન સાઈલોએ બતાવ્યું કે, જ્યારે કલામને હૉસ્પિટલ લાવવામાં આવ્યા, ત્યારે એમની નસઅને રક્તચાપ સાથ છોડી ચુક્યા હતા. પરંતુ બે કલાક પછી એમની મૃત્યુની પુષ્ટિ કરવામાં આવી.'

એમની મૃત્યુના સમાચાર પૂરા દેશમાં તીવ્ર ગતિથી ફેલાઈ ગયા. બે ડઝન પુસ્તકોમાં પોતાના અનુભવનો નિચોડ રજૂ કરવાવાળા, પરંતુ અંત સુધી ટ્વિટર પ્રોફાઈલ પર ખુદને એક 'લર્નર' બતાવવાવાળા કલામને શ્રદ્ધાંજલિ આપવાનો સિલસિલો શરૂ થઈ ગયો. જેનાથી એમના પ્રતિ દેશવાસીઓના અગાધ પ્રેમનો જીવતો-જાગતો પુરાવો મળ્યો. એક ૮૩ વર્ષનું વિલક્ષણ વ્યક્તિત્વ હંમેશાં માટે અલવિદા કહી ગયું.

અબ્દુલ કલામ હંમેશાં કહેતા હતા- 'મારી વાર્તા મારી સાથે ખતમ થઈ જશે. કેમ કે દુનિયાવી અર્થોમાં મારી પાસે કશું પણ નથી. ના મારી પાસે બેટો છે, ના બેટી. મારી વાર્તા બસ અબ્દુલ કલામ પર ખતમ થઈ જશે.' પરંતુ એવું થવું શક્ય નથી, કેમ કે પોતાના પ્રેરણાસ્પદ વિચારોના માધ્યમથી તેઓ હંમેશાં આપણા દિલોમાં જીવિત રહેશે. તેઓ કહેતા હતા- 'હું એ ખૂબ ગર્વોક્તિપૂર્વક તો નથી કહી શકતો કે મારું જીવન કોઈ માટે આદર્શ બની શકે છે, પરંતુ જે પ્રકારે મારી નિયતિએ આકાર ગ્રહણ કર્યો, એનાથી કોઈ એવા ગરીબ બાળકને સાંત્વના અવશ્ય મળશે, જે કોઈ નાની-એવી જગ્યા પર સુવિધાહીન સામાજિક દશાઓમાં રહી રહ્યો હોય. કદાચ આ એવા બાળકોને એમના પછાતપણા અને નિરાશાની ભાવનાઓથી વિમુક્ત થવામાં અવશ્ય સહાયતા કરે.' તેઓ આપણને છોડી ગયા. એક મહાન શિક્ષકની જેમ, સૌથી ઊંચા કદની સાથે ઊભા રહીને એણે ધરા છોડી દીધી, પોતાના વ્યક્તિગત ખાતમાં કોઈ સંપત્તિ જમા

કર્યા વગર, એમના ખાતામાંજમા છે કરોડો લોકોનો પ્રેમ અને એમના પ્રતિ સદ્ભાવનાઓ. તેઓ પોતાના જીવનની અંતિમ ક્ષણોમાં અત્યંત સફળ રહ્યાં.

પોતાની મૃત્યુથી લગભગ બે અઠવાડિયા પહેલાં જ્યારે તેઓ એક દિવસ સૃજનથી એમની મિસાઇલ પરિયોજનાના સમયે મિત્રો વિશે ચર્ચા કરી રહ્યાં હતા, તો એમણે કહ્યું- 'બાળકોએ એમના માતા-પિતાની દેખભાળ કરવી જોઈએ. એ દુઃખદ છે કે, ઘણાં મામલાઓમાં એવું નથી થઈ રહ્યું.' એમણે એક વિરામ લઈને કહ્યું- 'બે વાતો છે, મોટાઓએ પણ કરવી જોઈએ. મૃત્યુશૈયા માટે વસીયત કે સંપત્તિના ભાગલા ના છોડી દેવા જોઈએ, કેમ કે એનાથી પરિવારમાં ઝગડા થાય છે. બીજું, કેટલું મોટું વરદાન છે કામ કરતાં-કરતાં જ મૃત્યુને પ્રાપ્ત થઈ જવું, કોઈ લાંબી બીમારીથી ઘેરાયા વગર ત્યારે જ ચાલ્યા જવું જ્યારે વ્યક્તિ સીધો ચાલી શકતો હોય. અલવિદા સંક્ષિપ્ત હોવી જોઈએ. હકીકતમાં ખૂબ નાની.'

એ દિવસે કહેલા વાક્યને આજે જ્યારે આપણે સમજીએ, તો જાણ ચાલે છે કે, એમણે પોતાની યાત્રા અધ્યાપન કરતાં સંપન્ન કરી અને તેઓ પોતાના જીવનની અંતિમ ક્ષણ સુધી, સીધા ઊભા હતા, કામ કરી રહ્યા હતા અને વ્યાખ્યાન આપી રહ્યાં હતા.

સૃજન એમના નજીક હતા, આથી કલામ એમનાથી હંમેશાં પૂછતા હતા- 'તૂં યુવાન છે, નક્કી કરો કે તને કેવી રીતે યાદ કરવામાં આવવો જોઈએ.'

સૃજન કોઈ પ્રભાવશાળી જવાબ વિચારતાં રહેતા. એક દિવસ સૃજને એમને જ સવાલ કરી દીધો કે, પહેલાં તમે બતાવો કે તમે કેવી રીતે યાદ કરવામાં આવવાનું ઇચ્છશો? રાષ્ટ્રપતિ, વૈજ્ઞાનિક, લેખક, મિસાઇલ મેન, ઇન્ડિયા ૨૦૨૦ કે લક્ષ્ય થ્રી બિલિયન માટે?

સૃજનને લાગ્યું હતું કે, એમણે વિકલ્પ આપીને સવાલ સરળ કરી દીધો છે, પરંતુ ડૉ. કલામના જવાબે સૃજનને ચકિત કરી દીધા, કેમ કે એમણે કહ્યું હતું-

'એક શિક્ષકના રૂપમાં.'

અંતિમ વિદાય

મૃત્યુના તુરંત બાદ પૂર્વ રાષ્ટ્રપતિ ડૉ. કલામના શરીરને ભારતીય વાયુ સેનાના હેલીકૉપ્ટર દ્વારા શિલાંગથી ગુવાહાટી લાવવામાં આવ્યું. જ્યાંથી આગલા દિવસે ૨૮ જુલાઈ, મંગળવાર બપોરે એમનું પાર્થિવ શરીર વાયુસેનાના વિમાન સી-૧૩૦ જે. હરક્યૂલિસથી દિલ્લી લાવવામાં આવ્યું. લગભગ ૧૨:૧૫ પર વિમાન પાલમ હવાઈઅડ્ડા પર ઉતર્યું. સુરક્ષા બળોએ પૂરા રાજકીય સન્માનની સાથે કલામના પાર્થિવ શરીરને વિમાનથી ઉતાર્યું. ત્યાં પ્રધાનમંત્રી નરેન્દ્ર મોદી, રાષ્ટ્રપતિ પ્રણવ મુખર્જી, દિલ્લીના મુખ્યમંત્રી અરવિંદ કેજરીવાલ તેમજ ત્રણેય સેનાઓના પ્રમુખોએ એની આગેવાની કરી અને કલામના પાર્થિવ શરીર પર પુષ્પહાર અર્પિત કર્યા. એના પછી તિરંગામાં લપેટાયેલા ડૉ. કલામના પાર્થિવ શરીરને પૂરાં સન્માનની સાથે, એક ગન કેરિજમાં રાખીને એમના આવાસ ૧૦, રાજાજી માર્ગ પર લાવવામાં આવ્યું. અહીંયા પૂર્વ પ્રધાનમંત્રી ડૉ. મનમોહન સિંહ, કૉંગ્રેસ અધ્યક્ષ સોનિયા ગાંધી, રાહુલ ગાંધી અને ઉત્તર પ્રદેશના મુખ્યમંત્રી અખિલેશ યાદવ સહિત અનેક ગણમાન્ય લોકોએ એમને શ્રદ્ધાંજલિ આપી. ભારત સરકારે પૂર્વ રાષ્ટ્રપતિના નિધનના મોકા પર એમના સન્માનના રૂપમાં સાત દિવસીય રાજકીય શોકની ઘોષણા કરી.

૨૯ જુલાઈની સવારે વાયુસેનાના વિમાન સી-૧૩૦ જે. હરક્યૂલિસથી ભારતીય ધ્વજમાં લપેટાયેલા કલામના શરીરને પાલમ ઍયરબસ પર લઈ જવામાં આવ્યું, જ્યાંથી એમને મદુરૈ મોકલવામાંઆવ્યું. વિમાન બપોર સુધી મદુરૈ હવાઈ અડ્ડા પર પહોંચ્યું. એમના શરીરને ત્રણેય સેનાના પ્રમુખો, રાષ્ટ્રીય તેમજ રાજયના ગણમાન્ય વ્યક્તિઓ, કેબિનેટ મંત્રી મનોહર પર્રીકર, વેંકૈયા નાયડૂ, પાન રાધાકૃષ્ણન, તમિલનાડુ અને મેઘાલયના રાજયપાલ કે. રોસૈયા અને વી. ષણમુખનાથને હવાઈ અડ્ડા પર પ્રાપ્ત કર્યું. એક સંક્ષિપ્ત સમારોહ

પછી ડૉ. કલામના શરીરને વાયુસેનાના હેલીકૉપ્ટરથી મંડપમ મોકલવામાં આવ્યું. મંડપમથી કલામના શરીરને એમના ગૃહનગર રામેશ્વરમ એક આર્મી ટ્રકમાં મોકલવામાં આવ્યું. અંતિમ શ્રદ્ધાંજલિ આપવા માટે એમના શરીરને સ્થાનીય બસ સ્ટેશનની સામે એક ખુલ્લાં ક્ષેત્રમાં પ્રદર્શિત કરવામાં આવ્યું, જેથી જનતા એમને અંતિમ શ્રદ્ધાંજલિ આપી શકે.

૩૦ જુલાઈ, ૨૦૧૫એ પૂર્વ ડૉ. રાષ્ટ્રપતિને પૂરાં સન્માનની સાથે રામેશ્વરમ કે.પી. કરુમ્બુ ગ્રાઉન્ડમાં ધરતી માતાના ખોળામાં સુવડાવી દેવામાં આવ્યા. પ્રધાનમંત્રી મોદી, તમિલનાડુના રાજ્યપાલ, કર્ણાટક, કેરલ અને આંધ્ર પ્રદેશના મુખ્યમંત્રીઓ સહિત સાડા ત્રણ લાખથી અધિક લોકો અંતિમ સંસ્કારમાં સામેલ થયાં.

પુરસ્કાર/સન્માન

ડૉ. કલામની વિદ્વતા તેમજ યોગ્યતાને દષ્ટિગત રાખીને સન્માન સ્વરૂપ એમને અન્ના યૂનિવર્સિટી ઑફ ટેક્નોલૉજી, કલ્યાણી વિશ્વવિદ્યાલય, હૈદરાબાદ વિશ્વવિદ્યાલય, જાદવપુર વિશ્વવિદ્યાલય, બનારસ હિન્દૂ વિશ્વવિદ્યાલય, મૈસૂર વિશ્વવિદ્યાલય, રુડકી વિશ્વવિદ્યાલય, ઇલાહાબાદ વિશ્વવિદ્યાલય, દિલ્લી વિશ્વવિદ્યાલય, મદ્રાસ વિશ્વવિદ્યાલય, આંધ્ર વિશ્વવિદ્યાલય, ભારતીદાસન છત્રપતિ શાહૂજી મહારાજ વિશ્વવિદ્યાલય, તેજપુર વિશ્વવિદ્યાલય, કામરાજ મદુરૈ વિશ્વવિદ્યાલય, રાજીવ ગાંધી પ્રૌદ્યોગિકી વિશ્વવિદ્યાલય, આઈ.આઈ.ટી. દિલ્લી, આઈ.આઈ.ટી. મુંબઈ, આઈ.આઈ.ટી. કાનપુર, બિરલા ઇન્સ્ટીટ્યૂટ ઑફ ટેક્નોલૉજી, ઇન્ડિયન સ્કૂલ ઑફ સાયન્સ, સયાજીરાવ યૂનિવર્સિટી ઑફ વડોદરા, મણીપાલ ઍકેડમી ઑફ હાયર એજ્યુકેશન, વિશ્વેશ્વરૈયા ટેક્નોલૉજીકલ યૂનિવર્સિટીએ અલગ-અલગ 'ડૉક્ટર ઑફ સાયન્સ'ની માનદ ડિગ્રીઓ પ્રદાન કરી.

એના સિવાય જવાહરલાલ નેહરુ ટેક્નોલૉજી યૂનિવર્સિટી, હૈદરાબાદે એમને 'પી.એચ.ડી.' (ડૉક્ટર ઑફ ફિલૉસૉફી) તથા વિશ્વભારતી શાંતિ નિકેતન અને ડૉ. બાબાસાહેબ ભીમરાવ આંબેડકર યૂનિવર્સિટી, ઔરંગાબાદે એમને 'ડી.લિટ.' (ડૉક્ટર ઑફ લિટરેચર)ની માનદ ડિગ્રીઓ પ્રદાન કરી.

એમની સાથે જ તેઓ ઇન્ડિયન નેશનલ ઍકેડમી ઑફ એન્જીનિયરિંગ, ઇન્ડિયન ઍકેડમી ઑફ સાયન્સીસ, બેંગલૂરું, નેશનલ ઍકેડમી ઑફ મેડિકલ સાયન્સીસ, નવી દિલ્લીના સન્માનિત સદસ્ય, ઍરોનૉટિકલ સોસાયટી ઑફ ઇન્ડિયા, ઇન્સ્ટીટ્યૂશન ઑફ ઇલેક્ટ્રૉનિક્સ એન્ડ ટેલીકમ્યૂનિકેશન એન્જીનિયર્સના માનદ સદસ્ય, એન્જીનિયરિંગ સ્ટાફ કૉલેજ ઑફ ઇન્ડિયાના પ્રોફેસર તથા ઇસરોના વિશેષ પ્રોફેસર હતા.

સિદ્ધિઓ

- ડૉ. અબ્દુલ કલામને પરિયોજના નિદેશકના રૂપમાં ભારતનો પ્રથમ સ્વદેશી ઉપગ્રહ (એસ.એલ.વી.-૩) પ્રક્ષેપાસ્ત્ર બનાવવાનો શ્રેય પ્રાપ્ત છે.
- જુલાઈ ૧૯૮૦માં એમણે રોહિણી ઉપગ્રહને પૃથ્વીની કક્ષાની નજીક સ્થાપિત કર્યો હતો.
- ડૉ.એ.પી.જે. અબ્દુલ કલામે પોખરણમાં બીજી વાર ન્યૂક્લિયર વિસ્ફોટ પણ પરમાણુ ઊર્જાની સાથે મિલાવીને કર્યો. આ રીતે ભારતે પરમાણુ હથિયારના નિર્માણની ક્ષમતા પ્રાપ્ત કરવામાં સફળતા અર્જિત કરી.
- એના સિવાય ડૉ. કલામે ભારતના વિકાસ સ્તરને વર્ષ ૨૦૨૦ સુધી વિજ્ઞાનના ક્ષેત્રમાં અત્યધુનિક કરવા માટે એકવિશિષ્ટ વિચારસરણી પણ પ્રદાન કરી.
- એમને 'મિસાઈલ મેન' અને 'જનતાના રાષ્ટ્રપતિ'ના નામથી ઓળખવામાં આવે છે. તેઓ ભારતીય ગણતંત્રના ૧૧મા નિર્વાચિત રાષ્ટ્રપતિ હતા. તેઓ ભારતના પૂર્વ રાષ્ટ્રપતિ, પ્રસિદ્ધ વૈજ્ઞાનિક અને અભિયંતાના રૂપમાં વિખ્યાત હતા.
- એમણે મુખ્ય રૂપથી એક વૈજ્ઞાનિક અને વિજ્ઞાનના વ્યવસ્થાપકના રૂપમાં ચાર દશકો સુધી રક્ષા અનુસંધાન તેમજ વિકાસ સંગઠન (ડીઆરડીઓ) અને ભારતીય અંતરિક્ષ અનુસંધાન સંગઠન (ઇસરો) સંભાળ્યા તેમજ ભારતના નાગરિક અંતરિક્ષ કાર્યક્રમ અને સૈન્ય મિસાઈલના વિકાસના પ્રયાસોમાં પણ સામેલ રહ્યાં. એમને બેલેસ્ટિક મિસાઈલ અને પ્રક્ષેપણ યાન પ્રૌદ્યોગિકીના વિકાસના કાર્યો માટે ભારતમાં 'મિસાઈલ મેન'ના રૂપમાં ઓળખવામાં આવવા લાગ્યા.

- એમણે ૧૯૭૪માં ભારત દ્વારા પહેલા મૂળ પરમાણુ પરીક્ષણ પછી બીજી વાર ૧૯૯૮માં ભારતના પોખરણ-દ્વિતીય પરમાણુ પરીક્ષણમાં એક નિર્ણાયક, સંગઠનાત્મક, તકનીકી અને રાજનૈતિક ભૂમિકા નિભાવી.

- કલામ સત્તારૂઢ ભારતીય જનતા પાર્ટી તેમજ વિપક્ષી ભારતીય રાષ્ટ્રીય કૉંગ્રેસ બંનેના સમર્થનની સાથે ૨૦૦૨માં ભારતના રાષ્ટ્રપતિ તરીકે ચૂંટવામાં આવ્યા. પાંચ વર્ષની અવધિની સેવા પછી, તેઓ શિક્ષણ, લેખન અને સાર્વજનિક સેવાના પોતાના નાગરિક જીવનમાં પાછા આવ્યા. એમણે ભારત રત્ન, ભારતના સર્વોચ્ચ નાગરિક સન્માન સહિત કેટલાય પ્રતિષ્ઠિત પુરસ્કાર પ્રાપ્ત કર્યા.

ભાગ-૨
સપના જે સુવા ના દે

ડૉ. કલામના પ્રેરણા શબ્દ

'મંઝિલ ભલે કેટલી પણ ઊંચી કેમ ના હોય, રસ્તા હંમેશાં પગોની નીચે જ હોય છે. બસ ફક્ત એ રસ્તાઓને પસંદ કરવા માટે એક નિર્દેશનની જરૂર હોય છે. તમે ધ્યાન આપો, ક્યારેક-ક્યારેક એક સાધારણ વ્યક્તિ પોતાની વાતો,પોતાના કામ અને પોતાના વ્યક્તિત્વથી આપણને એ હદ સુધી પ્રભાવિત કરી દે છે, કે અજાણતા જ તે આપણી પ્રેરણાનો સ્રોત બની જાય છે. જીવનમાં ક્યારેય કોઈ પણ બાધા કે મુશ્કેલીથી નિપટવા માટે એક ખૂબ સારી રીત એ છે કે, તમે પોતાના માટે કોઈ 'પ્રેરણા સ્રોત' શોધી લો. અવસાદ, નિરાશા કે કોઈ ઘોર સંકટની ઘડીમાં એમનામાંથી કોઈ પણ એક તમારી ખૂબ મદદ કરી શકે છે. ફક્ત એક શબ્દ, પંક્તિ કે વિચારથી જ તમારામાં નવી ઉમંગ-તરંગનો સંચાર થઈ શકે છે.'

ડૉ. કલામના પ્રેરણા શબ્દ પણ કેટલાય લોકોને આગળ વધવા માટે નવી ઉમંગ સદીઓ સુધી જગાવતાં રહેશે. એમના નિધન પર સંગીતકાર એ.આર. રહેમાને આ વાતને વધારે સ્પષ્ટ કરતાં કહ્યું- 'ડૉ. કલામ, જ્યારે તમે રાષ્ટ્રપતિ બન્યાં, તો તમે ભારતીયોને 'આશા' શબ્દના નવા અર્થ આપ્યા.'

ત્યાં જ આરબીઆઈના ગવર્નર રઘુરામ રાજને ટ્વીટ કર્યું- 'મહાન લોકોના મહાન સપના હંમેશાં આગળ પહોંચે છે.' જી હા, એણના સપના અવશ્ય જ આગળ પહોંચશે, કેમ કે એમના સંપૂર્ણ વ્યક્તિત્વથી પ્રેરણા લેવાવાળી નવી પેઢી એમના શબ્દોથી પ્રેરણા લઈને પોતાના સપનાઓને સાકાર કરશે.

આ જ કારણ છે કે, અમે એમના સુવિચારો પર આધારિત એ લોકોના જીવનની યાત્રાને અહીંયા બતાવવાની જરૂરિયાત સમજી છે. જેમાં નવી પેઢી પણ એમના વિચારોની સાથે સફળતા મેળવવાવાળા લોકોના સંઘર્ષથી પ્રેરણા લઈ શકે.

સપના જે સુવા ના દે

'સપના એ નથી, જે તમે ઊંઘમાં જુઓ છો, આ તો એક એવી વસ્તુ છે, જે તમને ઊંઘ જ નથી આવવા દેતી.'

- ડૉ. અબ્દુલ કલામ

ક્યારેક-ક્યારેક એવું થાય છે કે, જિંદગીમાં આપણે સપના જોઈએ છીએ, પણ એની જવાબદારી પોતાના ઉપર નથી લેતાં અને જો કોઈ બીજો વ્યક્તિ આપણી મદદ ના કરે, તો આપણે સમજીએ છીએ કે, આપણા સપના પૂરાં નહીં થાય. અહીં જ આપણે ભૂલ કરીએ છીએ. જો તમે સપના જોયા છે, તો એમને પૂરા કરવાની જવાબદારી પણ તમારી જ હશે. આ જ વાતથી જોડાયેલી કાર્તિકની વાર્તા. કાર્તિક સાહની એ ભારતીય યુવકનું નામ છે, જે આ દુનિયાને જોઈ નથી શકતો, પરંતુ એણે દુનિયાના કેટલાય લોકોને સાચો રસ્તો બતાવ્યો છે. બાળપણમાં જ આંખોની રોશની ગુમાવી દેવાવાળા કાર્તિકે ક્યારેય હાર નથી માની. એણે ક્યારેય ખુદને નિરાશ નથી થવા દીધો અને સામાન્ય લોકોની જેમ ભણવાં-લખવાંના પોતાના પ્રયત્નો જારી રાખ્યા. તે દુનિયાની રંગીનિયત, અલગ-અલગ વસ્તુઓ અને લોકોને જોઈ શકતો તો ન હતો, પરંતુ એણે સોનેરી સપના જોવાનું બંધ ના કર્યું. કાર્તિકની ખૂબી પણ છે કે, એણે પોતાના સપનાઓને સાકાર કરવા માટે કોઈ કસર બાકી નથી રાખી અને નેત્રહીનો માટે દુનિયામાં ઉપલબ્ધ તકનીકોનો દરેક શક્ય ઉપયોગ કર્યો. આ નેત્રહીન યુવકે પોતાના દૃઢસંકલ્પ અને સંઘર્ષથી જે સફળતાઓ પ્રાપ્ત કરી છે, એમને પ્રાપ્ત કરવામાં કેટલાય સામાન્ય લોકો પણ નિષ્ફળ રહ્યાં છે. કાર્તિકના સંઘર્ષ અને સફળતાની વાર્તા ફક્ત નેત્રહીનોને જ નહીં, બલ્કે

સામાન્ય લોકો માટે પણ પ્રેરણાદાયક છે.

કાર્તિક સાહનીનો જન્મ નવી દિલ્લીમાં ૨૨ જૂન, ૧૯૯૪ને એક મધ્યમ વર્ગીય પરિવારમાં થયો. પિતા રવિંદર સાહની એક વ્યવસાયી છે અને લાજપત નગરમાં એમની દુકાન છે. માતા ઈંદૂ સાહની ગૃહિણી છે. કાર્તિકની એક જોડિયા બહેન છે અને એક મોટો ભાઈ.

પેદા થવાના થોડાં જ દિવસો પછી એ જાણ ચાલી કે કાર્તિકને 'રેટિનોપેથી ઑફ પ્રીમેચ્યોરિટી' નામની એક બીમારી છે. આ બીમારીને કારણથી કાર્તિકની આંખોની રોશની હંમેશાં માટે ચાલી ગઈ. કાર્તિક નેત્રહીન થઈ ગયો. પરંતુ માતા-પિતાએ કાર્તિકના લાલન-પાલનમાં કોઈ કમી ના છોડી અને એને ભણવા માટે પ્રોત્સાહિત કર્યો.

નાની ઉંમરમાં જ કાર્તિકને 'નેશનલ ઍસોસિશન ઑફ બ્લાઇંડ'માં પ્રશિક્ષણ માટે મોકલવામાં આવ્યો. 'નેશનલ ઍસોસિએશન ઑફ બ્લાઇંડ'ને કારણે જ કાર્તિકે પોતાની હિંમત ના ગુમાવી અને ભણવા-લખવાના પોતાના સપનાને જીવિત રાખ્યું. ઍસોસિએશનમાં મળેલા પ્રોત્સાહનને કારણે કાર્તિકનો આત્મવિશ્વાસ પણ વધતો ગયો. કાર્તિકની કાબેલિયત અને અભ્યાસમાં દિલચસ્પીને ધ્યાનમાં રાખીને માતા-પિતાએ એનો દાખલો સામાન્ય બાળકોની મોટી અને પ્રસિદ્ધ સ્કૂલ - 'દિલ્લી પબ્લિક સ્કૂલ'માં કરાવ્યો.

આ દાખલો કોઈ સામાન્ય ઘટના ન હતી. 'દિલ્લી પબ્લિક સ્કૂલ' જેવી પ્રસિદ્ધ શૈક્ષણિક સંસ્થામાં સામાન્ય બાળકોની વચ્ચે એક નેત્રહીન બાળકનો દાખલો ખૂબ મોટી, અસામાન્ય અને અભૂતપૂર્વ વાત હતી. એનાથી પહેલાં કદાચ જ એવું ક્યારેય થયું હતું.

દિલ્લી પબ્લિક સ્કૂલે પણ કાર્તિકને દાખલો આપીને એક સાહસિક અને પ્રશંસનીય કામ કર્યું હતું. સ્કૂલ પ્રબંધન પણ કાર્તિકની પ્રતિભાથી પ્રભાવિત થયું હતું અને આ જ કારણથી એણે એક મોટો અને અભૂતપૂર્વ નિર્ણય લીધો.

આમ તો નેત્રહીનોને સાાન્ય બાળકોની સ્કૂલોમાં દાખલો નથી આપવામાં આવતો, એમને નેત્રહીનો માટે અલગથી બનાવાયેલી સ્કૂલોમાં જ ભણાવવામાં આવે છે, પરંતુ કાર્તિકે પોતાની પ્રતિભા અને તેજ દિમાગથી બધાનું મન જીતી લીધું હતું. કાર્તિક એ કરવામાં સફળ થયો હતો, જે બીજા નેત્રહીન બાળકો હજુ કરી શક્યા ન હતા.

કાર્તિકે દિલ્લી પબ્લિક સ્કૂલની ઈસ્ટ ઑફ કૈલાશની શાખામાં અભ્યાસ શરૂ કર્યો. ખૂબ મુશ્કેલ કામ હતું. બીજા બાળકો જોઈ શકતા હતા, પરંતુ કાર્તિક નેત્રહીન હતો. નેત્રહીન હોવાને કારણે કાર્તિક પુસ્તકો વાંચી શકતો ન હતો.

કાર્તિકના અભ્યાસ માટે એની માતાએ ખૂબ મહેનત કરી અને પાઠ્ય-પુસ્તકોને બ્રેલ લિપિમાં ઉપલબ્ધ કરાવી. બ્રેલ પદ્ધતિ એક પ્રકારની લિપિ છે, જેને વિશ્વભરમાં નેત્રહીનોને વાંચવા અને લખવામાં સ્પર્શીને વ્યવહારમાં લાવવામાં આવે છે. પછી શું હતું, કાર્તિકે પાઠ્ય-પુસ્તકોનું જ્ઞાન સામાન્ય બાળકોની જેમ પ્રાપ્ત કરવાનું શરૂ કરી દીધું. કેમ કે કાર્તિકના ઈરાદા બુલંદ હતા અને એના મનમાં કંઈક મોટું પ્રાપ્ત કરવાનો ઈરાદો હતો, એણે 'ઍક્સેસ ટેક્નોલૉજી'ની મદદથી કૉમ્પ્યૂટરનો ઉપયોગ કરવાનું શીખી લીધું. પ્રશાંત રંજન વર્મા નામના વ્યક્તિએ કાર્તિકને કૉમ્પ્યૂટરનો ઉપયોગ કરતાં શીખવાડ્યું. થોડાં જ મહીનાઓમાં કાર્તિકે કૉમ્પ્યૂટર પર જ પોતાની સ્કૂલના બધા કામ કરવાના શરૂ કરી દીધા. બીજા ધોરણની પરીક્ષા એણે કૉમ્પ્યૂટરના માધ્યમથી જ આપી હતી.

કૉમ્પ્યૂટર અને બ્રેલલિપીના માધ્યથી કાર્તિકનો અભ્યાસ આગળ વધવા લાગ્યો. એક પછી એક કરીને તે દરેક ધોરણો પાસ કરતો ગયો. ૧૦માની પરીક્ષામાં પણ એણે કમાલ કર્યો હતો. પરીક્ષામાં એનું પ્રર્શન ખરેખર પ્રશંસનીય હતું.

જ્યારે કાર્તિક માટે ઈન્ટરમાં દાખલો લેવાનો સમય આવ્યો, ત્યારે એને પોતાની ઈચ્છા અનુસાર વિષય પસંદ કરવાનો વિકલ્પ હતો.પોતાની રુચિ પ્રમાણે કાર્તિકે ગણિત, વિજ્ઞાન અને કૉમ્પ્યૂટર સાયન્સ પસંદ કર્યા. કાર્તિકની પસંદગી જોઈને લોકો દંગ રહી ગયા. એક નેત્રહીન વિદ્યાર્થી દ્વારા વિજ્ઞાન, ગણિત જેવાં ગંભીર અને જટિલ વિષય પસંદ કરવા બધાને આશ્ચર્યમાં નાખવાવાળું પગલું હતું. પરંતુ કાર્તિકનો નિર્ણય અડગ હતો. કાર્તિકના નિર્ણય પર કેન્દ્રીય માધ્યમિક શિક્ષણ બોર્ડને પણ હેરાની થઈ. શરૂમાં તો બોર્ડના અધિકારી કાર્તિકને દાખલો આપવાથી મનાઈ કરી રહ્યાં હતા, પરંતુ પછીથી એની કાબેલિયત જોઈને એને વિશેષ અનુમતિ આપી દીધી.

વિજ્ઞાન અને ગણિતના ધોરણમાં દાખલો કાર્તિકની એક ખૂબ જ મોટી સિદ્ધિ હતી.

સામાન્ય રીતે વિજ્ઞાન અને ગણિતના ધોરણોમાં નેત્રહીન બાળકોને પ્રવેશ

આપવામાં નથી આવતો. સામાન્ય રીતે નેત્રહીન બાળકોને કલા (આર્ટ્સ)ની તરફ વાળવામાં આવે છે. પરંતુ કાર્તિક પોતાની પ્રતિભા, મહેનત અને મજબૂત ઈરાદાઓને કારણે બોર્ડના અધિકારીઓને પણ મનાવવામાં સફળ રહ્યો. પ્રવેશ પછી કાર્તિકે કોઈને પણ નિરાશ ના કર્યા. ૧૧માની પરીક્ષામાં એણે ૯૩.૪% અને ૧૨મા ધોરણની પરીક્ષામાં ૯૫.૮% અંક પ્રાપ્ત કર્યો.

કાર્તિક પોતાના આ અંકોને કારણે ભારતમાં વિજ્ઞાન અને ગણિત વર્ગમાં સર્વોચ્ચ સિદ્ધિ પ્રાપ્ત કરવાવાળો પ્રથમ નેત્રહીન વિદ્યાર્થી બની ગયો. એટલે કાર્તિકે એ કરી બતાવ્યું, જેને ભારતમાં પહેલાં કોઈ બીજા નેત્રહીન છોકરાએ કર્યું ન હતું. 'દિલ્લી પબ્લિક સ્કૂલ', રામકૃષ્ણ પુરમમાં ૧૧ અને ૧૨મા ધોરણનો અભ્યાસ કરવાવાળા કાર્તિકે કૉમ્પ્યૂટર સાયન્સમાં ૯૯ અંક, અંગ્રેજી, ગણિત, ભૌતિકશાસ્ત્ર અને રસાયણશાસ્ત્રમાં ૯૫-૯૫ અંક પ્રાપ્ત કર્યા હતા. એક રીતે કાર્તિકે એ કરી બતાવ્યું હતું, જે કેટલાય સામાન્ય બાળકો કરી શક્યા ન હતા. પરીક્ષાઓમાં કાર્તિકે કેટલાય સામાન્ય બાળકોને પછાડ્યાં હતા.

દૃઢ સંકલ્પ અને એક અજીબ જિદનું પરિણામ હતું કે, કાર્તિક સતત સફળ થતો આવી રહ્યો હતો.

કાર્તિકે ૧૨મા ધોરણની પરીક્ષા આપવાથી પહેલાં જ નક્કી કરી લીધું હતું કે, તે દેશની સૌથી પ્રતિષ્ઠિત કંપની આઈઆઈટીમાં દાખલો લેશે. એણે આઈઆઈટીમાં દાખલો લેવા માટે જેઈઈ એટલે 'જૉઇન્ટ ઍન્ટ્રેન્સ ઍક્ઝામ' માટે પણ તૈયારી શરૂ કરી દીધી હતી. પરંતુ આઈઆઈટીના નિયમો પ્રમાણે કોઈ નેત્રહીન વિદ્યાર્થીને સંસ્થામાં પ્રવેશ આપી શકાતો ન હતો. આઈઆઈટીમાં ભણવાના પોતાના સપનાને સાકાર કરવા માટે કાર્તિકે પોતાના પ્રયત્નો જારી રાખ્યા. કાર્તિકે એની કાબેલિયતને પરખ્યાં પછી જ એને સંસ્થામાં જગ્યા આપવાનો અનુરોધ કર્યો. પરંતુ સંસ્થાના અધિકારી નિયમોનો હવાલો આપતા રહ્યાં અને કાર્તિકને આઈઆઈટીમાં જગ્યા ના મળી શકી.

કાર્તિક નિરાશ તો થયો, પરંતુ એણે હવે પોતાનું લક્ષ્ય બદલી લીધું. કાર્તિકે પોતાની પ્રતિભાના બળ પર અમેરાકની સ્ટેનફોર્ડ યૂનિવર્સિટીમાં દાખલાની યોગ્યતા પ્રાપ્ત કરી લીધી. મહત્ત્વપૂર્ણ વાત એ પણ છે કે, કાર્તિકે યૂનિવર્સિટીની પરીક્ષા પાસ કરીને 'ફુલ સ્કૉલરશિપ' પ્રાપ્ત કરી. એટલે કાર્તિકને યૂનિવર્સિટીમાં ભણવા માટે કોઈ ફીસ ના આપવી પડી. કાર્તિકની અનેક સફળતાઓમાં આ

પણ એક મોટી સફળતા હતી. એના પિતા પોતાની સંતાનની આ સફળતાઓ પર ખૂબ જ ગર્વ અનુભવી રહ્યાં હતા.

કાર્તિકે ૨૦૧૩માં સ્ટેનફોર્ડ યૂનિવર્સિટીથી બી.એસ.ની પોતાની ડિગ્રી પ્રાપ્ત કરી અને અત્યારે કૉમ્પ્યૂટર સાયન્સનો અભ્યાસ કરી રહ્યો છે. એણે અત્યારથી મન બનાવી લીધું છે કે, પોતાના ગ્રેજ્યુએશન પછી નેત્રહીન લોકોના વિકાસ માટે ખુદને સમર્પિત કરશે. એનો ઈરાદો છે કે, તકનીકની મદદથી નેત્રહીનોને ભણાવવા-લખાવવામાં આવે અને એમને આત્મનિર્ભર બનાવવામાં એમની દરેક શક્ય મદદ કરવામાં આવે.

એ વાતમાં કોઈ શંકા નથી કે કાર્તિકની વાર્તા કોઈ સામાન્ય વાર્તા નથી. સંઘર્ષ અને મહેનતની એક એવી વાર્તા છે, જે દુનિયાભરના લોકોને સંદેશ આપે છે કે, મુશ્કેલ પરિસ્થિતિઓમાં હાર માની લેવાથી જિંદગી રોકાઈ જાય છે અને પડકારોનો દટીને મુકાબલો કરવાથી જ અસાધારણ જીત પ્રાપ્ત થાય છે. કાર્તિક ફક્ત નેત્રહીનો માટે જ આદર્શ નથી, એનાથી સામાન્ય લોકો પણ ઘણું બધું શીખી શકે છે. નેત્રહીન હોવા છતાં જે પ્રકારે કાર્તિકે ભણતર કર્યું અને મોટી-મોટી પરીક્ષાઓમાં અવ્વલ દરજાના નંબર પ્રાપ્ત કર્યા, એણે ભારતમાં જ નહીં, દુનિયાભરના લોકોનું ધ્યાન એની તરફ આકર્ષિત થયું. કાર્તિકને એની અસાધારણ સફળતાઓ માટે રાષ્ટ્રીય તેમજ આંતરરાષ્ટ્રીય પુરસ્કાર પણ મળ્યાં. સફળતાની એની વાર્તા દુનિયાભરમાં સાંભળવા-સંભળાવવામાં આવવા લાગી. જો કે, કાર્તિક સાહનીએ વર્તમાન શિક્ષણ પ્રણાલી પર કેટલાય ગંભીર સવાલ ઊભા કર્યા છે. સાહનીનો આરોપ છે કે, વિકલાંગ બાળકો માટે નીતિ બનાવતા સમયે વિકલાંગોના કોઈ સંગઠનને સામેલ નથી કરવામાં આવતું, બલ્કે એક આઈએએસ અધિકારી ખુદ જ વિકલાંગોને લઈને નિર્ણય લઈ લે છે. આથી કેટલીય વાર એવા નિર્ણય ખોટા અને અવ્યાવહારિક હોય છે. એના સિવાય દેશમાં શિક્ષણ વ્યવસ્થાની સ્થિતિ પર કોઈ રિસર્ચ નથી કરતું. જાણકારીનો અભાવ અને અસંવેદનશીલ વલણ બે એવી વસ્તુઓ છે, જે ભારતમાં ખૂબ વધારે છે.

કાર્તિકના જીવન અને એની સફળતામાં એના માતા-પિતાની પણ મહત્ત્વની ભૂમિકા છે. કાર્તિકના માતા-પિતાને જ્યારે પહેલીવાર ખબર પડી કે, કાર્તિક ક્યારેય જોઈ નહીં શકે, તો એમના પર દુઃખોનો પહાડ તૂટી પડ્યો.

પોતાની સંતાનને લઈને જે સોનેરી સપના એ લોકોએ જોયાં હતા, તે હંમેશાં માટે તૂટી ગયા. એમને લાગ્યું કે, એમનો બેટો જિંદગીભર પરેશાનીઓથી ઝઝૂમતો રહેશે. પરંતુ જેમ-જેમ કાર્તિક મોટો થતો ગયો, એના ઈરાદા વધતાં ગયા. એની કાબેલિયત અને સામાન્ય બાળકોની જેમ ભણવાની જે પ્રબળ ઇચ્છા હતી, એને જોઈને માતાના મનમાં પણ નવા સપના જાગ્યા હતા. માતાએ કાર્તિકને ભણાવવા માટે ખૂબ મહેનત કરી હતી. માતાએ કાર્તિક માટે જે કંઈ કર્યું, તે પણ લોકો માટે એક એવું ઉદાહરણ છે, જેનાથી જિંદગીના પડકારોનો કઈ રીતે સામનો કરવામાં આવે, એની જાણકારી મળે છે.

પ્રયત્ન કરવાનું ના છોડો

'રાહ જોવાવાળાઓને ફક્ત એટલું જ મળે છે, જેટલું પ્રયત્ન કરવાવાળા છોડી દે છે.'

- ડૉ. અબ્દુલ કલામ

ડૉ. કલામની આ ઉક્તિથી જોડાયેલી કલ્પના સરોજના જીવનની વાર્તા. આજે કલ્પના સરોજની ગણતરી ભારતના સફળ ઉદ્યમીઓ અને ઉદ્યોગપતિઓમાં થાય છે. તેઓ કેટલીય કંપનીઓ ચલાવે છે અને કરોડો રૂપિયાની ધન-સંપત્તિની માલિક છે. સમાજ-સેવાને કારણે એમની પ્રસિદ્ધિને ચાર ચાંદ લાગ્યા છે.

જો કે, કલ્પના સરોજની વાર્તામાં જે ઘટનાઓ થઈ છે, તે અકલ્પનીય છે. વાર્તામાં જમીનથી આકાશ સુધીની સફર છે. છાણ (ગોબર)ના ઉપલા વેચવાવાળી એક દલિત છોકરી આગળ ચાલીને પ્રસિદ્ધ કારોબારી અને કરોડપતિ બનવાની અનોખી દાસ્તાન પણ છે.

છુઆછૂત, ગરીબી, બાળ-લગ્ન, સાસરીયાવાળાઓના હાથે શોષણ, અપમાન, નિંદા- આ બધાનો અનુભવ કર્યો છે કલ્પનાએ. એક વાર તો કલ્પનાએ પરિસ્થિતિઓથી તંગ આવીને આત્મહત્ય કરવાનો પણ પ્રયત્ન કર્યો હતો.

કેટલાય લોકોના અભિપ્રાયમાં કલ્પના સરોજની વાર્તા ફિલ્મી વાર્તા જેવી લાગે છે, પરંતુ એ વાતમાં કોઈ શંકા નથી કે, દુઃખ-દર્દ તથા પીડાથી શરૂ થઈને મોટી સફળતા અને ઊંચા શિખર પ્રાપ્ત કરવાની આ વાર્તા લોકોને પ્રેરણા આપે છે.

કલ્પના સરોજનો જન્મ મહારાષ્ટ્રના અકોલા જિલ્લાના રોપરખેડા ગામમાં રહેવાવાળા એક ગરીબ દલિત પરિવારમાં થયો હતો. કલ્પનાના જન્મના

સમયે દલિતોની હાલત ઠીક ન હતી. દલિતોની સાથે ગામડાઓમાં ભેદભાવ કરવામાં આવતો હતો, છુઆછૂત પણ હતી અને હંમેશાં તે લોકો શોષણનો શિકાર થતાં હતા.

કલ્પનાના પિતા પોલિસ વિભાગમાં કૉન્સ્ટેબલ હતા. તેઓ પોતાની બેટીથી ખૂબ પ્રેમ કરતાં હતા અને ઇચ્છતા હતા કે, એમની બેટી ખૂબ ભણે-ગણે. પિતાએ કલ્પનાનો દાખલો એક સ્કૂલમાં કરાવી દીધો. દલિત હોવાને કારણે કલ્પનાનીસાથે અલગ પ્રકારનો વ્યવહાર કરવામાં આવતો. એને એના કેટલાય દોસ્તોના ઘરમાં આવવા દેવામાં ના આવતી. સ્કૂલના કેટલાય કાર્યક્રમોમાં પણ એને સામેલ કરવામાં ના આવતી. કેટલાંક બાળકો તો કલ્પનાને સ્પર્શવાથી પણ કતરાતા હતા. આ ભેદભાવ પર કલ્પનાને ખૂબ ગુસ્સો આવતો, પણ તે કશું ના કરી શકતી. અપમાનના ઘૂંટ પીને એણે ચુપ જ રહેવું પડતું. બાળપણમાં પરિવારની મદદ કરવા અને રૂપિયા એક્ઠા કરવાના ઉદ્દેશ્યથી કલ્પનાએ છાણના ઉપલાં પણ વેચ્યા.

પરિવારવાળાઓ અને સગા-સંબંધીઓના દબાણમાં આવીને, ૧૨ વર્ષની ઉંમરમાં જ કલ્પનાના લગ્ન એનાથી ૧૦ વર્ષ મોટા એક છોકરાથી કરાવી દેવામાં આવ્યા હતા. લગ્નને કારણે કલ્પનાને સ્કૂલનો અભ્યાસ વચ્ચેથી જ છોડવો પડ્યો.

કલ્પનો પતિ એને પોતાની સાથે મુંબઈ લઈ ગયો. મુંબઈ પહોંચ્યા પછી જ કલ્પનાએ જાણ્યું કે, એનો પતિ ઝૂંપડપટ્ટી વસ્તીમાં રહે છે. સમસ્યા એ સમયે વધારે મોટી થઈ ગઈ, જ્યારે જેઠ-જેઠાણીએ એની સાથે ગેરવર્તણૂંક કરવાની શરૂ કરી દીધી. નાની-નાની વાતો પર જેઠ-જેઠાણી કલ્પનાને મારવા-પીટવા લાગ્યા.

અપશબ્દ કહેવા તો સામાન્ય વાત થઈ ગઈ હતી. જેઠ-જેઠાણીનું વર્તન એટલું ખરાબ રહેતું કે, તે કલ્પનાના વાળ પકડીને નોચતા અને એને ખરાબ રીતે મારીપીટીને ઘાયલ કરી દેતા. કલ્પનાને ખાવા માટે સમય પર ભોજન આપવામાં આવતું ન હતું. એને પરેશાન કરવા માટે ભૂખી રાખવામાં આવતી. કલ્પના માટે તો એ દિવસો પીડા અને દુઃખથી ભરેલાં હતા.

કલ્પનાના પિતા જ્યારે એનાથી મળવા મુંબઈ ગયા, તો એની હાલત જોઈને એમને ખૂબ જ ઝટકો લાગ્યો. એમને પણ ખૂબ દુઃખ અને પીડા થઈ. પોતાની વ્હાલી બેટીને ફાટેલાં-જૂનાં કપડાં અને એના શરીર પર શોષણના નિશાન જોઈને તેઓ સહેમાઈ ગયા. એમણે નિર્મય કરી લીધો કે, હવે એક પળ પણ પોતાની બેટીને મુંબઈમાં નહીં રાખે અને કલ્પનાને પોતાની સાથે પાછા ગામડે લઈ આવ્યા.

કલ્પનાએ સિલાઈ-વણાટ જેવાં કામ કરીને પોતાનો સમય કાપવાનો શરૂ કર્યો. એણે સ્કૂલમાં ફરીથી દાખલો લીધો. એણે પોલિસ વિભાગમાં નોકરી મેળવવાનો પ્રયત્ન કર્યો, પરંતુ સફળ ના થઈ. થોડાં દિવસો પછી ગામમાં પણ કલ્પના માટે સ્થિતિ વણસવા લાગી. ગામની કેટલીય છોકરીઓ અને મહિલાઓ કલ્પના પર તાણા કોસતી અને અપમાનજનક શબ્દોનો ઉપયોગ કરતી. આ બધાથી તંગ આવીને કલ્પનાએ એક દિવસ આત્મહત્યા કરવાનો નિર્ણય કર્યો. એણે કીટનાશક પી લીધું. જેના પ્રભાવથી તે જમીન પર પડી ગઈ અને એના મુખમાંથી ફીણ નિકળવા લાગ્યું. ત્યારે જ કલ્પનાની એક સંબંધીએ એને એ હાલતમાં જોઈ લીધી અને બીજાઓને સૂચના આપી. કલ્પનાને હૉસ્પિટલ લઈ જવામાં આવી, જ્યાં એનો જીવ બચી ગયો.

હૉસ્પિટલથી પાછા આવ્યા પછી કલ્પનાએ નિર્ણય કર્યો કે, તે જિંદગીને પોતાની શરતો પર જીવશે અને દુનિયામાં કંઈક મોટું પ્રાપ્ત કરીને જ રહેશે. પોતાના નિર્ણયને સાકાર કરવા માટે એણે ગામ છોડવા અને ફરીથી 'સપનાઓની નગરી' મુંબઈ જવાનો નિર્મય કર્યો. કલ્પના પોતાના માતા-પિતા પર ભાર બનવા ઇચ્છતી ન હતી. તે ઇચ્છતી હતી કે, સ્વતંત્ર રૂપથી કામ કરે,પોતાના ખર્ચાઓ માટે ખુદ કમાય.

કલ્પનાએ આ વખતે મુબંઈ આવ્યા પછી પોતાના એક વિશ્વાસપાત્ર સંબંધીના ત્યાં રહેવાનું શરૂ કરી દીધું. એણે સિલાઈ મશીનને કમાણીનું માધ્યમ બનાવ્યું. થોડાં દિવસો સુધી એક હોઝિયરી શૉપમાં કામ કર્યું. આ સ્ટોરમાં કામ માટે કલ્પનાને દરેક દિવસે ફક્ત બે રૂપિયા આપવામાં આવતા.

કામ એવી જ રીતે ચાલી રહ્યું હતું કે, કલ્પનાની એક બહેન બીમાર પડી ગઈ. કલ્પનાની કમાણીના રૂપિયાઓથી પણ એની બહેનનો જીવ ના બચી શક્યો. આ વખતે એણે ફરી એક મોટો નિર્ણય લીધો. એણે નક્કી કરી લીધું કે, પૈસા કમાવાની સાથે-સાથે એણે કશું એવું કરવું જોઈએ, જેનાથી ખુશી અને સંતુષ્ટિ મળે.

એણે ખુદ કારોબાર કરવાનું મન બનાવી લીધું અને કારોબારના સાધન શોધવાના શરૂ કર્યા. એણે ફર્નીચરનો કારોબાર શરૂ કર્યો. આ કારોબાર દરમિયાન એની મુલાકાત એક એવા ફર્નીચર વેપારીથી થઈ, જેણે એનું મન જીતી લીધું. કલ્પનાએ આ કારોબારીથી લગ્ન કર્યા. બંનેના બે બાળક પણ થયાં. પરંતુ જિંદગીમાં એક વાર ફરી કલ્પનાને મોટો ઝટકો લાગ્યો. ૧૯૮૯માં એના કારોબારી પતિની મૃત્યુ થઈ ગઈ.

કલ્પનાને પોતાના પતિથી વારસામાં તિજોરી બનાવવાવાળું એક કારખાનું મળ્યું હતું, જે નુકસાનમાં ચાલી રહ્યું હતું. પોતાના બાળકોની ખુશી, એમનું ભણતર અને બીજી જરૂરિયાતો માટે કલ્પનાએ નુકસાનમાં ચાલી રહેલાં કારખાનાને ફરીથી નફામાં લાવવા માટે પૂરી શક્તિ લગાવી દીધી.

કલ્પનાએ ૧૯૯૫માં જમીન-મિલ્કતનો પણ કારોબાર શરૂ કર્યો. ૧૯૯૭માં એક નાણાં સંસ્થાની મદદથી કલ્પનાએ ૪ કરોડ રૂપિયાના ખર્ચથી એક કૉમ્પલેક્સનું નિર્માણ કર્યું. પછી થોડાં દિવસો પછી આ કૉમ્પલેક્સને વેચીને નફો કમાયો. ધીમે-ધીમે કલ્પનાએ કંસ્ટ્રક્શન ઈન્ડસ્ટ્રી અને રિયલ ઍસ્ટેટમાં પણ પોતાના પગ જમાવી લીધા.

નફાની એક મોટી રકમ એણે શેરડી ઉદ્યોગમાં પણ રોકાણ કરી. એણે અહમદનગરના સાઈ કૃપા શાકર કારખાનાના શેર ખરીદ્યાં, જેનાથી તે કંપનીની નિદેશક (ડાયરેક્ટર) બની ગઈ.

કલ્પનાએ જલ્દી જ એક સફળ કારોબારી તેમજ ઉદ્યમીના રૂપમાં નામ કમાયું અને પોતાની અલગ ઓળખ બનાવી લીધી. આ દરમિયાન આવી જિંદગી અને સફળતાને એક નવા મુકામ પર લઈ જવાની તક.

૨૦૦૬માં કલ્પનાની કંપની "કલ્પના સરોજ એન્ડ ઍસોસિએટ્સ'થી 'કમાની ટ્યૂબ્સ'ને ટેકઑવર કરી લેવાની રજૂઆત કરવામાં આવી. કલ્પના સરોજની પ્રસિદ્ધિ કંઈક એ પ્રકારે થઈ ચુકી હતી કે, કમાની ટ્યૂબ્સના માલિકોને લાગ્યું કે, નુકસાનમાં ચાલી રહેલી એમની આ બીમાર કંપનીને કલ્પના જ લઈ શકે છે.

'કમાની ટ્યૂબ્સ'ની શરૂઆત પ્રસિદ્ધ ઉદ્યોગપતિ રામજી કમાનીએ કરી હતી. રામજી કમાની ભારતના પ્રથમ પ્રધાનમંત્રી પંડિત જવાહરલાલ નેહરૂના ખૂબ નજીકના વ્યક્તિ હતા. કમાની પરિવારમાં ઉભરેલા મતભેદોનું કંપનીના કામકાજ અને કારોબાર પર ખરાબ અસર પડી હતી. એક સમયે તો કંપની બંધ થવાના કગાર પર પહોંચી ગઈ હતી, પરંતુ કોર્ટના હસ્તક્ષેપ પછી મજદૂર યૂનિયને કંપની ચલાવી. જો કે, કંપની સફળ ના રહી. ૧૯૯૭ સુદી કંપનીનું નુકસાન વધીને ૧૬૦ કરોડ થઈ ગયું હતું. ૨૦૦૬માં કલ્પના સરોજના હાથમાં કંપનીની જવાબદારી આવી,તો દિવસ ફરી ગયા. કલ્પના સરોજે 'કમાની ટ્યૂબ્સ'ને ફરીથી નફામાં લાવવાને એ પડકાર તરીકે લીધી. પોતાના નવાં-નવાં વિચારો, પ્રયોગો, મજૂરોની મહેનત અને મદદથી કલ્પનાએ 'કમાની ટ્યૂબ્સ'ની કાયા જ પલટીને રાખી દીધી. હવે કંપની નફામાં છે. 'કમાની

ટ્યૂબ્સ'ને જે રીતથી કલ્પના સરોજે નુકસાનમાં ચાલી રહેલી કંપનીથી નફાવાળી કંપની બનાવી, તે આજે ભારતીય ઉદ્યોગ જગતમાં એક મિસાલની રીતે રજૂ કરવામાં આવે છે.

ધન-દોલત અને સંપત્તિની માલિક બન્યા પછી કલ્પનાએ સમાજ-સેવામાં પણ કોઈ કસર બાકી ના છોડી. તે મહિલાઓ, આદિવાસીઓ, દલિતો, ગરીબ અને જરૂરિયાતમંદ બાળકોની મદદ માટે કેટલાય પ્રકારના કાર્યક્રમ આયોજિત કરે છે. હજારો જરૂરિયાતમંદ બાળકો, મહિલાઓ એમની સંસ્થાઓથી મદદ ઉઠાવી ચુક્યા છે.

કલ્પના સરોજ આજે એક નહીં, કેટલાય કારોબાર કરી રહી છે. કેટલીય કંપનીઓની માલિક છે. કરોડોની સંપત્તિ એમના નામે છે. તે ભારતની સફળ ઉદ્યમી, ઉદ્યોગપતિ અને કારોબારી છે. એમણે કેટલાય પુરસ્કાર જીત્યાં છે. ભારત સરકારે એમને 'પદ્મશ્રી'થી નવાજ્યા છે. એમણે સાબિત કરી દીધું છે કે, રાહ જોવાવાળાઓને ફક્ત એટલો જ ફાયદો મળે છે, જેટલો પ્રયત્ન કરવાવાળાઓ છોડી દે છે.

મુશ્કેલીઓ આપણી મદદ કરે છે

> *'જીવનમાં મુશ્કેલીઓ આપણને બરબાદ કરવા નથી આવતી, બલ્કે એ આપણા છુપાયેલા સામર્થ્ય અને શક્તિઓને બહાર નિકાળવામાં આપણી મદદ કરે છે. મુશ્કેલીઓને એ જાણી લેવા દો કો, તમે એનાથી પણ વધારે મુશ્કેલ છો.*
>
> **- ડૉ. અબ્દુલ કલામ**

બનારસ શહેરમાં એક બાળક પોતાના મિત્રોની સાથે રમતાં-રમતાં એક મિત્રના ઘેર ચાલ્યો ગયો. જેવા જ એ મિત્રના પિતાએ એ બાળકને પોતાના ઘરમાં જોયો, તો ગુસ્સાથી લાલ-પીળાં થઈ ગયા. મિત્રના પિતાએ બાળક પર બરાડા પાડવાનું શરૂ કરી દીધું.

એણે ઊંચા અવાજમાં પૂછ્યું- 'તું કેવી રીતે મારા ઘરમાં આવી શકે છે? તારી હિંમત કેવી રીતે થઈ મારા ઘરમાં આવવાની? તું જાણે છે તારો બેકગ્રાઉન્ડ શું છે? તારું બેકગ્રાઉન્ડ અલગ છે, અમારું અલગ. પોતાના બેકગ્રાઉન્ડવાળાઓની સાથે ઊઠ્યાં-બેસ્યા કરો.' આમ કહીને મિત્રના પિતાએ એ બાળકને બહારનો રસ્તો બતાવી દીધો.

મિત્રના પિતાના આ વ્યવહારથી બાળક ગભરાઈ ગયો. એને સમજમાં ના આવ્યું કે, આખરે એણે શું ખોટું કર્યું છે. કેમ કે બીજા બાળકોની જેમ જ તે પણ, પોતાના મિત્રોની સાથે રમતાં-રમતાં મિત્રના ઘરમાં ચાલ્યો ગયો હતો. મિત્રોના ઘરમાં તો દરેક બાળક જાય છે, પછી એણે શું ખોટું કર્યું.

એ બાળકના મનમાં હવે 'બેકગ્રાઉન્ડ' વિશે જાણવાની પ્રબળ ઈચ્છા પેદા થઈ ગઈ. પોતાની જિજ્ઞાસાને દૂર કરવા માટે તે બાળક પોતાના એક પરિચિત વ્યક્તિની પાસે ગયો, જે ભણેલો-ગણેલો વ્યક્તિ હતો અને કોઈ

મોટી પરીક્ષાની તૈયારી પણ કરી રહ્યો હતો. આ પરિચિત વ્યક્તિએ બાળકને એની સામાજિક પૃષ્ઠભૂમિ વિશે સમજાવ્યું. બાળકને અહેસાસ થઈ ગયો કે તે ગરીબ છે અને એનો મિત્ર અમીર. એના પિતા રિક્ષા ચલાવે છે અને એની સામાજિક પરિસ્થિતિ ઠીક નથી.

અચાનક જ બાળકે એ પરિચિતથી પૂછી લીધું કે, સામાજિક બેકગ્રાઉન્ડને બદલવા માટે શું કરી શકાય છે, ત્યારે અનાયાસ જ એ પરિચિતના મુખમાંથી નિકળી ગયું કે, આઈએએસ અધિકારી બની જાઓ, તમારું પણ બેકગ્રાઉન્ડ બદલાઈ જશે.

કદાચ મજાકમાં અથવા પછી બાળકનું એ સમયે મન ખુશ કરવા માટે એ પરિચિતે આ વાત કહી હતી. પરંતુ આ વાતને બાળકે ખૂબ જ ગંભીરતાથી લીધી હતી. એના દિલોદિમાગ પર આ વાતે ઊંડી છાપ છોડી. એ સમયે છઠ્ઠા ધોરણમાં ભણી રહેલા એ બાળકે નક્કી કરી લીધું કે, તે દરેક સ્થિતિમાં આઈએએસ અધિકારી બનશે અને ત્યારથી જ એ બાળકે પોતાના લક્ષ્યને પ્રાપ્ત કરવા માટે જીવ-જાન લાગવીને મહેનત કરી. જાત-જાતની મુશ્કેલીઓ, વિપરીત પરિસ્થિતિઓ અને અભાવો છતાં તે બાળક આગળ ચાલીને પોતાની લગન, મહેનત, સંકલ્પના બળ પર આઈએએસ અધિકારી બની ગયો.

જે ઘટનાની અહીંયા વાત થઈ છે, તે ઘટના ગોવિંદ જાયસ્વાલના બાળપણની સાચી ઘટના છે.

રિક્ષા ચલાવવાવાલા એક ગરીબ પરિવારમાં જન્મેલા ગોવિંદ જાયસ્વાલે પોતાના પ્રથમ પ્રયાસમાં જ આઈએએસની પરીક્ષા પાસ કરી લીધી હતી. આજે તે એક સફળ અને પ્રસિદ્ધ અધિકારી છે.

જો કે, જે મુશ્કેલ સ્થિતિઓ અને અભાવોમાં ગોવિંદે પોતાનું ભણતર કર્યું, તે કોઈને પણ તોડી શકે છે. હંમેશાં સામાન્ય લોકો આ સ્થિતિઓ અને અભાવોથી હારી જાય છે અને આગળ નથી વધી શકતા. ગોવિંદે જે પ્રાપ્ત કરીને બતાવ્યું છે, તે મોટું ઉદાહરણ છે. ગરીબ પરિવારમાં જન્મ લેવાવાળા બાળક-યુવા અને બીજા લોકો પણ ગોવિંદની સફળતાની વાર્તાથી પ્રેરણા લઈ શકે છે.

ગોવિન્દના પિતા નારાયણ જાયસ્વાલ બનારસમાં રિક્ષા ચલાવતા હતા. રિક્ષા એમની કમાણીનું એકમાત્ર સાધન હતું. રિક્ષાના દમ પર જ આખો ઘર-પરિવાર ચાલતો હતો. ગરીબી એવી હતી કે, પરિવારના બધા પાંચેય સદસ્ય બસ એક જ ઓરડામાં રહેતા હતા. પહેરવા માટે ઠીક કપડાં પણ ન

હતા. ગોવિંદની માતા બાળપણમાં જ ગુજરી ગઈ હતી. ત્રણ બહેનો ગોવિંદની દેખભાળ કરતી; પિતા આખો દિવસ રિક્ષા ચલાવતાં, છતાં પણ વધારે કોઈ કમાણી થતી ન હતી. ખૂબ મુશ્કેલથી દિવસ પસાર થતાં. મોટી-મોટી મુશ્કેલીઓ સહન કરીને પિતાએ ગોવિંદનું જારી રાખ્યું. ચારેય બાળકોનો અભ્યાસ અને ખર્ચાથી લઈને પિતાએ રાત-દિવસ મહેનત કરી. કડાકાની ઠંડી હોય, તેજ ગરમી હોય કે પછી જોરદાર વરસાદ, પિતાએ રિક્ષા ચલાવી અને બાળકોનું પેટ ભર્યું. એક દિવસે જ્યારે ગોવિંદે જોયું કે, તેજ તાવ છતાં એના પિતા રિક્ષા લઈને ચાલ્યા ગયા, ત્યારે એનો સંકલ્પ વધારે મજબૂત થઈ ગયો કે એને કોઈ પણ કિંમત પર આઈએએસ બનવાનું છે. બાળપણથી જ ગોવિંદે ક્યારેય પણ પિતા અને બહેનોને નિરાશ નથી કર્યા. ભલે જ એની પાસે બીજા બાળકો જેવી સુવિધા ના હોય, એણે ખૂબ મન લગાવીને અભ્યાસ કર્યો અને દરેક પર પરીક્ષામાં અવ્વલ નંબર પ્રાપ્ત કર્યો.

ગોવિંદના ઘરની આસપાસ કેટલીય ફેક્ટરીઓ હતી. આ ફકેટરીઓમાં ચાલવાવાળા જનરેટરોનો અવાજ પરિવારવાળાઓને ખૂબ પરેશાન કરતો હતો. તેજ અવાજોથી બચવા માટે ગોવિંદ કાનોમાં રૂ નાખીને અભ્યાસ કરતો.

ગોવિંદની જિંદગીમાં મુશ્કેલીઓ ઓછી નથી આવી, એને ફક્ત એક જોડી કપડાં મળતાં હતા, તે પણ હોળીમાં. એક જોટી કપડાંમાં પૂરું વર્ષ કેવી રીતે? એક ઓરડીમાં પાંચ લોકોનો પરિવાર રહેતો હતો; ત્યાં જ ખાવાનું બનાવવું; ત્યાં જ સૂઈ જવું; એની આપણે કલ્પના પણ નથી કરી શકતા, પરંતુ આ જ વાતો ગોવિંદને હંમેશાં એના લક્ષ્યની યાદ અપાવતી હતી કે એણે ખૂબ આગળ જવાનું છે. ગોવિંદની મોટી દીદી મમતા જ્યારે ભણવા માટે સ્કૂલ જતી, તો લોકો તાણા આપતા કે- ‘તારે તો બીજાઓના ઘરમાં વાસણ ધોવા જોઈએ, જેનાથી બે પૈસા કમાઈ લે. ભણી-ગણીને શું કરીશ?’ ગોવિંદને પણ કેટલાંક લોકો હંમેશાં તાણાં મારીને પરેશાન કરતાં કે- ‘કેટલું પણ ભણી લે બેટા, ચલાવવાની તો તારે રિક્ષા જ છે. કેટલો મોટો બનીશ; તૂં બે રિક્ષા વધારે ખરીદી લઈશ, ખુદ પણ ચલાવીશ અને બીજાઓથી પણ ચલાવડાવીશ.’ આ વાતો ગોવિંદને ખૂબ અંદર સુધી ઘાયલ કરતી હતી; પરંતુ તે કરી પણ શું શકતો હતો, અથવા તો એમનાથી લડી લે અથવા પછી એ જ ઊર્જાને પોતાના લક્ષ્ય પર લગાવી દે. ગરીબીના થપેડાં સહન કરતાં કયા પ્રકારે જિંદગી આગળ વધી રહી હતી કે, હાલત એ સમયે વધારે ખરાબ થઈ ગઈ, જ્યારે પિતાના ગામમાં સેપ્ટિક થઈ ગયો.

સેપ્ટિકને કારણે પિતાનું રિક્ષા ચલાવવાનું અશક્ય થઈ ગયું. ઘર-પરિવાર ચલાવવા માટે પિતાએ રિક્ષા ભાડા પર આપી દીધી. પિતાની મહેનતને કારણે ગોવિંદની બહેનોના લગ્ન થઈ ગયા હતા.

આ બધાની વચ્ચે ગોવિંદે પણ સારા નંબરોથી ગ્રેજયુએશનનો અભ્યાસ પૂરો કરી લીધો. એણે આઈએએસ અધિકારી બનવાનું પોતાનું સપનું સાકાર કરવા માટે કોચિંગ લેવાનું મન બનાવ્યું. કોચિંગ માટે ગોવિંદને બનારસથી દિલ્લી જવું પડ્યું. દિલ્લીમાં પણ દિવસો મુશ્કેલીભર્યાં જ રહ્યાં.

વિદ્યાર્થીઓને ટ્યૂશન ભણાવીને ગોવિંદે પોતાના ખર્ચા માટે રૂપિયા એકઠાં કર્યા. કેટલીય વાર તો ગોવિંદે દિવસભરમાં ફક્ત એક વાર ભોજન કરીને પોતાનું કામ ચલાવ્યું. આઈએએસની પરીક્ષામાં પાસ થવાના ઉદ્દેશ્યથી ગોવિંદે દરેક દિવસે ઓછાથી ઓછા ૧૨-૧૩ કલાક સુધી અભ્યાસ કર્યો. ઓછું ખાવા અને વધારે ભણવાથી પરિસ્થિતિ એવી થઈ ગઈ કે, ગોવિંદની તબીયત બગડી ગઈ અને એને ડૉક્ટરની પાસે લઈ જવો પડ્યો. ડૉક્ટરે સલાહ આપી કે જો થોડાં સમય માટે અભ્યાસને ના રોકવામાં આવ્યો, તો સ્થિતિ વધારે બગડી જશે, જેનાથી ખૂબ નુકસાન થશે. પરંતુ ફક્ત લક્ષ્યની તરફ જોઈ રહેલાં ગોવિંદે કોઈની ના સાંભળી અને અભ્યાસ જારી રાખ્યો.

પરીક્ષા ઉત્તીર્ણ કર્યા પછી હવે ઇન્ટરવ્યૂ માટે સારી ડ્રેસ અને જૂતાં જોઈતા હતા. એ જ દિવસોમાં એમની દીદી ગર્ભવતી હતી અને એમને ચેકઅપ કરાવવા જવાનું હતું, પણ એ પૈસાઓથી એમણે ગોવિંદના ઇન્ટરવ્યૂની ડ્રેસની વ્યવસ્થા કરી દીધી. બધાએ કહ્યું કે, તમને જોખમ થઈ શકે છે જો સારવાર ના થઈ તો; એમણે કહ્યું ૧૪ મેના રોજ રિઝલ્ટ આવશે, ત્યારે કરી લઈશ. એમના આ વિશ્વાસને ગોવિંદ ક્યારેય તોડવા ઇચ્છતો ન હતો. એની બીજી દીદી ગીતા દી, જે પરિવારવાળાઓથી લડીને એમને સહયોગ કરતી હતી; ખૂબ વધારે આશાઓ હતી એમને પોતાના ભાઈથી, એ આશાઓને ગોવિંદ ક્યારેય તોડવા ઇચ્છતો ન હતો. રિઝલ્ટ આવવાના પહેલાં એના પિતાજીની તબિયત ખૂબ ખરાબ થઈ ગઈ; પણ એમની યોગ્ય સારવાર કરવાની ક્ષમતા હવે ન હતી, કેમ કે બધું જ ગોવિંદના ભણતરમાં પહેલાં જ લગાવી ચુકાયું હતું. આજે પણ પિતાજીની વાતને યાદ કરીને એમની આંખોમાં આંસૂ આવી જાય છે, જ્યારે એમણે પોતાની રિક્ષા વેચતા કહી હતી- 'બધાની પાસે ૨-૩ લાખ હોય છે તો શું; આપણી પાસે ૨-૩ રિક્ષા છે, તે તારી જ તો છે, એમને જ વેચી દઈએ છીએ.'

આ મહેનત અને સંકલ્પનું પરિણામ એ નિકળ્યું કે, ગોવિંદે પહેલાં જ પ્રયત્નમાં આઈએએસ પરીક્ષા પાસ કરી લીધી. ગોવિંદે આઈએએસ (સામાન્ય વર્ગ) પરીક્ષામાં ૪૮મી રેંક પ્રાપ્ત કરી. ગોવિંદે હિન્દી માધ્યમથી અવ્વલ નંબર મેળવવાનો પુરસ્કાર પણ પોતાના નામે કર્યો. આજે જો ગોવિંદ સફળ ના થયો હોત, તો ન જાણે કેટલી જિંદગીઓ ખતમ થઈ ગઈ હો. આજે એ જ ગલીઓના લોકો એમનાથી વાતો કરવા ઈચ્છે છે, એમના ઉપર ગર્વ કરે છે, જેમણે એક દિવસ ગોવિંદને એ જ ગલીઓમાં રમવાથી મનાઈ કરી દીધી હતી.

ગોવિંદ પોતાની સફળતા વિશે ફક્ત એટલું કહે છે કે -'તમે જો વાસ્તવિક પરિશ્રમ કરો, તો કોઈ પણ વસ્તુ અશક્ય નથી. અભાવના પ્રભાવથી માણસ ઘણું બધું બની શકે છે.'

મહત્ત્વપૂર્ણ વાત એ પણ છે કે, ગોવિંદને પોતાનો અભ્યાસ એ કારકિર્દીના સંબંધમાં પરિવારથી કોઈ માર્ગદર્શન ના મળ્યું. પરંતુ મુશ્કેલીઓના સમયમાં બહેનોએ ગોવિંદને ખૂબ સાથ આપ્યો. હંમેશાં એની હિંમત વધારતા રહ્યા. ગોવિંદની દરેક શક્ય મદદ કરી, માતાની જેમ પ્રેમ આપ્યો. કેટલાંક મિત્રો અને શિક્ષકોએ પણ સમય-સમય પર યોગ્ય સલાહ આપી. આઈએએસ પરીક્ષાની તૈયારીમાં દિલ્લીના 'પતંજલિ ઈન્સ્ટીટ્યૂટ'થી પણ મદદ મળી.

રસપ્રદ વાત એ પણ છે કે ગોવિંદે પોતાના જીવનમાં ક્યારેય 'શૉર્ટ કટ રસ્તો' ના પકડ્યો અને ખૂબ જ યોજનાબદ્ધ રીતથી અભ્યાસ કર્યો. મહેનત ખૂબ વધારે કરી. અભાવોને આડે ના આવવા દીધા.

આઈએએસ પરીક્ષા માટે વિષય પસંદ કરવાના વિષયમાં પણ ગોવિંદની વાત રસપ્રદ છે. ગોવિંદના એક મિત્રની પાસે ઈતિહાસની ખૂબ જ પુસ્તકો હતી, તેથી એણે ઈતિહાસને મુખ્ય વિષય પસંદ કર્યો. બીજો વિષય દર્શનશાસ્ત્ર રાખ્યો, કેમ કે એનો સિલેબસ નાનો હતો અને વિજ્ઞાન પર એની પકડ મજબૂત હતી.

ગોવિંદ જાયસ્વાલની આ વાર્તા લોકોને ઘણું બધું શીખવાડે છે. હંમેશાં લોકો ગરીબી, તંગ પરિસ્થિતિ અને વિપરીત પરિસ્થિતિઓને પોતાની અસફળતાનું કારણ બતાવે છે.પરંતુ ગોવિંદે સાબિત કર્યું કે, જો ઈરાદા બુલંદ હોય, મહેનત કરવામાં આવે, સંઘર્ષ ચાલતો રહે, તો અભાવો અને ગરીબીમાં પણ જીત પ્રાપ્ત કરી શકાય છે. સપનાઓને સાકાર કરવા માટે પરિસ્થિતિઓ અને મુશ્કેલીઓથી ગભરાવું ના જોઈએ. અભાવોને દૂર કરવા માટે મહેનત અને સંઘર્ષ જ સફળતાના સૂત્ર છે. આ વાતમાં પણ કોઈ શંકા નથી કે અભાવના પ્રભાવે જ

ગોવિંદને એક મોટી સફળતા પ્રાપ્ત કરવાનો દૃઢસંકલ્પ લેવા પર મજબૂર કર્યો હતો અને, આ સંકલ્પ પૂરો થયો કડી મહેનત અને નિરંતર સંઘર્ષના કારણથી.

ગોવિંદની વાર્તા એ પણ બતાવે છે કે, પૃષ્ઠભૂમિની પણ સફળતા પર અસર પડવા નથી દેવાતી. બેકગ્રાઉન્ડ જો નબળું પણ હોય, તો મજબૂત સંકલ્પ અને સંઘર્ષથી સપનાઓને સાકાર કરી શકાય છે.

ડૉ. કલામે પણ ઠીક એવું જ કહ્યું છે, જેને ગોવિંદે પોતાના જીવનમાં ચરિતાર્થ કરીને બતાવ્યું. એના જીવનની મુશ્કેલીઓએ એને પડકાર આપ્યો, પરંતુ એણે પોતાના છુપાયેલા સામર્થ્ય અને શક્તિઓને બહાર કાઢીને મુશ્કેલીઓને એ બતાવી દીધું કે, તે એનાથી પણ વધારે પડકાર આપી શકે છે.

જ્યારે બધું જ ખરાબ થતાં જુઓ, ચારે તરફ અંધકાર જ અંધકાર નજરે આવે, પોતાના પણ પારકાં લાગે, તો પણ આશા ના છોડો. આશા ના છોડો, કેમ કે એમાં એટલી શક્તિ છે કે, આ દરેક ખોવાયેલી વસ્તુ તમને પાછી અપાવી શકે છે. પોતાની આશાની મીણબત્તીને સળગાવીને રાખો, બસ જો એ સળગતી રહેશે, તો તમે કોઈપણ અન્ય મીણબત્તીને પ્રકાશિત કરી શકો છો.

આશાવાદી બનો, સફળ જીવનનો સંપૂર્ણ આયામ આશાની ઉર્વર ભૂમિ પર જ ઊભો હોય છે. આશા આપણાં વિશ્વાસનું સંબલ છે. આપણું જીવન ખુદ આશાનું પ્રતિબિંબ છે. પોતાના ગુણો પર વિશ્વાસથી જ આશા જળવાઈ રહે છે. આશાવાદીઓના જીવનની કોશિકાઓ ક્રિયાત્મક બની રહે છે. વસ્તુતઃ કર્મની પ્રેરણા અને સક્રિયતા આપણી આશાવાદિતાને કારણે જ છે. સફળતા માટે આ જ ઊર્જાને વધારવી પડે છે. જેમ-જેમ આપણો ઉત્સાહ વધશે, આપણી કાર્યક્ષમતા વધશે, ખુદ પર વિશ્વાસ એ જ ગુણોત્તરમાં વધતો જશે.

લક્ષ્ય પ્રતિ નિષ્ઠાવાન રહો

> *'પોતાના મિશનમાં સફળ થવા માટે, તમારે પોતાના લક્ષ્ય પ્રતિ એકચિત્ત નિષ્ઠાવાન થવું પડશે.'*
>
> - ડૉ. અબ્દુલ કલામ

ડૉ. કલામના આ વિચારથી હળતું-મળતું ઉદાહરણ છે તમિલનાડુના અરુણાચલમ મુરુગનાથનના જીવનની વાર્તા. જેમની ગણતરી આજે દેશના સફળતમ ઉદ્યોગપતિ અને કારોબારીઓમાં થાય છે. એમના દ્વારા બનાવવામાં આવેલી એક મશીનને કારણે ભારતમાં ક્રાંતિ આવી અને મહિલાઓને એનાથી ખૂબ મોટો ફાયદો થયો. મહિલાઓ માટે સસ્તી, પરંતુ ગુણવત્તાયુક્ત સેનેટરી નેપકિન બનાવવાવાળી આ મશીનની શોધ કરીને અરુણાચલમે દેશભરમાં ખૂબ નામ કમાયું. આ મશીનને બનાવવા માટે એમણે એક કારખાનું પણ ખોલ્યું. મશીન એટલી અસરકારક હતી કે, એનું ખૂબ જ વેચાણ થયું અને અરુણાચલમે ખૂબ નફો કમાયો. અરુણાચલમની કંપની 'જયશ્રી ઈન્ડસ્ટ્રીઝ'એ દેશના ૨૯માંથી ૨૩ રાજ્યોમાં પોતાની મશીનો વેચી છે અને હવે વિદેશોથી પણ મશીનની માંગ થઈ રહી છે. ક્રાંતિકારી શોધ અને સફળ કારોબારને કારણે વર્ષ ૨૦૧૪માં વિશ્વપ્રસિદ્ધ 'ટાઈમ્સ' મેગેઝીને એમને દુનિયાના સૌથી પ્રભાવશાળી ૧૦૦ લોકોની યાદીમાં સામેલ કર્યા. આ જ યાદીમાં અમેરિકી રાષ્ટ્રપતિ બરાક ઓબામા, ભારતના પ્રધાનમંત્રી નરેન્દ્ર મોદી જેવી હસ્તીઓ સામેલ છે. અરુણાચલમે કેટલાય પ્રતિષ્ઠિત સન્માન અને પુરસ્કાર પોતાના

નામે કર્યા છે. મુરુગનાથનનો કારોબારી મંત્રી ખૂબ સરળ છે -'પૈસાની પાછળ ના ભાગો. સમસ્યાઓ શોધો અને એનું સમાધાન કરો. એનાથી પૈસા આપમેળે આવી જશે. એમબીએના ડિગ્રીધારી વિદ્યાર્થી પણ એ નથી સમજતા કે, સફળતાનો અર્થ ફક્ત ધન સંચય કરવો જ નથી.' તેઓ પોતાના વિશે કહે છે- 'તે ના તો કારોબારી છે અને ના તો કોઈ આવિષ્કારક.'

પરંતુ સફળતાની આ વાર્તાની પાછળ ખુદની પત્ની-માતાનો બહિષ્કાર અને સમાજનો તિરસ્કાર પણ છે. પોતાના આવિષ્કાર માટે પ્રયોગ કરવામાં આવવા દરમિયાન પરિવારવાળાઓએ નહીં, બલ્કે મિત્રો અને બીજા સાથીઓએ પણ એનાથી બધા સંબંધ તોડી લીધા. કેટલાય લોકોએ અરુણાચલમને પાગલ કહ્યો, તો કેટલાંકે એને સનકી કરાર આપ્યો, તો કેટલાંક લોકોએ એના પર માનસિક રૂપથી વિક્ષિપ્ત થવા અને લૈંગિક બીમારીથી પીડિત હોવાનો શક જતાવ્યો. એને કેટલીય વાર અપમાન અને નફરતનો સામનો કરવો પડ્યો. કુલ મિલાવીને એ જ કહી શકાય છે કે, પાક્કી લગન, હાર ના માનવાની હિંમત, સફળ થવાનું ઝનૂન, લક્ષ્ય પ્રાપ્ત કરવાની જિદ્દે અરુણાચલમને એક સામાન્ય ગરીબ માણસથી સફળ, પ્રસિદ્ધ અને પ્રભાવશાળી વ્યક્તિ બનાવ્યો.

અરુણાચલમનો જન્મ તમિલનાડુના એક ખૂબ જ પછાત ગ્રામીણ વિસ્તારમાં રહેવાવાળા ગરીબ વણકર પરિવારમાં થયો હતો. પિતાની એક દુર્ઘટનામાં મોત થયા પછી અરુણાચલમ માટે સ્થિતિ વધારે પણ બગડી ગઈ. માતા વનિતાને ખેતરોમાં મજૂરી કરવી પડી. કેમ કે મજૂરીથી રકમ ઓછી મળતી હતી અને ઘર-પરિવારને ચલાવવા મુશ્કેલ થઈ રહ્યાં હતા, પૈસા બચાવવા માટે અરુણાચલમને સ્કૂલ વચ્ચે જ છોડવી પડી. ૧૪ વર્ષની ઉંમરમાં સ્કૂલ છોડ્યાં પછી અરુણાચલમે રૂપિયા કમાવાના ઉદ્દેશ્યથી કેટલીય જગ્યાએ નોકરી કરી. ક્યારેક ફેક્ટરી મજૂરોને ભોજન આપૂર્તિ કરી, તો ક્યારેક વેલ્ડર-મશીન ઑપરેટરની જેમ કામ કર્યું. કોઈ પ્રકારે મજૂરી અને મહેનત કરીને પોતાના અને માતા માટે રોટલી અને કપડાંની વ્યવસ્થા કરી.

૧૯૯૮માં અરુણાચલમના લગ્ન શાંતિ નામની યુવતિ સાથે થયા. લગ્ન પછી અરુણાચલમની જિંદગીમાં ખૂબ ઝડપથી બદલાવ આવ્યા. લગ્નએ અરુણાચલમને પૂરી રીતે બદલીને રાખી દીધો.

લગ્નના થોડાં જ દિવસો પછી અરુણાચલમે એક દિવસ જોયું કે એની પત્ની એનાથી કોઈ સામાન છુપાવી રહી હતી.

અરુણાચલમના મનમાં જાણવાની ઇચ્છા સતત વધતી ગઈ કે આખરે તે કઈ વસ્તુ હતી, જે એની પત્ની એનાથી છુપાવી રહી હતી. ખૂબ જ પ્રયત્નો પછી પણ અરુણાચલમ જાણી ના શક્યો.

પછી એક દિવસે અરુણાચલમે જોયું કે, એની પત્ની કપડાંના ટુકડાં અને અખબારના પાના એકઠા કરી રહી છે. અરુણાચલમ ખૂબ હેરાન થયો, એનાથી રહેવાયું નહીં. એણે પોતાની પત્નીથી છુપાવેલી એ વસ્તુઓ, કપડાંના ટુકડાં અને અખબારના પન્ના એકઠા કરવાનું કારણ પૂછ્યું.

પત્નીએ બતાવ્યું કે, તે માસિક ધર્મના સમયે આ કપડાંના ટુકડાઓ અને અખબારના પાનાઓનો ઉપયોગ કરે છે.

અરુણાચલમ પત્ની માટે નેપકિન લેવા માટે કેમિસ્ટની પાસે ગયા, તો એને આશ્ચર્ય થયું કે, ફક્ત થોડા રૂપિયાની વસ્તુની કિંમત ૬૦ રૂપિયા હતી. એણે નિશ્ચય કર્યો કે, તે દેશની તમામ મહિલાઓ માટે સસ્તા નેપકિનનું નિર્માણ ખુદ કરશે. એના માટે એણે કેટલાય પ્રકારના પ્રયોગ કર્યા. લોકોએ એને પાગલ કરારસુદ્ધાં પણ આપી દીધો.

જાત-જાતના પ્રયોગો છતાં તે એ ના જાણી શક્યો કે, આંતરરાષ્ટ્રીય કંપનીઓ આખરે સેનેટરી નેપકિન શેનાથી અને કેવી રીતે બનાવે છે. તે એ જરૂર જાણી ગયો હતો કે, કપાસ સિવાય કોઈ બીજી વસ્તુનો એમાં ઉપયોગ થાય છે.

અરુણાચલમે પોતાની ઓળખાણવાળા એક પ્રોફેસરની મદદ લઈ સેનેટરી નેપકિન બનાવવાવાળી કંપનીઓને ચિઠ્ઠીઓ લખવાનું શરૂ કર્યું. સવાલ હતો કે, કઈ વસ્તુનો ઉપયોગ કરીને નેપકિન બનાવવામાં આવે છે. અરુણાચલમને જવાબ ના મળ્યો.

લગભગ બે વર્ષની મહેનત અને ખૂબ જ તોડ-જોડ પછી અરુણાચલમ જાણી શક્યો કે, સેલૂલોજ ફાઇબરનો ઉપયોગ થાય છે. આ સેલૂલોજ ફાઇપર ચીડના ઝાડની લાકડીની છાલના ગૂદાથી નિકાળવામાં આવતો હતો. આ જાણકારીએ અરુણાચલમમાં નવો ઉત્સાહ ભર્યો. એના મનમાં નવી આશા જાગી.

એણે હવે નેપકિન બનાવવાવાળી મશીનની શોધ શરૂ કરી. જે જાણકારી મળી, એનાથી તે થોડી પળ માટે દંગ રહી ગયો. સૌથી સસ્તી મશીનની કિંમત ૩.૫ કરોડ રૂપિયા હતી. આ વખતે અરુણાચલમે અન્ય એક મોટો નિર્ણય

કર્યો. એણે નક્કી કરી લીધું કે તે સેનિટરી નેપકિન બનાવવાવાળી મશીનની પણ શોધ કરશે. અરુણાચલમની મહેનત લગન રંગ લાવી અને સસ્તી પરંતુ ગુણવત્તાવાળી સેનિટરી નેપકિન બનાવવાવાળી મશીન બનાવવામાં તે સફળ થઈ ગયો. એણે ફક્ત ૬૫,૦૦૦ રૂપિયાના ખર્ચમાં મશીન બનાવી લીધી.

એના પછી અરુણાચલમે પછી ક્યારેય પાછુંવળીને ના જોયું. તે સતત સફળ થતો ગયો. એની પ્રસિદ્ધિ સતત વધતી ગઈ.

એની જિંદગીમાં એ સમયે એક મોટો વળાંક આવ્યો, જયારે એને આઈઆઈટી મદ્રાસ જવાની તક મળી. આઈઆઈટી મદ્રાસે અરુણાચલમને આમંત્રણ આપીને વિશેષ બોલાવ્યો હતો અને જાણવાનો પ્રયત્ન કર્યો હતો કે, અરુણાચલમે કેવી રીતે સેનિટરી નેપકિન બનાવવાવાળી મશીનને બનાવી હતી. અરુણાચલમની વાર્તા સાંભળીને આઈઆઈટીના વૈજ્ઞાનિક અને બીજા લોકો ખૂબ જ પ્રભાવિત થયાં. આ જ લોકોએ અરુણાચલમના નામની ભલામણ 'ઈનોવેશન્સ ઍવોર્ડ' માટે કરી. અરુણાચલમને આ ઍવોર્ડ તત્કાલીન રાષ્ટ્રપતિ પ્રતિભા પાટિલના હાથોથી પ્રાપ્ત થયો.

આ ઍવોર્ડ પછી અરુણાચલમને ખૂબ ખ્યાતિ મળી. મીડિયામાં પણ અરુણાચલમ વિશે સારી-સારી ખબરો છપાઈ.

આ બધાથી ઉત્સાહિત થઈને અરુણાચલમે 'જયશ્રી ઈન્ડસ્ટ્રીઝ'ની સ્થાપના કરી અને પોતાની મશીન વેચવાનું શરૂ કરીને કારોબાર કર્યો. ઉદ્યોગ જગતમાં પણ અરુણાચલમને ખૂબ સફળતા મળી. એણે મહિલાઓના વિકાસ અને કલ્યાણ માટે કામ કરી રહેલી બિન-સરકારી સંસ્થાઓ અને સ્વયંસેવી સંસ્થાઓને પણ પોતાની મશીન વેચી.

આ અરુણાચલમની મહેનત, પ્રયત્ન અને સંઘર્ષનું જ પરિણામ છે કે, ભારતમાં એક નવી ક્રાંતિ આવી અને એનાથી મહિલાઓ તથા છોકરીઓને ખૂબ જ લાભ મળ્યો.

દેશ અને દુનિયાની મોટી-મોટી સંસ્થા હવે અરુણાચલમના વિચાર સાંભળવા એમને પોતાના ત્યાં સસન્માન બોલાવી રહ્યાં છે.

પરંતુ એમણે જે મશીનનો આવિષ્કાર કર્યો છે, તે એના વ્યાવસાયીકરણથી સ્પષ્ટ ઈનકાર કરે છે. એમનું કહેવું છે કે, એનાથી પ્રાપ્ત નફો સીધી રીતે ગામડાઓ અને શહેરોની મહિલાઓને મળવો જોઈએ. આ મશીનોને ૨૩ ૨૩ રાજ્યો સુધી પહોંચાડ્યા પછી મુરુગનાથને છત્તીસગઢના દંતેવાડાના બે ગામડાઓમાં મહિલાઓના બે સમૂહ સ્થાપિત કર્યા અને એમને મશીનના

રૂપમાં જીવિકાનું સાધન આપ્યું. માઓવાદીઓની સાથે આંતરે દિવસે થવાવાળી મુઠભેડ પર તેઓ કહે છે- 'તેઓ દરેક જગ્યાએ છે. જ્યારે એમણે મારા કામ વિશે સાંભળ્યું, તો તેઓ મારા પર હસી રહ્યાં હતા.'

ધનાઢ્ય કંપનીઓ પણ સીએસઆર ધનની સાથે આ કામમાં એમની મદદ કરી રહી છે. ઉડીસાના અંગુલમાં જિંદલ સ્ટીલે મુરુગનાથન દ્વારા તૈયાર છ મશીનોનું પ્રાયોજન કર્યું છે, ત્યાં જ બેલ્લારીમાં જેએસડબ્લ્યૂ સ્ટીલે બે મશીનોનો ખર્ચ આપ્યો છે. ઉત્તર પ્રદેશના બુલંદ શહેરમાં 'ડ્યૂ પૉન્ટ'એ એક બાલિકા વિદ્યાલયમાં એક મશીન સ્થાપિત કરવામાં મદદ આપી છે, ત્યાં જ 'મોજરબીયર'એ પણ દિલ્લીની એક સ્કૂલમાં આ મશીન સ્થાપિત કરવામાં યોગદાન આપ્યું છે.

મુરુગનાથનનું કામ હજુ પૂરું નથી થયું. તેઓ હવે આગલી સમસ્યાના નિદાન પર કામ કરી રહ્યાં છે. તેઓ પૂર્વ પ્રધાનમંત્રી મનમોહન સિંહની કુપોષણની રિપોર્ટનો હવાલો આપે છે અને કહે છે- 'તેઓ આ સમસ્યા પર પહેલેથી જ કામ કરી રહ્યાં છે. તેઓ ઇચ્છે છે કે, દરેક ગરીબ ઘર ખાદ્ય પ્રસંસ્કરણનું એકમ બની જાય. તે વૈકલ્પિક માધ્યમો જેમ કે કચરો (જેમ ચીથરાં-કચરો) પર પાક ઉગાવવાનું કામ કરી રહ્યાં છે. એનાથી ભૂમિહીન લોકોને ઉત્પાદન કરવા અને પોતાના બાળકોને ભરપૂર આહાર આપવામાં મદદ મળશે.'

આજે અરુણાચલમ ફક્ત આવિષ્કારક જ નહીં, એક સફળ ઉદ્યોગપતિ, સમાજ સેવી, માર્ગ-પ્રદર્શક, આદર્શ અને ક્રાંતિકારી વ્યક્તિત્વ છે.

અરુણાચલમની આ વાર્તા લોકોને પોતાના લક્ષ્ય પ્રતિ એકચિત્ત નિષ્ઠાવાન રહેવાનું શીખવાડે છે. પોતાના મિશનમાં સફળ થવા માટે, પોતાના લક્ષ્ય પ્રતિ એકચિત્ત નિષ્ઠાવાન થવું જ પડશે, ત્યારે જ જીવનમાં સફળતા મળે છે.

સમસ્યાઓથી લડવાનું અને એમનાથી જીતતાં આવડવું જોઈએ

> *'મારો આ સંદેશ વિશેષરૂપથી યુવાઓ માટે છે. એમનામાં અલગ વિચારસરણી રાખવાનો અહેસાસ, નવા રસ્તાઓ પર ચાલવાનું સાહસ, આવિષ્કાર કરવાનું સાહસ હોવું જોઈએ. એમને સમસ્યાઓથી લડવાનું અને એનાથી જીતવાનું આવડવું જોઈએ. આ બધા મહાન ગુણ છે અને યુવાઓએ આ ગુણો અપનાવવા જોઈએ.'*
>
> - ડૉ. અબ્દુલ કલામ

ભારત સરકારે ૬૬મા ગણતંત્ર દિવસ પર જે લોકોના નામોની ઘોષણા પદ્મ પુરસ્કારો માટે કરી, એમનામાં એક નામ અરુણિમા સિન્હાનું પણ હતું. ઉત્તર પ્રદેશની અરુણિમા સિન્હાને 'પદ્મશ્રી' માટે પસંદ કરવામાં આવ્યા. 'પદ્મશ્રી' ભારત સરકાર દ્વારા આપવામાં આવવાવાળું ચોથું સૌથી મોટું નાગરિક સન્માન છે. ભારત રત્ન, પદ્મવિભૂષણ અને પદ્મભૂષણ પછી 'પદ્મશ્રી' જ સૌથી મોટું સન્માન છે. કોઈ પણ ક્ષેત્રમાં અસાધારણ અને વિશિષ્ટ સેવા માટે પદ્મ સન્માન આપવામાં આવે છે. ખેલકૂદના ક્ષેત્રમાં અસાધારણ અને વિશિષ્ટ સેવા માટે અરુણમા સિન્હાને 'પદ્મશ્રી' આપવાનું એલાન કરવામાં આવ્યું. અરુણિમા સિન્હા દુનિયાની સૌથી ઊંચા પર્વત શિખર ઍવરેસ્ટ પર વિજય પ્રાપ્ત કરવાવાળી દુનિયાની પ્રથમ વિકલાંગ મહિલા છે. ૨૧ મે, ૨૦૧૩ની સવારે ૧૦:૫૫ મિનિટ પર અરુણિમાએ માઉન્ટ ઍવરેસ્ટ પર તિરંગો લહેરાવીને ૨૬ વર્ષની ઉંમરમાં વિશ્વની પ્રથમ વિકલાંગ પર્વતારોહી બનવાનું ગૌરવ પ્રાપ્ત કર્યું.

ખેલકૂદના ક્ષેત્રમાં જે પ્રકારે અરુણિમાની સફળતા અસાધારણ છે, એ જ રીતે એમની જિંદગી પણ અસાધારણ જ છે.

અરુણિમાને કેટલાંક બદમાશોએ ચાલતી ટ્રેનથી બહાર ફેંકી દીધી હતી. અરુણિમાએ આ બદમાશોને પોતાની ચેન છીનવા દીધી ન હ તી, જેનાથી નારાજ બદમાશોએ એમને ચાલતી ટ્રેનથી બહાર ફેંકી દીધી. આ હાદસામાં ખરાબ રીતે ઘાયલ અરુણિમાનો જીવ તો બચી ગયો હતો, પરંતુ એમને જીવિત રાખવા માટે ડૉક્ટરોને એમની ડાબી ટાંગ કાપવી પડી. પોતાનો એક પગ ગુમાવી દેવા છતાં રાષ્ટ્રીય સ્તર પર વૉલીબૉલ રમવાવાળી અરુણિમાએ હાર ના માની અને હંમેશાં પોતાનું જોશ જાળવી રાખ્યું. ભારતીય ક્રિકેટર યુવરાજ સિંહ અને દેશના સૌથી યુવા પર્વતારોહી અર્જુન વાજપેયી વિશે વાંચીને અરુણિમાએ એમનાથી પ્રેરણા લીધી. પછી માઉન્ટ એવરેસ્ટ પર ફતેહ મેળવવાવાળી પ્રથમ ભારતીય મહિલા બછેન્દ્રી પાલથી મદદ અને પ્રશિક્ષણ લઈને એવરેસ્ટ પર વિજય પ્રાપ્ત કર્યો.

અરુણિમાએ એવરેસ્ટ પર ફતેહ કરવાથી પહેલાં જિંદગીમાં કેટલાય ઉતાર-ચઢાવ જોયાં. કેટલીય મુસીબતોનો સામનો કર્યો. કેટલીય વાર અપમાન સહન કર્યું. બદમાશો અને શરારતી તત્વોના ગંદા અને ભદ્દા આરોપ સહન કર્યા. મોતથી પણ સંઘર્ષ કર્યો. કેટલીય વિપરીત પરિસ્થિતિઓનો સામનો કર્યો, પરંતુ ક્યારેય હાર ના માની. નબળાઈને પણ પોતાની તાકાત બનાવી. મજબૂત ઈચ્છાશક્તિ, મહેનત, સંઘર્ષ અને હાર ન માનવાવાળા ઈરાદાથી અસાધારણ સફળતા પ્રાપ્ત કરી. દુનિયાના સૌથી ઊંચા પર્વત શિખર પર પહોંચીને અરુણમાએ સાબિત કર્યું કે, ઈરાદા બુલંદ હોય, તો ઊંચાઈ કોઈ અર્થ નથી રાખતી, માણસ પોતાના દૃઢ સંકલ્પ, તેજ બુદ્ધિ અને મહેનતથી મોટાથી મોટી સફળતા પ્રાપ્ત કરી શકે છે. અરુણિમા સિન્હા પોતાના સંઘર્ષ એ સફળતાને કારણે દુનિયાભરમાં કેટલાય લોકો માટે પ્રેરણા બની ગઈ છે.

બહાદુરીનું અદ્‌ભુત ઉદાહરણ રજૂ કરવાવાળી અરુણિમાનો પરિવાર મૂળ રીતે બિહારથી છે. એમના પિતા ભારતીય સેનામાં હતા. સ્વાભાવિક રીતે એમની બદલીઓ થતી રહેતી હતી. આ જ બદલીઓને કારણે એમને ઉત્તર પ્રદેશના સુલ્તાનપુર આવવું પડ્યું હતું, પરંતુ સુલ્તાનપુરમાં અરુણિમાના પરિવાર પર મુસીબતોનો પહાડ તૂટી પડ્યો. અરુણિમાના પિતાનું નિધન થઈ ગયું. હસતાં-રમતાં પરિવારમાં માતમ છવાઈ ગયો.

પિતાની મૃત્યુના સમયે અરુણિમાની ઉંમર ફક્ત થોડાં જ વર્ષની હતી.

બાળકોનું ભણતર અને દેખભાળની બધી જવાબદારી માતા પર આવી પડી. માતાએ મુશ્કેલીઓથી ભરેલા આ સમયમાં હિંમત ના હારી અને મજબૂત નિર્ણય કર્યા. માતા પોતાના ત્રણેય બાળકો- અરુણિમા, એની મોટી બહેન લક્ષ્મી અને નાના ભાઈને લઈને સુલ્તાનપુરથી આંબેડકર નગર આવી ગઈ. આંબેડકર નગરમાં માતાને સ્વાસ્થ્ય વિભાગમાં નોકરી મળી ગઈ, જેના કારણે બાળકોનો ઉછેર ઠીક રીતથી થવા લાગ્યો. બહેન અને ભાઈની સાથે અરુણિમા પણ સ્કૂલ જવા લાગી. સ્કૂલમાં અરુણિમાનું મન અભ્યાસમાં ઓછું અને ખેલ-કૂદમાં વધારે લાગતું હતું. દિન-પ્રતિદિન ખેલ-કૂદમાં એની રુચિ વધતી ગઈ. તે ચેમ્પિયન બનવાનું સપનું જોવા લાગી.

ઓળખતાં લોકોએ અરુણિમાના ખેલ-કૂદ પર આપત્તિ જતાવી, પરંતુ માતા અને મોટી બહેને અરુણિમાને પોતાના મનની ઈચ્છા પ્રમાણે કામ કરવા દીધું. અરુણિમાને ફુટબૉલ, વૉલીબૉલ અને હૉકી રમવામાં વધારે રસ હતો. જ્યારે ક્યારેય તક મળતી, તે મેદાન ચાલી જતી અને ખૂબ જ રમતી. અરુણિમાનું મેદાનમાં રમવું આસ-પાડોશના કેટલાંક છોકરાઓને ખૂબ ખટકતું. તે લોકો અરુણિમા પર જાત-જાતની ટિપ્પણીઓ કરતાં, એને છેડવાનો પ્રયત્ન કરતાં, પરંતુ અરુણિમા શરૂથી જ તેજ હતી અને માતાના લાલન-પાલનને કારણે વિદ્રોહી સ્વભાવ એમાં હતો. તે છોકરાઓને પોતાની મનમાની કરવા દેતી ન હતી અને છેડછાડના પ્રયત્ન પર એવાં તેવર બતાવતી, જેનાથી ડરીને છોકરાં દૂર ભાગી જતાં. એક વાર તો અરુણિમાએ એની બહેનથી ગેરવર્તણૂંક કરવાવાળા એક શખ્સની ભર્યા બજારે પિટાઈ કરી દીધી હતી.

અરુણિમાએ આ દરમિયાન કેટલીય પ્રતિસ્પર્ધાઓમાં ભાગ લીધો અને પોતાની પ્રતિભાથી કેટલાયને પ્રભાવિત કર્યા. એણે ખૂબ વૉલીબૉલ-ફુટબૉલ રમ્યો, કેટલાય પુરસ્કાર પણ જીત્યાં. રાષ્ટ્રીય સ્તરની પ્રતિસ્પર્ધાઓમાં પણ રમવાની તક મળી.

આની જ વચ્ચે અરુણિમાની મોટી બહેનના લગ્ન થઈ ગયા. લગ્ન પછી મોટી બહેને અરુણિમાનું ખૂબ ધ્યાન રાખ્યું. મોટી બહેનની મદદથી અને પ્રોત્સાહનને કારણથી જ અરુણિમાએ ખેલ-કૂદની સાથે-સાથે પોતાનો અભ્યાસ પણ જારી રાખ્યો. એણે કાયદાનો અભ્યાસ કર્યો અને એલએલબીની પરીક્ષા પાસ કરી લીધી.

ઘર-પરિવાર ચલાવવામાં માતાની મદદ કરવાના ઉદ્દેશ્યથી અરુણિમાએ

હવે નોકરી કરવાનું વિચાર્યું. નોકરી માટે એણે કેટલીય જગ્યાએ અરજીઓ દાખલ કરી.

આજ દરમિયાન એને કેન્દ્રીય ઔદ્યોગિક સુરક્ષા બળ એટલે સીઆઈએસએફની ઑફિસેથી આમંત્રણ આવ્યું. અધિકારીઓથ મળવા તે નોએડા જવા માટે પદ્માવત ઍક્સપ્રેસ પર સવાર થઈ અને એક જનરલ ડબ્બામાં બારીના કિનારાની સીટ પર બેસી ગઈ. થોડી જ વારમાં કેટલાંક બદમાશ છોકરાં અરુણિમાની પાસે આવ્યા અને એમનામાંથી એકે અરુણિમાના ગળામાં રહેલ ચેન પર ઝપટ મારી. અરુણિમાને ગુસ્સો આવી ગયો અને તે છોકરાં પર ઝપટી પડી. બીજો બદમાશ સાથી એ છોકરાની મદદ માટે આગળ આવ્યો અને અરુણાને દબોચી લીધી. અરુણિમાએ હાર ના માની અને બદમાશોથી ઝઝૂમતી રહી, પરંતુ એ બદમાશોએ અરુણિમાને હાવી થવા ના દીધી. એટલામાં જ કોઈ બદમાશ છોકરાએ અરુણિમાને એટલી જોરથી લાત મારી કે તે ચાલતી ટ્રેનથી બહાર પડી ગઈ. અરુણિમાનો એક પગ ટ્રેનની ચપેટમાં આવી ગયો અને તે બેભાન થઈ ગઈ. રાતભર અરુણિમા ટ્રેનના પાટાઓની પાસે જ પડી રહી. સવારે જ્યારે કેટલાંક ગામવાળાઓએ એને આ હાલતમાં જોઈ, તો એને હૉસ્પિટલ લઈ ગયા. જીવ બચાવવા માટે ડૉક્ટરોને હૉસ્પિટલમાં અરુણિમાનો ડાબો પગ કાપવો પડ્યો.

જેવી જ આ ઘટનાની જાણકારી મીડિયાવાળાઓને થઈ, ટ્રેનની આ ઘટના અખબારો અને ન્યૂઝ ચેનલોની સુરખીઓમાં આવી ગઈ. મીડિયા અને મહિલા સંગઠનોના દબાવમાં સરકારે ઉત્તમ સારવાર માટે અરુણિમાને લખનૌના ટ્રૉમા સેન્ટરમાં ભરતી કરાવવી પડી.

સરકાર તરફથી કેટલીય ઘોષણાઓ કરવામાં આવી. તત્કાલીન રેલ મંત્રી મમતા બેનર્જીએ અરુણિમાને નોકરી આપવાની ઘોષણા કરી. ખેલ મંત્રી અજય માકન તરફથી પણ મદદની ઘોષણા થઈ. સીઆઈએસએફે પણ નોકરી આપવાનું એલાન કરી દીધું, પરંતુ આ ઘોષણાઓ પછી વધારે કશું ના થયું. ઉલટાં કેટલાંક લોકોએ અરુણિમા વિશે જાત-જાતની જૂઠી વાતોનો પ્રચાર કર્યો. એને બદનામ કરવાનો પ્રયત્ન કરવામાં આવ્યો. કેટલાંક શરારતી તત્વોએ એ કહીને વિવાદ શરૂ કર્યો કે, અરુણિમા સરકારી નોકરીની હકદાર નથી, કેમ કે તે ક્યારેય રાષ્ટ્રીય સ્તર પર રમી જ નથી. આ પ્રકારની વાતો મીડિયામાં પણ આવવા લાગી. અરુણિમા આ વાતોથી ખૂબ જ હેરાન અને પરેશાન થઈ. તે પોતાના અંદાજમાં આરોપ લગાવવાવાળાઓને જવાબ આપવા ઈચ્છતી હતી,

પરંતુ લાચાર હતી. એક પગ કાપી નાખવામાં આવ્યો હતો અને શારીરિક રૂપથી કમજોર થઈને તે હૉસ્પિટલમાં પથારી પર પડેલી હતી. ઘણું બધું ઇચ્છીને પણ તે કશું ના કરી શકવાની હાલતમાં હતી.

માતા, બહેન તેમજ જીજાએ અરુણિમાની હિંમત વધારી અને એને પોતાની હિંમત જાળવી રાખવાની સલાહ આપી.

હૉસ્પિટલમાં સારવાર દરમિયાન સમય કાપવા માટે અરુણિમાએ અખબાર વાંચવાનું શરૂ કર્યું. એક દિવસે જ્યારે તે અખબાર વાંચી રહી હતી, એની નજર એક સમાચાર પર ગઈ. સમાચાર હતા કે, નોએડામાં રહેવાવાળા ૧૭ વર્ષીય અરુજન વાજપેયીએ દેશના સૌથી યુવા પર્વતારોહી બનવાનો કીર્તિમાન પ્રાપ્ત કર્યો છે.

આ ખબરે અરુણિમાના મનમાં એક નવા વિચારને જન્મ આવ્યો. ખબરે એના મનમાં એક નવો જોશ ભરી દીધો. અરુણિમાના મનમાં વિચાર આવ્યો કે, જ્યારે ૧૭ વર્ષનો યુવક માઉન્ટ ઍવરેસ્ટ પર વિજય મેળવી શકે છે, તો તે કેમ નહીં? એને એક ક્ષણ માટે લાગ્યું કે, એની વિકલાંગતા અડચણ બની શકે છે, પરંતુ એણે નક્કી કરી લીધું કે, તે કોઈ પણ હાલમાં માઉન્ટ ઍવરેસ્ટ પર ચઢીને રહેશે. એણે અખબારોમાં ક્રિકેટર યુવરાજ સિંહના કેન્સરથી સંઘર્ષ પછી મેદાનમાં ફરીથી ઉતરવાની ખબર પણ વાંચી. એનો ઇરાદો હવે બુલંદ થઈ ગયો.

આની જ વચ્ચે એને કૃત્રિમ પગ પણ મળી ગયા. અમેરિકામાં રહેવાવાળા ડૉ. રાકેશ શ્રીવાસ્તવ અને એમના ભાઈ શૈલેષ શ્રીવાસ્તવ, જે 'ઇનોવેટિવ' નામથી એક સંસ્થા ચલાવે છે, એમણે અરુણિમા માટે કૃત્રિમ પગ બનાવડાવ્યાં. આ કૃત્રિમ પગોને પહેરીને અરુણિમા ફરીથી ચાલવા લાગ્ગી.

જો કે, કૃત્રિમ ટાંગ લાગવા છતાં કેટલાંક દિવસો સુધી અરુણિમાની મુશ્કેલીઓ જારી રહી. વિકલાંગતાનું પ્રમાણપત્ર હોવા છતાં લોકો અરુણિમા પર શંકા કરતાં. એક વાર તો રેલવે સુરક્ષા બળના એક જવાને અરુણિમાની કૃત્રિમ ટાંગ ખોલાવીને જોયું કે, તે વિકલાંગ છે કે નહીં. એવી જ રીતે કેટલીય જગ્યાએ અરુણિમાને અપમાન સહન કરવાં પડ્યાં.

આમ તો ટ્રેનવાળી ઘટના પછી રેલ મંત્રી મમતા બેનર્જીએ નોકરી આપવાની ઘોષણા કરી હતી, પરંતુ રેલ અધિકારીઓએ આ ઘોષણા પર કોઈ કાર્યવાહી ના કરી અને દરેક વખતે અરુણિમાને પોતાની ઑફિસોથી નિરાશ જ પાછી મોકલી. અરુણિમા કેટલાય પ્રયત્નો છતાં રેલ મંત્રીથી પણ ના મળી શકી, પરંતુ અરુણિમાએ પોતાના ઇરાદા બુલંદ રાખ્યા અને જે હૉસ્પિટલમાં

નિર્ણય લીધો હતો, એને પૂરો કરવા માટે કામ શરૂ કરી દીધું.

અરુણિમાએ કોઈ પ્રકારે બછેન્દ્રી પાલથી સંપર્ક કર્યો. બછેન્દ્રી પાલ માઉન્ટ ઍવરેસ્ટ પર ફતેહ મેળવવાવાળી પ્રથમ ભારતીય મહિલા હતી. બછેન્દ્રી પાલથી મળવા અરુણિમા જમશેદપુર ગઈ. બછેન્દ્રી પાલે અરુણિમાને નિરાશ ના કરી. અરુણિમાને દરેક શક્ય મદદ કરી અને હંમેશાં પ્રોત્સાહિત કરી.

અરુણિમાએ ઉત્તરાખંડ સ્થિત નેહરૂ ઈન્સ્ટીટ્યૂટ ઑફ માઉન્ટેનિયરિંગ (એનઆઈએમ)થી પર્વતારોહણનું ૨૮ દિવસનું પ્રશિક્ષણ લીધું.

એના પછી ઈન્ડિયન માઉન્ટેનયરિંગ ફાઉન્ડેશન એટલે આઈએમએફે એને હિમાલય પર ચઢવાની પરવાનગી આપી દીધી. પ્રશિક્ષણ પૂરું કર્યા પછી ૩૧ માર્ચ, ૨૦૧૨એ અરુણિમાનું મિશન ઍવરેસ્ટ શરૂ થયું. અરુણિમાના ઍવરેસ્ટ અભિયાનને 'ટાટા સ્ટીલ ઍડવેંચર ફાઉન્ડેશન'એ પ્રાયોજિત કર્યું. ફાઉન્ડેશનના અભિયાનના આયોજન અને માર્ગદર્શન માટે ૨૦૧૨માં ઍશિયન ટ્રેકિંગ કંપનીથી સંપર્ક કર્યો હતો.

ઍશિયન ટ્રેકિંગ કંપનીએ ૨૦૧૨ની વસંતમાં અરુણિમાને નેપાળના આઈલેન્ડ શિખર પર પ્રશિક્ષણ આપ્યું. ૫૨ દિવસોના પર્વતારોહણ પછી ૨૧ મે, ૨૦૧૩ની સવારે ૧૦:૫૫ મિનિટ પર અરુણિમાએ માઉન્ટ ઍવરેસ્ટ પર તિરંગો લહેરાવ્યો અને ૨૬ વર્ષની ઉંમરમાં વિશ્વની પહેલી વિકલાંગ પર્વતારોહી બની. પોતાના આ અનુભવને બધાની સાથે વહેંચતા કહ્યું કે, જ્યારે મેં પહેલીવાર ઍવરેસ્ટ ફતેહ કરવાની પોતાના દિલની ઇચ્છા જતાવી હતી, તો લોકોએ કેવો મજાક ઉડાવ્યો હતો. આજે તે જ લોકો જોઈ લે કે હું ક્યાં પર છું. 'અરે! પગોથી ચાલીને મંઝિલ મળતી હોત, તો અબજો લોકો પોતાની મંઝિલો પર પહોંચી ગયા હોત, આ તો ઈરાદા હોય છે, જે તમને ક્યાંય પણ પહોંચાડી દે છે.'

કૃત્રિમ પગના સહારે માઉન્ટ ઍવરેસ્ટ પર પહોંચવાવાળી અરુણિમા સિન્હા અહીં જ રોકાવા ઈચ્છતી ન હતી. તે હજુ વધારે સફળતાઓ પ્રાપ્ત કરવાનો ઈરાદો રાખે છે. તે એવી યુવા છે, જેમનામાં અલગ વિચારસરણી રાખવાનું સાહસ, નવા રસ્તાઓ પર ચાલવાનું સાહસ, આવિષ્કાર કરવાનું સાહસ છે. એમને સમસ્યાઓથી લડવાનું અને એમનાથી જીતતાં આવડે છે. એમની ઈચ્છા એ પણ છે કે, તેઓ શારીરિક રૂપથી વિકલાંગ લોકોની કંઈક એ પ્રકારની મદદ કરે કે, તેઓ પણ અસાધારણ સફળતાઓ પ્રાપ્ત કરે અને સમાજમાં સન્માનથી જીવે.

જીવનમાં અજવાળું

'કોઈના જીવનમાં અજવાળું લાવો. એનાથી બીજાઓને મદદ મળશે અને તમને ખુશી.'

- ડૉ. અબ્દુલ કલામ

ડૉ. અબ્દુલ કલામને એકવાર તમિલનાડુના મણિમારનની સેવા વિશે જાણ ચાલી, તો એમણે મણિમારનથી મળવાનું મન બનાવ્યું અને જ્યારે તેઓ એનાથી મળ્યાં, તો એના કામથી પ્રભાવિત થઈને એમણે એક સંસ્થા ખોલવાની સલાહ આપી. એમની સલાહને માનીને મણિમારને પોતાના કેટલાંક મિત્રોના સહયોગથી વર્ષ ૨૦૦૯માં 'વર્લ્ડ પીપલ સર્વિસ સેન્ટર'ની સ્થાપના કરી. આજે આ સંસ્થા કલામના બતાવેલાં રસ્તાઓ પર ચાલીને જરૂરિયાતમંદોની મદદ કરી રહી છે.

સામાન્ય રીતે કેટલાય લોકોમાં એ ધારણા બનેલી છે કે, સમાજ-સેવા માટે ખૂબ ધન-દોલતની જરૂર હોય છે. જેમની પાસે રૂપિયા છે, તેઓ જ જરૂરિયાતમંદ લોકોની મદદ કરીને સમાજ-સેવા કરી શકે છે. પરંતુ આ ધારણાને તોડી છે તમિલનાડુના એક નવયુવાન મણિમારને.

મણિમારનનો જન્મ તમિલનાડુમાં તિરુવન્નામલઈ જિલ્લાના થલયમપલ્લમ ગામના એક ખેડૂત પરિવારમાં થયો. પરિવાર એટલો ગરીબ હતો કે, એની ગણતરી ગરીબી રેખાથી નીચે રહેવાવાળા પરિવારોમાં થતી હતી. ગરીબી છતાં ઘરના મોટાઓએ મણિમારનને સ્કૂલ મોકલ્યો. પિતા ઇચ્છતા હતા કે, મણિમારન ખૂબ ભણે અને સારી નોકરી પર લાગે. પરંતુ આગળ ચાલીને હાલત એટલી ખરાબ થઈ ગઈ કે, મણિમારનને વચ્ચે જ સ્કૂલ છોડવી પડી. ગરીબીને કારણે મણિમારને નવમા ધોરણમાં અભ્યાસ વચ્ચેથી જ છોડી દીધો અને

ઘર-પરિવાર ચલાવવામાં મોટાઓની મદદ કરવામાં લાગી ગયા. મણિમારને પણ એ જ કપડા મિલમાં નોકરી કરવાની શરૂ કરી, જ્યાં એમના ભાઈ નોકરી કરતાં હતા. મણિમારનને શરૂઆતમાં ૧૦૦૦ રૂપિયા પ્રતિમહીનાનાં પગાર પર કામ આપવામાં આવ્યું.

મણિમારને પોતાની માસિક કમાણીનો અડધો હિસ્સો પોતાના પિતાને આપવાનો શરૂ કર્યો અને અડધો હિસ્સો એટલે ૫૦૦ રૂપિયા જરૂરિયાતમંદ લોકોની મદદમાં લગાવ્યો.

બાળપણથી જ મણિમારનને જરૂરિયાતમંદ અને નિઃસહાય લોકોની મદદ કરવામાં રસ હતો. મણિમારનનો પરિવાર ગરીબ હતો અને પરિવારવાળાઓ માટે ૫૦૦ રૂપિયા વધારે મહત્ત્વ રાખતા હતા, પરંતુ મણિમારન પર જરૂરિયાતમંદોની મદદ કરવાનું ઝનૂન સવાર હતું. મણિમારન ૫૦૦ રૂપિયા પોતાના માટે પણ ખર્ચ કરી શકતા હતા. નવા કપડાં, જૂતાં અને બીજો સામાન, જે બાળકો હંમેશાં પોતાના માટે ઇચ્છે છે, પરંતુ મણિમારનના વિચાર કંઈક અલગ જ હતા. નાની-એવી ઉંમરમાં તેઓ થોડાથી જ કામ ચલાવવાનું જાણી ગયા હતા અને એમની મદદને બેતાબ હતા, જેમની પાસે કશું ન હતું.

પોતાની મહેનતની કમાણીના ૫૦૦ રૂપિયાથી મણિમારને રસ્તાઓ, ગલીઓ, મંદિરો અને બીજી જગ્યાઓ પર નિઃસહાય પડી રહેવાવાળા લોકોની મદદ કરવાનું શરૂ કર્યું. મણિમારને આ લોકોમાં ધાબળા, કપડાં અને બીજા જરૂરી સામાન વહેંચ્યા. મણિમારને કેટલાય દિવસો સુધી આવી જ રીતે પોતાની કમાણીનો અડધો હિસ્સો જરૂરિયાતમંદ લોકોમાં લગાવ્યો.

ગરીબીની એ પરિસ્થિતિમાં કદાચ જ કોઈ આવું કરતું. પરિવારવાળાઓએ પણ મણિમારનને પોતાની ઇચ્છા પ્રમાણે કામ કરવાથી ના રોક્યો. મણિમારને નક્કી કરી લીધું હતું કે, તે પોતાની જિંદગી કોઈ સારા ઉદ્દેશ્ય માટે સમર્પિત કરશે.

આ જ દરમિયાન એક ઘટનાએ મણિમારનના જીવનની દશા અને દિશા બંને બદલી દીધી.

એક વાર મણિમારન કોયંબટૂરથી તિરુપુર જઈ રહ્યાં હતા. સફર બસથી હતી. બસમાં કેટલીક ખરાબી આવવાને કારણે એને ઠીક કરવા માટે એને વચ્ચે રસ્તામાં જ રોકવામાં આવી. બસમાં બેઠેલાં મણિમારને જોયું કે, એક વૃદ્ધ મહિલા, જે કુષ્ઠ રોગથી પીડિત હતી, લોકોથી પીવા માટે પાણી માંગી રહી હતી. એના હાવ-ભાવથી સ્પષ્ટ હતું કે, તે તરસી છે. પરંતુ આ તરસી

વૃદ્ધાને કોઈએ મદદ ના કરી. ઊલટું, લોકો વૃદ્ધાને દૂર ભગાવવા લાગ્યા. કોઈ એને સાંભળવા માટે પણ તૈયાર ન હતું. એટલાં જ મણિમારને જોયું કે તે વૃદ્ધા પોતાની તરસ છીપાવવા માટે એક નાળાની પાસે ગઈ અને ત્યાંથી ગંદું પાણી ઉઠાવવા લાગી. આ જોઈને મણિમારન એ વૃદ્ધાની પાસે દોડ્યો અને એને ગંદું પાણી પીવાથી રોકી.

મણિમારને જોયું કે વૃદ્ધાની શારીરિક હાલત ખૂબ ખરાબ છે અને કુષ્ઠ રોગને કારણથી એના શરીર પર કેટલાય ઘા છે, તો એનું દિલ પિગળી ગયું. એણે એ વૃદ્ધ મહિલાનું મુખ સાફ કર્યું અને એને સાફ પાણી પીવડાવ્યું. આ મદદથી ખુશ એ મહિલાએ મણિમારનને પોતાના ગળે લગાવી લીધો અને વિનંતી કરી કે, તે એને પોતાની સાથે લઈ ચાલે. મણિમારન એ મહિલાને પોતાની સાથે લઈ જવા ઇચ્છતા હતા, પરંતુ એ સમયે એને લઈને જવાની હાલતમાં ન હતા. આ કારણથી મણિમારને એક ઑટો ડ્રાઈવરને ૩૦૦ રૂપિયા આપ્યા અને એનાથી બે દિવસ સુધી મહિલાની દેખભાળ કરવા માટે કહ્યું. મણિમારને મહિલાને વિશ્વાસ અપાવ્યો કે, તે ત્રીજા દિવસે આવીને એમને પોતાની સાથે લઈ જશે.

મણિમારન જ્યારે એ મહિલાને લેવા એ જ જગ્યાએ પહોંચ્યા, તો તે ત્યાં ન હતી. મણિમારને મહિલાની શોધ શરૂ કરી, પરંતુ ખૂબ જ પ્રયત્નો છતાં પણ તે ના મળી. મણિમારન ખુબ નિરાશ થયા.

અહીંથી જ એમના જીવનની દિશા બદલાઈ. મણિમારને એક મોટો નિર્ણય લીધો. નિર્ણય લીધો- કુષ્ઠ રોગથી પીડિત લોકોની સેવામાં પોતાનું જીવન સમર્પિત કરવાનો. પછી શું હતું, પોતાના સંકલ્પ પ્રમાણે મણિમારને કુષ્ઠ રોગથી પીડિત લોકોની મદદ કરવાનું શરૂ કર્યું. જ્યાં ક્યાંય એમને કુષ્ઠ રોગથી પીડિત લોકો નિઃસહાય સ્થિતિમાં નજરે પડતાં, તેઓ એમને પોતાને ત્યાં લાવીને એમની મદદ કરતાં. મણિમારને આ લોકોની સારવાર કરાવવાનું પણ શરૂ કર્યું.

એ દિવસોમાં લોકો, કુષ્ઠ રોગોથી પીડિત લોકોને ખૂબ જ હીન ભાવનાથી જોતાં હતા. કુષ્ઠ રોગોથી પીડિત થતાં જ વ્યક્તિને ઘરથી બહાર કાઢી મૂકવામાં આવતી. એટલું જ નહીં, એક પ્રકારથી સમાજ પણ એમનો બહિષ્કાર કરતો. કોઈ પણ એમની મદદ કે સારવાર માટે આગળ ના આવતું. કુષ્ઠ રોગથી પીડિત લોકોને સ્પર્શવાથી પણ લોકો કતરાતા હતા. હંમેશાં આવા લોકો મંદિરોની પાસે નિઃસહાય હાલતમાં ભીખ માંગતા નજરે આવતા. મણિમારને એવા જ

લોકોની મદદનું પ્રશંસનીય અને સાહસી કામ શરૂ કર્યું.

'વર્લ્ડ પીપલ સર્વિસ સેન્ટર' સંસ્થાની સેવાઓ વિશે જ્યારે તમિલનાડુ સરકારને જાણ ચાલી, ત્યારે સરકાર તરફથી જરૂરિયાતમંદોની મદદમાં સહાયક સાબિત થવા માટે મણિમારનને જગ્યા ઉપલબ્ધ કરાવવામાં આવી.

મણિમારને 'વર્લ્ડ પીપલ સર્વિસ સેન્ટર'ના માધયમથી જે પ્રકારે ગરીબ અને જરૂરિયાતમંદોની સેવા કરી, એના કારણથી એમની ખ્યાતિ દેશભરમાં જ નહીં, બલ્કે દુનિયાના અલગ-અલગ હિસ્સાઓમાં પણ થવા લાગી. એમના કામ વિશે જે પણ સાંભળતું, તે એમની પ્રશંસા કર્યા વગર રહી ના શકતું. પોતાની આ અનુપમ અને મોટી સમાજ સેવાને કારણે મણિમારનને કેટલાય પુરસ્કારો અને સન્માનોથી નવાજવામાં આવી ચુકાયા છે. આ વાતમાં કોઈ શંકા નથી કે, ગરીબીથી ઝઝૂમતાં હોવા છતાં પણ જે રીતે મણિમારને લોકોની સેવા કરી છે, તે ખરેખર એક ગજબનું ઉદાહરણ છે.

પરિશ્રમ : સફળતાનો એકમાત્ર રસ્તો

'સરળતા અને પરિશ્રમનો માર્ગ અપનાવો, જે સફળતાનો એકમાત્ર રસ્તો છે.'

- ડૉ. અબ્દુલ કલામ

ડૉ. કલામની એ ઉક્તિને શત-પ્રતિશત ચરિતાર્થ કરી છે ભારતની ઝૂંપડપટ્ટી વસ્તીમાં ઉછરેલાં એક નવયુવાને. આ વાર્તા એના કરોડપતિ બનવાની એક એવી વાર્તા છે, જે સાચી છે અને લોકોની સામે આજે પણ પ્રત્યક્ષ ઉપસ્થિત છે. આ જ વાર્તા આજે કેટલાયની પ્રેરણાની સ્રોત બનીને લોકોની સામે ઊભી છે. આ સાચી વાર્તા છે, ચેન્નઈની એક ઝૂંપડપટ્ટી વસ્તીમાં ઉછરેલાં સરથ બાબૂની. સરથે ઝૂંપડીમાં રહીને અભ્યાસ કર્યો અને આગળ ચાલીને પોતાની કાબેલિયતથી પહેલાં બિટ્સ-પિલાની અને પછી આઈઆઈએમ-અમદાવાદમાં દાખલો મેળવ્યો અને ઉચ્ચ સ્તરીય શિક્ષણ પ્રાપ્ત કર્યું. લાખોની નોકરીને ઠોકર મારીને કારોબાર શરૂ કરવાવાળા સરથે જીવનમાં કેટલીય તકલીફોનો સામનો કર્યો, કેટલીય વસ્તુઓનો અભાવ શરૂ કર્યો છે, પરંતુ સંઘર્ષ જારી રાખ્યો અને સફળતાના માર્ગમાં અભાવોને આડે ના આવવા દીધા. સરથની સફળતાની વાર્તા વધારેથી વધારે લોકોને પ્રેરણા મળે, આ કારણથી એમને કેટલીય પુસ્તકોમાં જગ્યા આપવામાં આવી છે. આ વાર્તા ખૂબ સાંભળવામાં અને સંભળાવવામાં આવવા લાગી. પોતાની સફળતાને કારણથી કેટલાય સન્માન અને પુરસ્કાર મેળવવાવાળા સરથ બાબૂનો જન્મ ચેન્નઈના મડિપક્કમ વિસ્તારની એક ઝૂંપડપટ્ટી વસ્તીમાં થયો. પરિવાર દલિત સમુદાયથી હતો અને ખૂબ ગરીબ પણ. પરિવારમાં બે મોટી બહેનો અને બે

નાના ભાઈ હતા. ઘર-પરિવાર ચલાવવાની બધી જવાબદારી માતા પર હતી. માતા દિવસ-રાત મહેનત કરતી, જેના કારણથી પાંચેય બાળકોનો ગુજારો થતો. સરથની માતા ૧૦મા સુધી ભણી હતી, આ જ કારણથી એમને એક સ્કૂલમાં મિડ ડે મીલ યોજના અંતર્ગત બાળકોનું ભોજન બનાવવાની નોકરી મળી ગઈ. આ નોકરીથી એમને ૩૦ રૂપિયા મહીનાના મળતાં હતા, પરંતુ ફક્ત ૩૦ રૂપિયા પાંચ બાળકોની જરૂરિયાતો પૂરી કરવા માટે પૂરતાં ન હતા. માતા બધા બાળકોને ખૂબ ભણાવવા ઇચ્છતી હતી. એમને લાગતું હતું કે, જો બાળકો ભણી-ગણી જાય, તો એમને નોકરીઓ મળી જશે, પછી એ લોકોને તકલીફોનો સામનો નહીં કરવો પડે.

બાળકોનું ભણતર અને બીજી જરૂરિયાતોને પૂરી કરવાના ઉદ્દેશ્યથી માતાએ સ્કૂલમાં કામ કરવા સિવાય સવારે ઇડલી વેચવાનું પણ શરૂ કર્યું. એટલું જ નહીં, માતાએ સાંજે ભારત સરકારના પ્રૌઢ શિક્ષા કાર્યક્રમ અંતર્ગત અશિક્ષિત લોકોને ભણાવવાનું પણ શરૂ કર્યું. આ પ્રકારે ત્રણ અલગ-અલગ સમય, ત્રણ અલગ-અલગ જગ્યા, ત્રણ અલગ-અલગ કામ કરતાં-કરતાં સરથની માતાએ પોતાના બાળકોની જરૂરિયાતોને પૂરી કરવા માટે જરૂરી રૂપિયા કમાયા. માતાની દિવસ-રાતની મહેનતનો સરથ પર ખૂબ જ પ્રભાવ પડ્યો. એને ખબર હતી કે, માં ઇચ્છે છે એમના બધા બાળકો સારું ભણે, જેથી એમને નોકરી મળે અને ગરીબી દૂર થઈ જાય.

સરથે માતાને ક્યારેય નિરાશ ના કરી. સ્કૂલમાં હંમેશાં સરથનું પ્રદર્શન બીજા બાળકોથી સારું રહેતું. તે હંમેશાં ક્લાસમાં પ્રથમ આવતા.

ભણવાની સાથે-સાથે સરથે કમાણીમાં પોતાની માતાની મદદ પણ કરી. તેઓ પણ સવારે પોતાની માતાની સાથે ઇડલી વેચવા જતાં. કેમ કે ઝૂંપડપટ્ટીના લોકો નાશ્તામાં ઇડલી માટે રૂપિયા ખર્ચ કરી શકતા ન હતા, સરથ અને એની માતા અમીર લોકોના વિસ્તારોમાં જઈને ઇડલી વેચ્યા કરતા હતા.

૧૦મા ધોરણ સુધી સરથે દરેક પરીક્ષામાં શાનદાર પ્રદર્શન કર્યું. ૧૦મું પાસ કર્યા પછી જ્યારે કૉલેજમાં પ્રવેશનો વારો આવ્યો, ત્યારે ૧૧મા અને ૧૨માની ફીસે સરથને ઉલઝનમાં નાખી દીધા. ૧૦મા સુધી એમને સ્પેશ્યલ ફીસ આપવી પડી ન હતી, પરંતુ હવે ફીસ વધારે થઈ ગઈ હતી.

ફીસની ચુકવણી કરવા માટે સરથે એક તરકીબ શોધી લીધી. ગરમીની

રજાઓમાં સરથે બુક-બાઈંડિંગનું કામ કરવાનું શરૂ કર્યું. સરથનું કામ એટલું સરસ હતું કે, ઘણાં બધા ઑર્ડર મળ્યાં. માંગ પ્રમાણે કામ પૂરું કરવા માટે સરથે બીજા બાળકોને પોતાની સાથે કામ પર લગાવ્યાં અને એના પછી ૧૧મા અને પછી ૧૨મા ધોરણનો અભ્યાસ થયો.

કેમ કે પરિવારમાં કોઈપણ વધારે ભણેલું-ગણેલું ન હતું અને ઝૂંપડપટ્ટી વસ્તીમાં પણ સરથનું માર્ગદર્શન કરવાવાળું કોઈ ન હતું. સરથ ૧૨મા ધોરણ પછી અભ્યાસ વિશે વધારે જાણતો ન હતો, એના એક મિત્રએ એને પિલાનીના 'બિરલા પ્રૌદ્યોગિકી તેમજ વિજ્ઞાન સંસ્થાન' (બિટ્સ) વિશે બતાવ્યું અને કહ્યું કે, જો સરથને બિટ્સ, પિલાનીમાં દાખલો મળી જાય છે, તો એને મોટી નોકરી મળશે, જેનાથી ગરીબી પણ હંમેશાં માટે દૂર થઈ જશે. સરથના મગજમાંઆ વાત જામીને બેસી ગઈ અને એણે બિટ્સ, પિલાનીમાં દાખલાની પરીક્ષા માટે તૈયારી શરૂ કરી દીધી. મહેનત અને લગનનું પરિણામ હતું કે, સરથને બિટ્સ, પિલાનીમાં દાખલો મળી ગયો.

ઝૂંપડપટ્ટી વસ્તીમાં રહેવાવાળો એક ગરીબ છોકરો પહેલીવાર પોતાના શહેરની બહાર, દેશની સૌથી પ્રસિદ્ધ સંસ્થાઓમાંથી એકમાં ભણવા જઈ રહ્યો હતો. પરંતુ અહીંયા પર પણ ફીસે સરથના હોંશ ઉડાવી દીધા.ર એમને પોતાના પહેલા જ સેમેસ્ટર માટે ૪૨૦૦૦ રૂપિયા જોઈતા હતા. આ રકમ પૂરા પરિવાર માટે ખૂબ ભારે રકમ હતી. સરથની આર્થિક રૂપથી મદદ કરવાવાલું પણ કોઈ ન હતું. સરથની એક બહેન, જેના લગ્ન થઈ ચુક્યા હતા, એણે પોતાના ઘરેણાં ગિરવી રાખીને રૂપિયાઓની વ્યવસ્થા કરી. આ રીતે પહેલા સેમેસ્ટરની ફીસ જમા થઈ શકી.

બીજા સેમેસ્ટર આવવા સુધી માતાએ સરથને એક સરકારી સ્કૉલરશિપ વિશે બતાવ્યું. સરથે તુરંત અરજી મોકલી દીધી. એને સ્કૉલરશિપ મળી પણ ગઈ. સ્કૉલરશિપના પ્રથમ હપ્તાથી સરથે પોતાની બહેનના ઘરેણાં છોડાવ્યાં. સ્કૉલરશિપથી સરથ ફક્ત ટ્યૂશન ફીસ જ ભરી શકતો હતો. પોતાની બીજી જરૂરિયાતો- ખાવું-પીવું, કપડાં અને રોજ ઉપયોગ થવાવાળા સામાન ખરીદવા માટે સરથને કરજ લેવું જ પડ્યું.

બિટ્સ, પિલાનીમાં પ્રારંભિક દિવસ સરળ ના રહ્યાં. અહીંયા ભણવા આવેલા મોટાભાગના બાળકો અમીર કે પછી મધ્યમવર્ગીય પરિવારથી હતા.

કદાચ સરથ એકલા એવા હતા, જે ઝૂંપડપટ્ટી વસ્તીથી આવ્યા હતા. બીજા સાથીઓનું રહેન-સહેન ખૂબ અલગ હતું. એ લોકોની જીવનશૈલી પણ અલગ હતી. તે લોકો રૂપિયા પણ ખુલીને ખર્ચ કરતાં હતા. અંગ્રેજી પણ સરળતાથી અને સ્પષ્ટ રીતે બોલતા હતા. સરથને ના અંગ્રેજી ઠીકથી બોલતાં આવડતું હતું અને ના તો તે પોતાના બીજા સાથીઓની જેમ રૂપિયા ખર્ચ કરવાની સ્થિતિમાં હતા.

પરંતુ લોકોને જોઈ-સમજીને સરથે ઘણું બધું શીખી લીધું. બિટ્સ, પિલાનમાં દરેક દિવસ એમના માટે એક પાઠ રહ્યો. એમણે અહીંયા ઘણું બધું શીખ્યું. પુસ્તકોની વાતો સિવાય સરથે જાત-જાતના લોકો, એમના વિચારો, એમના કામકાજની રીતો વિશે જાણ્યું. બિટ્સ, પિલાનીથી ડિગ્રી લીધા પછી સરથને પોતાના શહેર ચેન્નઈની 'પોલારિસ સૉફ્ટવેયર લેબ્સ'માં નોકરી મળી ગઈ. પિલાનમાં અભ્યાસ દરમિયાન કેટલાંક સાથીઓએ એમને આઈઆઈએમમાં દાખલો લીને મેનેજમેન્ટની ડિગ્રી લેવા અને મેનેજમેન્ટની કલા શીખવાની સલાહ આપી હતી. કેટલાય સાથી સરથના મેનેજમેન્ટ સ્કિલ્સથી પ્રભાવિત હતા.

નોકરી કરતાં-કરતાં જ સરથે આઈઆઈએમમાં પ્રવેશ માટ કૈટ પરીક્ષાની તૈયારી શરૂ કરી દીધી. બે વાર ફેલ થયા પછી ત્રીજા પ્રયાસમાં સરથે કૈટ પરીક્ષામાં પ્રવેશ માટે જરૂરી રેંક પ્રાપ્ત કરી લીધો. આઈઆઈએમ એ જ પ્રતિષ્ઠિત સંસ્થા છે, જ્યાં પ્રબંધનની સર્વશ્રેષ્ઠ શિક્ષા આપવામાં આવે છે.

સરથને આઈઆઈએમ અમદાવાદમાં દાખલો મળ્યો. આઈઆઈએમ અમદાવાદમાં સરથે પ્રબંધન (સંચાલન)ના ગુર અને મોટાં-મોટાં સૂત્ર શીખ્યાં. કેમ કે સરથને ખાન-પાનના વેચાણનો અનુભવ હતો, એમને મેસ કમિટી એટલે ભોજનશાળા સમિતિમાં પણ જગ્યા મળી. પોતાની કાબેલિયતને કારણથી તેઓ સમિતિના સચિવ પણ બન્યાં.

આઈઆઈએમ અમદાવાદમાં અભ્યાસ દરમિયાન જ એમને નોકરીઓના કેટલાય પ્રસ્તાવ મળ્યાં. પગાર લાખોમાં હતો, પરંતુ સરથે નોકરી ન કરવાનો મોટો નિર્ણય કર્યો.

સરથ, ધીરૂભાઈ અંબાણી અને નારાયણ મૂર્તિથી ખૂબ પ્રભાવિત હતા અને જીવનમાં કશું મોટું કરવા ઇચ્છતા હતા. પોતાની માતાથી પ્રેરણા લેવાવાળા સરથે ભોજન આપૂર્તિ કરવાનો કારોબાર કરવાનો નિર્ણય લીધો. લાખોની નોકરી છોડીને કારોબાર કરવાના નિર્ણય પાછળ કોઈ કારણ અને

ઈરાદા હતા.

સરથનો એક ઈરાદો એ પહણ હતો કે, તે એ લોકોની મદદ કરે, જેમની સાથે તેઓ ઉછર્યા હતા. તેઓ જાણતા હતા કે, ઝૂંપડપટ્ટી વસ્તીઓમાં રહેવાવાળા લોકોની તકલીફો શું અને કેવી હોય છે. તેઓ આ તકલીફોને દૂર કરવાનો પ્રયત્ન કરવા ઈચ્છતા હતા. સરથને એ પણ લાગતું હતું કે, જો તેઓ કારોબાર કરશે, તો એમને બીજાઓને નોકરી આપવાની તક મળશે. નોકરી કરતાં તેઓ એવું કરી શકતા ન હતા.

લાખોની નોકરી છોડીને કારોબાર કરવાનો નિર્ણય સાહસી પગલું હતું. થોડું જોખમી પણ હતું, પરંતુ સરથે નક્કી કરી લીધું કે તેઓ પોતાના સપના અને ઈરાદા કારોબારથી જ પૂરાં કરશે.

સરથે વર્ષ ૨૦૦૬માં પોતાની કંપનીનું પંજીકરણ 'ફૂડ કિંગ કેટરિંગ સર્વિસિસ પ્રાઈવટ લિમિટેડ'ના નામથી કરાવ્યું. એક લાખ રૂપિયાથી આ કંપનીની શરૂઆત તઈ. પહેલાં આ કંપનીએ બીજી કંપનીઓમાં ચા, કૉફી અને અલ્પાહાર સપ્લાય કર્યા. ધીમે-ધીમે કારોબાર વધતો ગયો. સરથને નવી-નવી અને મોટી-મોટી કંપનીઓથી ઑર્ડર મળવા લાગ્યા. એમણે જે સંસ્થાઓમાં અભ્યાસ કર્યો એટલે બિટ્સ-પિલાની અને આઈઆઈએમ-અમદાવાદથી પણ એમને ભોજન અને અલ્પાહાર ઉપલબ્ધ કરાવવાનું કામ મળ્યું.

એના પછી સરથે ભારતમાં કેટલીય જગ્યાએ 'ફૂડ કિંગ કેટરિંગ' નામથી પોતાની રેસ્ટોરાં ખોલી. પોતાની આ રેસ્ટોરાંઓમાં સ્વાદિષ્ટ પકવાન વ્યાજબી કિંમત પર ઉપલબ્ધ કરાવીને સરથે ખૂબ નામ કમાવ્યું. એક લાખ રૂપિયાથી શરૂ કરેલો ભોજન અને અલ્પાહારનો કારોબાર વધીને કરોડોનો થઈ ગયો.

સફળ કારોબારી બન્યા પછી સરથે સમાજ-સેવા શરૂ કરી. એમણે ૨૦૧૦માં 'હંગર ફ્રી ઈન્ડિયા ફાઉન્ડેશન'ની સ્થાપના કરી. આ સંસ્થાનો ઉદ્દેશ્ય આગલા ૨૦ વર્ષોમાં ભારતને 'ભૂખમરી મુક્ત' બનાવવાનો છે. સરથ પોતાના તરફથી ગરીબો અને જરૂરિયાતમંદોની દરેક શક્ય મદદ પણ કરી રહ્યાં છે.

મહત્ત્વપૂર્ણ વાત એ પણ છે કે, સરથ આજે પણ પોતાની માતાથી જ પ્રેરણા લે છે. બાળપણથી લઈને આજ સુધી તેઓ માતાથી જ પ્રેરણા, ઉત્સાહ અને વિશ્વાસ પ્રાપ્ત કરી રહ્યાં છે. સરથ જ્યારે ક્યારેય પણ પરેશાન થાય છે અથવા પછી કોઈ સમસ્યાથી બે-ચાર થાય છે, ત્યારે તેઓ પોતાની માતાને યાદ કરે છે. માતાના સંઘર્ષને ત્યાગને યાદ કરીને નિરાશા અને નાઉમ્મીદીને દૂર ભગાવે છે.

સરથને હજુ પણ એ દિવસો યાદ છે, જ્યારે એમની માતા ફક્ત પાણી પીને સુઈ જતી હતી, જેથી એમના પાંચેય બાળકો ભરપેટ ખાવાનું ખાઈ શકે. માતાએ બાળકો મોટ કેટલીય રાતો ફક્ત પાણી પીને કાપી. બાળપણમાં જ સરથે ધ્યાન આપ્યું હતું કે, એમની માતા પાણી વધારે પીતી હતી. શરૂમાં તો સરથને લાગ્યું હતું કે, માતાને પાણી પીવાનું ખૂબ જ પસંદ છે, આથી તેઓ ખૂબ વધારે પાણી પીવે છે. આગળ ચાલીને એમને એ અહેસાસ થયો કે, બાળકો માટે એમણે પાણી પીને કામ ચલાવ્યું, જેથી બાળકોને ભરપેટ ભોજન મળે અને એમની બીજી જરૂરિયાતો પૂરી થાય. આ જ કારણ છે કે, સરથે હંમેશાં માતાથી પ્રેરણા લીધી.

તમારો દૃષ્ટિકોણ બધાથી અલગ હોવો જોઈએ

> *'વરસાદ દરમિયાન બધા પક્ષી આશ્રયની શોધ કરે છે, પરંતુ બાજ વાદળોની ઉપર ઊડીને વરસાદને જ અવગણી દે છે. સમસ્યાઓ કૉમન છે, પરંતુ તમારો ઍટીટ્યૂડ એમનામાં અંતર પેદા કરે છે.'*
>
> - ડૉ. અબ્દુલ કલામ

ડૉ. કલામની આ ઉક્તિમાં જે બાજનો ઉલ્લેખ છે, તે આપણને વાસ્તવિક જિંદગીમાં ખૂબ જ ઓછું જોવા મળે છે. જો આપણે એને માણસના ચહેરામાં જોવા ઇચ્છીએ, તો એવા ઉદાહરણ અને એવા જીવનની વાર્તા ખૂબ જ ઓછા લોકોની જોવા, સાંભળવા અને વાંચવા મળે છે, જેમ કે પશ્ચિમ બંગાળના ખૂબ જ પછાત વિસ્તારમાં રહેતાં એક બાળકની. જેણે પોતાના બાળપણથી જ એવો પ્રયોગ શરૂ કર્યો, જેના કારણથી આજે તે દુનિયાભરમાં પ્રસિદ્ધ છે. આમ તો હવ તે બાળક મોટો થઈ ગયો છે, પરંતુ એના સફળ પ્રયોગની ચર્ચા ચૌતરફ છે. આ મુશ્કેલ અને ક્રાંતિકારી પ્રયોગની શરૂઆત એણે પોતાના બાળપણમાં જ કરી હતી. એના એક ક્રાંતિકારી વિચારને કારણે દુનિયાના કેટલાય પ્રસિદ્ધ વિદ્વાન, અર્થશાસ્ત્રી, શિક્ષાવિદ અને નીતિ-નિર્ધારિક એના પ્રશંસક બની ગયા. એણે જે કામ બાળપણમાં કર્યું, તે કામ લોકો આખી ઉંમર નથી કરી શકતા. ભણી-ગણી તો બધા જાય છે, પરંતુ બીજાઓને ભણાવવા-લખાવવાનો વિચાર દરેકને નથી આવતો. આ વ્યક્તિના પ્રયત્ન અને સફળતાએ દુનિયાને એક નવો રસ્તો બતાવ્યો છે. આપણે જે વ્યક્તિની વાત કરી રહ્યાં છીએ, એનું નામ બાબર અલી છે. બાબર પશ્ચિમ બંગાળના મુર્શિદાબાદ જિલ્લાનો રહેવાવાળો

છે. આજે એની ઉંમર ૨૨ વર્ષની છે અને તે અભ્યાસ કરી રહ્યો છે. ફક્ત ૯ વર્ષની નાની ઉંમરમાં એણે જે વિચારને પોતાનું જીવન-લક્ષ્ય બનાવ્યો, એ વિચારને સાકાર કરવાના દૃઢ-સંકલ્પે એને દુનિયાભરમાં પ્રસિદ્ધિ અપાવી. દેશ-વિદેશમાં કેટલાય લોકો એના વિચારોથી પ્રભાવિત અને પ્રેરિત થઈને આગળ વધવા લાગ્યા છે.

બાબરના પ્રયોગની વાર્તા ૨૦૦૨માં શરૂ થઈ, જ્યારે તે ૯ વર્ષનો હતો. વર્ષ ૨૦૦૨માં બાબરને સ્કૂલ જવા માટે ૧૦ કિલોમીટરની સફર કાપવી પડતી હતી એના ગામ ભાબ્તા ઉત્તરપાડામાં કોઈ સ્કૂલ ન હતી. બાબર ખૂબ ભણી-ગમઈને મોટો માણસ બનવા ઇચ્છતો હતો. પિતા મોહમ્મદ નસીરુદ્દીને પોતાના બેટા બાબરને નિરાશ ના થવા દીધો. કૃષિ ઉત્પાદનોનો નાનો-મોટો કારોબાર કરવાવાળા નસીરુદ્દીને શરૂથી જ બાબરની હિંમત વધારી. ભણવાં-લખવાં માટે બાબરને જે કંઈ પણ જોઈતું હતું, તે ઉપલબ્ધ કરાવ્યું. બાબર પણ ખૂબ મન લગાવીને ભણતો.

પરંતુ એક દિવસ બાબરે જોયું કે, એના ગામના બીજા બાળક સ્કૂલ જઈ શકતા ન હતા. ગરીબીને કારણે એમના માતા-પિતા આ બાળકોને દૂર બીજા ગામ અને શહેરમાં સ્કૂલ મોકલી શકતા ન હતા. આ બાળકો દિવસભર અથવા તો ઘર-બહારના કામ કરે છે અથવા પછી રમતાં રહેતા. કેટલાંક બાળકો તો ગાય-ભેંસ ચરાવતા હતા અને કેટલાંક ખેતરમાં કામ કરતાં હતા. બાબરને અહેસાસ થયો કે, એની ખુદની બહેન પણ સ્કૂલ જઈ શકતી ન હતી. એની બહેનની જેમ કેટલાય બાળકો સ્કૂલથી વંચિત હતા. બાબરના મનમાં એક વિચાર આવ્યો. એણે વિચાર્યું, કેમ ના તે એ બાળકોને ભણાવે, જે સ્કૂલ નથી જઈ શકતા. ૯ વર્ષના બાબરે નિર્ણય કર્યો કે, તે જે પણ પોતાની સ્કૂલમાં શીખે છે, એને પોતાના ગામના બાળકોને પણ શીખવાડશે. પછી શું હતું, ૯ વર્ષનો બાબર પોતાના ગામના બાળકોનો શિક્ષક બની ગયો.

બાબરે પોતાના મકાનની પાછળ આંગણામાં જામફળના એક ઝાડની નીચે પોતાના ક્લાસ શરૂ કર્યા. એની બહેન અને કેટલાંક બાળક બાબરની આ ક્લાસના પહેલા વિદ્યાર્થી બન્યાં. જે કંઈ પણ તે સ્કૂલથી ભણી-લખીને આવતો, એ જ બીજા બાળકોને શીખવાડતો. જેમ કે એના શિક્ષક એનાથી કરવાનું કહેતાં, તે પણ એ જ વસ્તુઓ પોતાના ગામના બાળકોથી કરવાનું

કહેતો. ગામના બાળકોને ભણવામાં મજા આવવા લાગી. નાના બાબરને પણ માસ્ટરી કરવામાં ખુશી મળવા લાગી.

ધીમે-ધીમે માસ્ટર બાબરના ક્લાસની ખબર ગામભરમાં ફેલાઈ ગઈ અને બીજા બાળકો પણ ક્લાસમાં આવવા લાગ્યા.

પોતાના ક્લાસના બાળકોની જરૂરિયાતોને પૂરી કરવા માટે ૯ વર્ષના બાબરને ખૂબ મહેનત કરવી પડી. કોઈ પ્રકારે એણે બ્લેક બૉર્ડની વ્યવસ્થા કરી. તે પોતાની સ્કૂલથી ઉપયોગ થયેલાં ચૉકપીસના ટુકડાં લાવતો અને પોતાની ક્લાસમાં બાળકોને ભણાવવા માટે એમનો જ ઉપયોગ કરતો. અખબાર અને એના પાનાઓના માધ્યમથી બાબરે પોતાની ક્લાસના બાળકોને ભણવાનું શીખવાડ્યું. કામ સરળ ન હતું, પરંતુ બાબરે પૂરી મહેનતથી કર્યું.

જ્યારે બાબર માટે બાળકોને લખાવવાની જરૂર પડી, ત્યારે પણ એણે પોતાનું તેજ દિમાગ ચલાવ્યું અને નવી યોજના બનાવી. બાબર રદ્દીવાળાની દુકાન પર જતો અને પુસ્તકોના ખાલી પાનાઓ કાઢીને લઈ આવતો. તે આ જ પાનાઓ પર બાળકોને લખાવતો.

હવે બાબરની ક્લાસમાં બધું જ હતું- બ્લોક બોર્ડ, ભણવા માટે અખબાર-પુસ્તકો, લખવા માટે કાગળ.

બાળકો પણ ખૂબ મન લગાવીને ભણવા લાગ્યા હતા. બાળકોની રુચિ એટલી વધારે વધી ગઈ હતી કે, બધા આતુરતાથી બાબરની સ્કૂલથી પાછા ફરવાની રાહ જોતાં. બાબર પણ સ્કૂલેથી આવતાં જ બાળકોની ક્લાસમાં ચાલ્યો જતો અને માસ્ચર બનીને એમને ભણાવતો-લખાવતો.

એક દિવસ જ્યારે બાબરના પિતાએ જોયું કે, બાબરનું ધ્યાન હવે માસ્ટરી પર વધારે થઈ રહ્યું છે,તો એમણે ક્લાસ બંધ કરવા અને પોતાની સ્કૂલના અભ્યાસ પણ ધ્યાન આપવાની સલાહ આપી. બાબરે પોતાના પિતાને વિશ્વાસ અપાવ્યો કે, તે પોતાની માસ્ટરીની એના ભણતર પર કોઈ અસર પડવા નહીં દે. બાબરના નિર્ણય અને દૃઢ સંકલ્પને જોઈને પિતા પણ ખૂબ પ્રભાવિત થયાં.

બાબરના માસ્ટરીની ચર્ચા હવે ગામડે-ગામડે થવા લાગી હતી. જ્યારે બાબરના શિક્ષકોને એની ક્લાસ અને માસ્ટરીની જાણ ચાલત્તો એમણે એની પીઠ થપથપાવી. રસપ્રદ વાત તો એ હતી કે, કેટલાય ગામવાળા હવે પોતાના બાળકોને બાબરની ક્લાસમાં મોકલવા લાગ્યા હતા. વર્ષે-દર વર્ષે બાબરની

ક્લાસમાં બાળકોની સંખ્યા વધતી જ ચાલી ગઈ. બાબરે પોતાની ક્લાસ અને બાળકોની જરૂરિયાતોને પૂરી કરવા માટે નવી-નવી રીતો અપનાવી. બાબરે ક્લાસ ચલાવવાના ઉદ્દેશ્યથી બાળકોના માતા-પિતાથી ચોખા લીધા અને એમને વેચીને ભણાવવા-લખાવવા માટે બાળકોની પુસ્તકો ખરીદી. કેમ કે ગામવાળાઓ અને ખેડૂત રૂપિયા આપી શકતા ન હતા, બાબરે વિચાર્યું કે ખેડૂત ચોખા આપી શકે છે અને એને વેચીને જ તે રૂપિયાઓની વ્યવસ્થા કરી લેશે. આ તરકીબ પણ ખૂબ ચાલી.

થોડા જ સમયમાં નાની જ ભલે, પણ માસ્ટર બાબરની એક અસરદાર નાની ક્લાસે સ્કૂલનું રૂપ ધારણ કરી લીધું હતું.

બાબરે આ સાયંકાલીન સ્કૂલની ઔપચારિક શરૂઆત કરવાનું ઈચ્છ્યું. ગામવાળાઓ અને એના પિતાએ એમાં ખૂબ મદદ કરી. જ્યારે બાબર છઠ્ઠા ધોરણમાં હતો, ત્યારે ગામના પ્રધાને બાબરની ક્લાસની મદદ માટે બ્લૉક ડેવલપમેન્ટ ઑફિસરથી પુસ્તકો અપાવવાની ભલામણ કરી હતી.

ધીમે-ધીમે બાબરને પ્રધાનની જેમ જ બીજા મદદગાર મળતાં ગયા. ગામની એક મહિલા, જેને બાળકો તુલુ માસી બોલાવતા હતા, એમણે ખુદ આગળ આવીને સ્કૂલ માટે ઘંટડી વગાડવાનું કાર્ય સંભાળી લીધું. પિતા નસીરુદ્દીને સ્કૂલની ઔપચારિક શરૂઆત અને ઉદ્‌ઘાટન માટે ૬૦૦ રૂપિયા આપ્યા.

ઉદ્‌ઘાટન માટે માઈક ભાડા પર લાવવામાં આવ્યું. સ્કૂલને સજાવવામાં આવી. સજાવવામાં માતાની સાડી પણ કામ આવી. રિબિન કાપવામાં આવી. સાંસ્કૃતિક કાર્યક્રમ થયાં. ગીત ગાવામાં આવ્યા, નૃત્ય પણ થયાં. સ્કૂલનું નામ 'આનંદ શિક્ષા નિકેતન' રાખવામાં આવ્યું.

એટલે બાબર હવે ફક્ત એક માસ્ટર કે શિક્ષક જ ન હતો, તે એક સ્કૂલનો પ્રધાનાધ્યાપક બની ગયો.

જ્યારે અખબારોમાં બાબરની સ્કૂલની ખબર છપાઈ તો એને વાંચીને વિશ્વવિખ્યાત અર્થશાસ્ત્રી અને નોબેલ પુરસ્કારથી સન્માનિત અમર્ત્ય સેને બાબરને 'શાંતિ-નિકેતન' બોલાવ્યો. બાબરે 'શાંતિ-નિકેતન'માં પશ્ચિમ બંગાળના પૂર્વ નાણાં મંત્રીઓ, પ્રસિદ્ધ અર્થશાસ્ત્રીઓ અને બીજા વિદ્વાનોની સામે એક કલાક સુધી પોતાનું ભાષણ આપ્યું. ત્યાં ઉપસ્થિત દરેક કોઈ બાબરના વિચારોથી ખૂબ જ પ્રભાવિત થયાં. એ સમયે બાબર ફક્ત ૮મા ધોરણનો વિદ્યાર્થી હતો.

બાબર અને એની સ્કૂલની ચર્ચા હવે રાજ્યની રાજધાની કોલકાતામાં પણ થવા લાગી. બાબર કોલકાતા પણ જતો અને આઈએએસ, આઈપીએસ અને બીજા અધિકારીઓથી મળતો અને પોતાની સ્કૂલ માટે અનુદાન માંગતો.

૨૦૦૮માં જ્યારે બાબર ૧૦મા ધોરણમાં આવ્યો, ત્યારે એને ખૂબ મહેનત કરવી પડી. તે સવારે જલ્દી ઊઠી જતો અને અભ્યાસ કરતો. પછી સ્કૂલ જતો, ત્યાં પણ મન લગાવીને ભણતો. એના પછી ઘેર જઈને પોતાની સ્કૂલમાં બાળકોને ભણાવતો-લખાવતો. દિવસ-રાત એક કરવાને કારણથી જ ૨૦૦૮માં બાબરે પ્રથમ શ્રેણીમાં ૧૦માની પરીક્ષા પાસ કરી લીધી.

જે પ્રકારે બાબરે પૂરી મહેનત અને લગનથી સ્કૂલને ચલાવી અને આગળ વધારી; ગામના બાળકોને શિક્ષિત કર્યા, એને જોઈને દુનિયાભરમાં પણ કેટલાય લોકો એ સંસ્થાઓ પ્રભાવિત થઈ.

૨૦૦૯માં 'ડેમિયન ગ્રામેટિક્સ'એ બીબીસીની શ્રૃંખલા 'હંગર ફૉર લર્નિંગ' અથવા શિક્ષાની ભૂખ પર પોતાની પહેલી રિપોર્ટમાં બાબર અલીથી મુલાકાત કરી, જેની શિક્ષા પરિયોજના સેંકડો ગરીબ બાળકોનું જીવન બદલી રહી હતી. દુનિયાભરમાં પ્રસિદ્ધ સમાચાર ઍજેન્સી- બીબીસીએ બાબરને 'દુનિયાભરનો નાનો હેડ માસ્ટર' ઘોષિત કર્યો. બાબરની વાર્તાને દુનિયાભરમાં પ્રસારિત કરી. ભારતના અંગ્રેજી સમાચાર ચેનલ સીએનએન-આઈબીએને 'રિયલ હીરો'ના પુરસ્કારથી બાબરને નવાજ્યો. બીજા લોકો, બીજી સંસ્થાઓએ પણ બાબરનું સન્માન કર્યું.

પરંતુ એવું પણ નથી કે, બાબરને બસ સન્માન જ સન્માન મળ્યું અને દરે કોઈએ એની મદદ કરી. બાબર પ્રમાણે, કેટલાય લોકોએ એના પ્રયાસો પર પાણી ફેરવવાના પ્રયત્નો કર્યા. કેટલાય લોકો એની પ્રગતિ અને સફળતાથી ઈર્ષ્યા કરતાં હતા, એની પ્રસિદ્ધિથી પરેશાન હતા.

એને સ્વામી વિવેકાનંદના વિચારોથી પ્રેરણા મળે છે. જ્યારે ક્યારેય તે કોઈ સમસ્યાથી ઘેરાય છે અથવા પછી કોઈ પડકાર એની સામે આવે છે, તો તે સ્વામી વિવેકાનંદના વિચારો અને એમની બતાવેલીવાતોને યાદ કરે છે અને એમનાથી જ પ્રેરણા લઈને આગળ વધે છે.

સ્વામી વિવેકાનંદની વાત 'એક વિચાર લો, એવિચારને પોતાનું જીવન બનાવી લો- એના વિશે વિચારો, એના સપના જુઓ, એ વિચારને જીવો. પોતાના મસ્તિષ્ક, માંસપેશીઓ, નસો, શરીરના દરેક હિસ્સાને એ વિચારમાં

ડૂબી જવા દો અને બાકી બધા વિચારને કિનારે રાખી દો, આ જ સફળ થવાની રીત છે.'ને બાબરે પોતાનામાં આત્મસાત કર્યો છે અને સફળતા પ્રાપ્ત કરી.

મહત્ત્વપૂર્ણ વાત એ છે કે, બાબરનો અભ્યાસ હજુ જારી છે અને તે આઈએએસ અધિકારી બનવા ઈચ્છે છે. બાબરની સ્કૂલ હવે ખૂબ મોટી થઈ ગઈ છે અને એમાં ૫૦૦થી વધારે બાળકોએ પ્રવેશ લીધો છે. ૨૨ વર્ષનો બાબર હવે ઈચ્છે છે કે, ભારતના બીજા ગામડાંમાં ભણેલાં-ગણેલાં લોકો ખાસ કરીને બીજા બાળકોને ભણાવે-લખાવે, જેથી બધા સાક્ષર બને અને દેશ ખૂબ પ્રગતિ કરે.

આવવાવાળી પેઢીનું ભવિષ્ય ઉજ્જવળ બને

> *'આવો, આપણે પોતાની આજનું બલિદાન કરી દઈએ, જેથી આપણાં બાળકોની કાલ ઉત્તમ બની શકે.'*
>
> - ડૉ. અબ્દુલ કલામ

ડૉ. કલામની આ ઉક્તિ પર પોતાના જીવનને ઉતારવું દરેક કોઈના વશમાં નથી. ભલું આજે એવા કેટલાં લોકો હશે, જે પોતાનું બધું જ બીજાઓના જીવનને સંવારવામાં લગાવી દે. અમે અહીંયા એ ઉક્તિ પર ખરાં ઉતરવાવાળા એ મુઠ્ઠીભર લોકોમાંથી જ એકની વાત કરવા જઈ રહ્યાં છીએ.

ભારતમાં આજે પણ કેટલાય બાળકો એવા છે, જેમની પાસે રહેવા માટે ઘર નથી. એમનું જીવન રસ્તાઓ પર કે પછી ફુટપાથો પર વીતે છે. હંમેશાં આ બાળકો શોષણનો શિકાર થાય છે. રોટલી-કપડાં માટે દર-દર ભટકે છે. ફુટપાથી બાળકો સિવાય ઝૂંપડપટ્ટી વસ્તીઓમાં રહેવાવાળા બાળકોની પણ હાલત ખરાબ છે. ગરીબીને કારણે તેઓ ના સ્કૂલ જઈ શકે છે, ના તો ભણી-લખી શકે છે. એવા જ ગરીબ અને જરૂરતમંદ બાળકની મદ કરવા, એમને ભણાવી-લખાવીને સારા કામ કરવા લાયક બનાવવાના ઉદ્દેશ્યથી એક વ્યક્તિએ જે યોજના બનાવી, દે આજે દેશભરમાં સરકારો માટે પણ આદર્શ બનેલી છે. કેટલાય બિન-સરકારી સંગઠન પણ આ યોજનાના માધ્યમથી રીબ બાળકોને શિક્ષણ આપીને એમને કાબિલ બનાવી રહ્યાં છે. આ એક એવી યોજના છે, જેમાં બાળકોને ખેલ-ખેલમાં જ શિક્ષણ આપવામાં આવે છે. એટલે મનોરંજન અને શિક્ષણ સાથે-સાથે. આ યોજનાને દેશભરમાં અમલમાં લાવવાના ઉદ્દેશ્યથી એના યોજનાકારે ખૂબ જ મોટી અને તગડી રકમવાળી પોતાની નોકરી છોડી દીધી અને ગરીબ બાળકોના સર્વાંગીણ વિકાસમાં સમર્પિત થઈ ગયા. આપણે

જે વ્યક્તિની વાત કરી રહ્યાં છીએ, એમનું નામ છે મેથ્યૂ સ્પેસી. આજે તેઓ પોતાના આ જ કાર્યક્રમને કારણથી દુનિયાભરમાં પ્રસિદ્ધ છે અને પોતાના નામે કેટલાય સન્માન અને પુરસ્કાર પ્રાપ્ત કરી ચુક્યા છે.

મેથ્યૂ સ્પેસી ૧૯૮૬માં પહેલીવાર ભારત આવ્યા હતા. કોલકાતામાં એમણે 'ધી સિસ્ટર્સ ઑફ ચેરિટી' માટે સ્વયંસેવી તરીકે કામ કર્યું. ત્યારથી જ એમનું મન સમાજ-સેવામાં લાગી ગયું હતું. ગ્રેજ્યુએશનનો અભ્યાસ પૂરો કર્યા પછી મેથ્યૂનેનોકરી મળી ગઈ. એમણે યૂનાઈટેડ કિંગડમમાં કેટલાય મહત્ત્વપૂર્ણ પદો પર કામ કર્યું. એમની પ્રતિભા અને રુચિને ધ્યાનમાં રાખીને એમની કંપનીએ એમને ભારત મોકલ્યા. તેઓ 'કૉક્સ એન્ડ કિંગ્સ' નામની કંપનીના મુખ્ય કાર્ય અધિકારી એટલે સીઓઓ બનીને ભારત આવ્યા. એ સમયે મેથ્યૂની ઉંમર ફક્ત ૨૯ વર્ષ હતી. એટલે તેઓ એક યુવા અને જોશથી ભરેલા અધિકારી હતા. એ દિવસોમાં બ્રિટિશ કંપની 'કૉક્સ એન્ડ કિંગ્સ' ભારતમાં સૌથી મોટી ટ્રાવેલ એજેન્સી હતી. યુવા અવસ્થામાં જ મેથ્યૂને મોટી જવાબદારી સોંપવામાં આવી હતી, જેને એમણે પૂરી નિષ્ઠાથી નિભાવી, પરંતુ મેથ્યૂની જિંદગીમાં એક ખૂબ જ મોટો બદલાવ એ સમયે આવ્યો, જ્યારે તેઓ ભારતની રગ્બી ટીમ માટે રમ્યાં કરતાં હતા. મેથ્યૂને ખેલમાં અત્યંત રુચિ હતી અને રગ્બી એમનો પસંદગીનો ખેલ હતો. રુચિ એટલી વધારે હતી કે, મેથ્યૂએ પોતાના કૌશલના બળ પર રગ્બીની નેશનલ ટીમમાં જગ્યા બનાવી લીધી. મેથ્યૂ અન્ય ખેલાડીઓની સાથે મુંબઈના પ્રસિદ્ધ ફેશન સ્ટ્રીટની સામેવાળા મેદાનમાં અભ્યાસ કર્યા કરતાં હતા. અભ્યાસ કરી રહેલાં ખેલાડીઓનો ખેલ જોવા માટે આસપાસના બાળક ત્યાં જમા થઈ જતાં. આ બાળકોમાં મોટાભાગે ફુટપાથી બાળકો હતા, જેમના રહેવાને કોઈ સ્થાયી ઠેકાણું કે પાકુ ઘર ન હતું. એમની જિંદગી ફુટપાથો પર જ પસાર થતી. આ ફુટપાથી બાળકો દરેક દિવસે રગ્બી ટીમનો અભ્યાસ જોવા આવતા. એમને ખેલાડીઓનો ખેલ જોવામાં ખૂબ મજા આવતી અને તે બાળકો હંમેશાં ખેલાડીઓની હિંમત તાળીઓ વગાડીને કે સીટીઓ વગાડીને વધારતા. બાળકોનું જોશ જોઈને ખેલાડીઓનો પણ ઉત્સાહ વધતો. મેથ્યૂ પણ આ બાળકોના ઉત્સાહથી અછૂતા ન હતા. બાળકોનો જોશ જોઈને મેથ્યૂ એમને પોતાની સાથે રમવા માટે બોલાવવા લાગ્યા. ધીમે-ધીમે બાળક પણ હવે રગ્બી રમવા લાગ્યા હતા. બાળકોને રગ્બી રમવામાં ખૂબ મજા આવવા લાગી હતી. તેઓ સમય પર મેદાનમાં આવી જતાં અને ખૂબ રગ્બી રમતાં. બાળકો મેથ્યૂને ખૂબ પસંદ કરવા લાગ્યા. કારણ સ્પષ્ટ હતું કે, મેથ્યૂએ

બાળકોને રગ્બી રમવાની તક આપી દીધી હતી. તેઓ હવે ફક્ત દર્શક રહી ગયા ન હતા, તેઓ પણ ખેલાડી બની ગયા હતા. રસ્તાઓ અને ફુટપાથો પર જિંદગી પસાર કરવાવાળાઓને હસવા-રમવાની આ સોનેરી તક મળી હતી.

આ જ બધાની વચ્ચે મેથ્યૂએ એક ખૂબ જ મહત્ત્વપૂર્ણ અને રસપ્રદ વાત ધ્યાનમાં લીધી. મેથ્યૂએ જોયું કે રગ્બી રમવાની શરૂઆત કર્યા પછી બાળકોના વર્તનમાં એક સકારાત્મક પરિવર્તન આવ્યું હતું. બાળકોમાં હવે અનુશાસન હતું. બાળકો હવે એક-બીજાથી સારી રીતે વર્તન કરી રહ્યાં હતા. પહેલાં આપસમાં ખૂબ ગાળ-ગલોચ થતી હતી. વર્તન પણ અજીબ-જેવું અને એક પ્રકારથી ગંદું હતું. પરંતુ ધીમે-ધીમે ખેલના મેદાનમાં રમતાં-રમતાં તેઓ બદલાતા જઈ રહ્યાં હતા. તેઓ નેશનલ ટીમના ખેલાડીઓથી ઘણું સારું શીખી ચુક્યા હતા. આ બદલાવે મેથ્યૂના મનમાં એક ક્રાંતિકારી વિચારને જન્મ આપ્યો.

મેથ્યૂએ સપ્તાહના અંતમાં રજાઓના દિવસે એક બસ ભાડા પર લેવાનું શરૂ કર્યું. આ બસમાં તેઓ ઘણાં બધા રમકડાં, મિઠાઈઓ અને બીજા એવા સામાન લાવતાં, જે બાળકોને ખૂબ પસંદ આવતા. આ બસને લઈને મેથ્યૂ ધારાવી અને બીજી ઝૂંપડપટ્ટી વસ્તીઓમાં જતાં અને બાળકોમાં આ સામાન વહેંચતા. મેથ્યૂ કેટલાંક ગરીબ અને ફુટપાથી બાળકોને પોતાની બસમાં પિકનિક પર પણ લઈ જતાં. બાળકો પણ પિકનિકની ખૂબ મજા લેતાં.

એક સમયની રોટલી, સારા કપડાં, રમકડાં માટે તરસતાં બાળકો માટે મેથ્યૂની બસની આતુરતાથી રાહ જોવાતી. આ બસ-સેવાને કારણે મેથ્યૂ ગરીબ અને ફુટપાથી બાળકોના હીરો બની ગયા હતા. આ જ બસ આગળ ચાલીને 'મેજિક બસ' નામથી મોટા મહત્ત્વપૂર્ણ કાર્યક્રમનો આધાર બની.

પરંતુ થોડાં દિવસો પછી મેથ્યૂને અહેસાસ થયો કે, અઠવાડિયામાં જ્યારે તે બસ લઈને બાળકોની વચ્ચે જાય છે, ત્યારે જ બાળકો ખુશ રહે છે. બાકી બધા દિવસે એમની જિંદગી એક-સમાન જેવી હોય છે. રોટલી માટે એમને દર-દર ભટકવું પડે છે. રાત્રે સૂવા માટે એમની પાસે કોઈ ઘર કે મકાન નહોતું. રમવા માટે રમકડાં ન હતા. ગુજારો રસ્તા કે ફુટપાથ પર જ કરવો પડે છે. કેટલીય વાર તો આ બાળકો શરારતી તત્વો અને બદમાશોના હાથો શોષણના શિકાર પણ થાય છે.

તેથી મેથ્યૂએ નક્કી કરી લીધું કે, કંઈક એવું કરવામાં આવે, જેનાથી આ બાળકોની સમસ્યાનું સ્થાયી સમાધાન નિકળે. આ બાળકો પણ ભણી-ગણીને

આગળ વધે. સારી નોકરી કરે, સારા ઘરમાં રહે. અલગ-અલગ કૉર્પોરેટ કંપનીઓમાં પોતાના મિત્રોની મદદથી મેથ્યૂએ ફૂટપાથ અને ઝૂંપડપટ્ટી વસ્તીઓમાં રહેવાવાળા કેટલાંક બાળકોને આ કંપનીઓની ઑફિસોમાં નોકરી અપાવાઈ. પરંતુ આ બાળકોમાં અનુશાસન, શિષ્ટાચાર અને કાર્ય-કૌશલની કમીને કારણે તેઓ વધારે દિવસ સુધી આ કંપનીઓમાં ના ટકી શકી.

આ કટુ અનુભવે મેથ્યૂને એક નવો પાઠ ભણાવ્યો. મેથ્યૂએ હવે નવેસરથી ફૂટપાથ અને ઝૂંપડપટ્ટી વસ્તીઓમાં રહેવાવાળા બાળકોના વિકાસ અને ઉત્થાન માટે કામ કરવાનું નક્કી કરી લીધું. મેથ્યૂએ પોતાના જૂના અનુભવના આધાર પર બાળકોના ભણતર માટે ખેલ-કૂદનો સહારો લેવાનો નિર્ણય કર્યો. ૧૯૯૯માં મેથ્યૂએ પોતાના એનજીઓ 'મેજિક બસ'ની ઔપચારિક રૂપથી શરૂઆત કરી.

૨૦૦૧માં મેથ્યૂએ બાળકોની સેવાના પોતાના કામને તેજીથી આગળ વધારવા માટે પોતાની નોકરી છોડી દીધી અને પોતાની પરિયોજના 'મેજિક બસ' પર પૂરું ધ્યાન આપવાનું શરૂ કર્યું.

મેથ્યૂએ સૌથી પહેલાં એ સુનિશ્ચિત કર્યું કે, સરકારી સ્કૂલોમાં દાખલો લેવાવાળા બાળકો દરેક સ્થિતિમાં સ્કૂલ જાય અને કોઈપણ હાલમાં પોતાનો અભ્યાસ વચ્ચેથી ના છોડે. એના માટે મેથ્યૂએ સરકારી સ્કૂલોના પાઠ્યક્રમમાં ખેલ-કૂદને ખૂબ જ મહત્ત્વ આપ્યું. મેથ્યૂએ બાળકો માટે 'શિક્ષા-નેતૃત્વ-કમાણી'ની કડી બનાવવાવાળા પાઠ્યક્રમને તૈયાર કર્યો. મેથ્યૂનો નારો હતો 'એક સમય પર એક કામ'. બાળકોનાં ઉત્તમ જીવન માટે મેથ્યૂએ એમનામાં શિક્ષા પ્રતિ જાગૃકતા લાવવા સિવાય એમને હુનર શીખવાની પણ તક પ્રદાન કરી. પ્રયત્ન હતો કો, બાળકો એટલું ભણી-ગણી લે અને શીખી લે કે, એમને એક સારી નોકરી મળી જાય અને તેઓ પૂરી રીતે આત્મનિર્ભર બને, જેથી એમને સમાજમાં સન્માન મળે.

પ્રયત્ન સફળ થયો. મેથ્યૂનો બનાવેલો પાઠ્યક્રમ હવે સ્કૂલો માટે સફળતાનો નવો મંત્ર હતા.

મેજિક બસનાકાર્યક્રમોને કારણે બાળકોની સ્કૂલોમાં ઉપસ્થિતિ ૮૦ ટકાથી વધીને ૯૫.૭ ટકા થઈ ગઈ. ૯૮.૯૫ ટકા પ્રૌઢ છોકરીઓ સ્કૂલનો અભ્યાસ કરી રહી હતી.

'મેજિક બસ' કાર્યક્રમને કારણે એક જ સમયે ફૂટપાથ અને ઝૂંપડપટ્ટીઓમાં રહેવાવાળા હજારો બાળકો આજે મોટા થઈને સારી-સારી નોકરીઓ

કરી રહ્યાં છે.

'મેજિક બસ' કાર્યક્રમ દેશના ૧૯ રાજ્યોમાં લાગૂ છે અને એનાથી અત્યાર સુધી લગભગ ૩ લાખ બાળકો લાભ મેળવી ચુક્યા છે. 'મેજિક બસ'ની સફળતામાં મોટો હાથ એ સ્વયંસેવી યુવકોનો છે, જે સતત મહેનત કરતાં રહે છે. દેશમાં આજે કેટલાય રાજ્યોમાં સરકારો ગરીબ અને જરૂરતમંદ બાળકોની મદદ માટે મેજિક બસનો જ સહારો લઈ રહી છે.

'મેજિક બસ' કાર્યક્રમની મદદ કરવા માટે કેટલીય મોટી કૉર્પોરેટ કંપનીઓ આગળ આવી છે. તાજેતરમાં જ મેજિક બસને 'લૉરેન્સ વિશ્વ ખેલ પુરસ્કાર'થી સન્માનિત કરવામાં આવી. ૧૩ વર્ષ પહેલાં શરૂ કરવામાં આવેલા મેજિક બસ ક્રાયક્રમનું લક્ષ્ય ૨૦૧૬ સુધી ૧૦ લાખ બાળકોને પોતાની છત્રછાયામાં લેવાનું છે. લૉરેન્સ ફાઉન્ડેશન શરૂથી જ મેજિક બસને પ્રાયોજિત કરી રહ્યું છે.

જિંદગી અને સમય, સૌથી મોટા અધ્યાપક

'જિંદગી અને સમય, વિશ્વના બે સૌથી મોટા અધ્યાપક છે.
જિંદગી આપણને સમયનો જ સાચો ઉપયોગ કરવાનું શીખવાડે છે,
જ્યારે કે સમય આપણને જિંદગીની ઉપયોગિતા બતાવે છે.'

- ડૉ. અબ્દુલ કલામ

સમય, સફળતાની ચાવી છે. સમયનું ચક્ર પોતાની ગતિથી ચાલી રહ્યું છે અથવા એમ કહો કે ભાગી રહ્યું છે. હમેશાં અહીં-તહીં, ક્યાંક ને ક્યાંક, કોઈને કોઈને સાંભળવા મળે છે કે, શું કરીએ સમય જ નથી મળતો. હકીકતમાં આપણે નિરંતર ગતિમાન સમયની સાથે પગથી પગ મિલાવીને ચાલી જ નથી શકતા અને પાછળ રહી જઈએ છીએ. સમય જેવી મૂલ્યવાન સંપદાનો ભંડાર હોવા છતાં પણ આપણે હંમેશાં એની કમીના રોદણાં રોતાં રહીએ છીએ, કેમ કે આપણે આ અમૂલ્ય સમયને સમજ્યા વગર ખર્ચ કરી દઈએ છીએ.

વિકાસના માર્ગમાં સમયની બરબાદી જ સૌથી મોટો શત્રુ છે. એક વાર હાથથી નિકળેલો સમય ક્યારેય પાછો નથી આવતો. આપણો બહુમૂલ્ય વર્તમાન ક્રમશઃ ભૂત બની જાય છે, જે ક્યારેય પાછો નથી. જો એ જ સમયમાં પોતાની સંતુષ્ટિવાળું કામ કરવામાં આવે, તો કેટલીય વાર બીજાઓને પણ રસ્તો બતાવી શકાય છે. જેમ અમીરા શાહે નાની ઉંમરમાં કેટલાય લોકોને બતાવ્યો. અમીરાની વાત કરવાથી પહેલાં એમના પિતા ડૉક્ટર સુશીલ શાહને જાણીએ, જેમણે ૧૯૮૦માં મેડિકલ કૉલેજથી ગ્રેજ્યુએશન કર્યું, પરંતુ તેઓ દેશની અપર્યાપ્ત સ્વાસ્થ્ય સેવાઓથી સંતુષ્ટ ન હતા. એમણે નક્કી કરી લીધું કે, તેઓ પોતાના દર્દીઓની સારવાર નવી તકનીકના સહારે કરશે, જે બજારમાં

સપના જે સુવા ના દે

ઉપલબ્ધ હશે. એના માટે એમણે અમેરિકા ગયા જેથી ત્યાં જઈને ફેલોશિપની સાથે વિભિન્ન રીતો અને પ્રક્રિયાઓને અભ્યાસના માધ્યમથી સમજી શકે. જ્યારે તેઓ પાછા ફર્યા, તો એમણે પેથોલૉજી લેબોરેટરીની સ્થાપના કરી અને એનું નામ રાખ્યું 'ડૉ. સુશીલ શાહ લેબોરેટરી' આ કામ એમણે પોતાની ગેરાજથી શરૂ કર્યું અને રસોઈઘરને એમણે ક્લિનિક તરીકે ઉપયોગ કર્યો.

આજના સમયમાં આપણે ભલે જ થાઈરૉઇડ પરીક્ષણ, ફર્ટિલિટી પરીક્ષણ અને વિભિન્ન હૉર્મોનલ પરીક્ષણ વિશે જાણી ગયા હોઈએ, પરંતુ ૮૦ના દશકમાં લોકોને એમની ઓછી જાણકારી હતી. તેઓ પ્રથમ વ્યક્તિ હતા, જેમણે આ પ્રકારના પરીક્ષણને શરૂ કર્યો. એમણે આ કામની શરૂઆત ખૂબ જ નાના સ્તરથી કરી અને પોતાનું ધ્યાન પોતાની સેવાઓને આપવામાં લગાવ્યું. આજે એમના આ કામને એમની ૩૫ વર્ષની બેટી અમીરા સંભાળી રહી છે. વૈશ્વિક સ્તર પર ઓળખ બનાવી ચુકેલી એમની કંપની, જે એક પેથોલૉજી લેબોરેટરીથી શરૂ થઈ હતી, આજે ૨૦૦૦ કરોડ રૂપિયાની કંપની બની ચુકી છે. અમીરા જ્યારે ૨૧ વર્ષની હતી; તો એને ખબર ન હતી કે, એમને આગળ જિંદગી કેવી રીતે વિતાવવાની છે, તે અનુભવહીન હતી.

અમીરાએ ન્યૂયૉર્કમાં 'ગોલ્ડમેન સૉક્સ' માટે કામ કર્યું. જો કે, આ પ્રતિષ્ઠિત જગ્યા હતી, એના મિત્ર પણ એમની આ સિદ્ધિથી ઈર્ષ્યા કરવા લાગ્યા હતા, પરંતુ એમને આ કામમાં મજા આવી રહી ન હતી. જો કે, ન્યૂયૉર્કમાં રહેવું એમને પસંદ આવી રહ્યું હતું, પરંતુ નાણાંકીય સેવાઓવાળું આ ક્ષેત્ર કદાચ એમના માટે હતું જ નહીં. આથી, એમણએ સમજ્યા-વિચાર્યા વગર પોતાની નોકરીથી રાજીનામુ આપી દીધું. એના પછી એમણે એક સ્ટાર્ટઅપ પર કામ શરૂ કરી દીધું, જેમાં ફક્ત પાંચ કર્મચારી હતા. અહીંયા એમણે કેટલાય પ્રકારના અનુભવ પ્રાપ્ત કર્યા. ધીમે-ધીમે અમીરાનું વલણ કોઈ સાર્થક કામ કરવા માટે થવા લાગ્યું. આ બધા છતાં અમીરા સંતુષ્ટ ન હતી, ત્યારે એમણે પોતાના પિતાથી સલાહ લેવાનો નિર્ણય કર્યો.

જ્યારે અમીરાએ પોતાના પિતાથી વાત કરી, તો એમણે એમનાથી એક સવાલ કર્યો કે, તે શું બનવા ઇચ્છે છે એક સારી પ્રબંધક કે પછી એક ઉદ્યમી. જેનો અમીરાની પાસે કોઈ જવાબ ન હતો, કેમ કે તે જાણતી ન હતી કે બંનેમાં શું અંતર છે. એના પછી એમના પિતાએ સમજાવ્યું કે, જો એમને સુંદર કારકિર્દી, પ્રતિષ્ઠા અને પૈસા જોઈએ, તો એમણે અમેરિકામાં જ રહેવું જોઈએ; કેમ કે ત્યાં

પર આ વસ્તુઓ માટે ઉત્તમ તકો છે, પરંતુ જો તેઓ પોતાની છાપ બીજાઓ પર છોડવા ઇચ્છે છે અને એમનું દિલ તેમજ દિમાગ બંને કંપની માટે ધડકે છે, જ્યાં પર ફક્ત કામ જ મહત્ત્વ રાખે છે, તો એમને ઉદ્યમી બનવું જોઈએ. એના માટે એમણે ભારત પાછા આવવું જોઈએ. અમીરાએ પોતાના પિતાની વાત સાંભળી અને ઉદ્યમી બનવાની ઇચ્છામાં વર્ષ ૨૦૦૧માં ભારત પાછી આવી.

અમીરા ભારત તો પાછી આવી હતી, પરંતુ એમને એ નિર્ણય વિવાદિત લાગવા લાગ્યો હતો. કેમ કે એ સમયે ભારતને ઉભરતું બજાર માનવામાં આવી રહ્યું ન હતું, ઉદ્યોગ નહીં બરાબર હતો, આ એના માટે સાંસ્કૃતિક ધક્કો પણ હતો. કેમ કે એમણે ક્યારેય પણ ભારતમાં કામ કર્યું ન હતું. એમના પિતાની પેથોલૉજી લેબોરેટરીમાં થવાવાળા કોઈ પણ નિર્ણય એમના પિતા લેતાં અથવા પછી એમનો કોઈ વિશ્વાસપાત્ર લેતો હતો. બધી વસ્તુઓ કેન્દ્રિત હતી. જ્યાં પર કોઈ કૉમ્પ્યૂટર, ઈમેલ સિસ્ટમ જેવી કેટલીય વસ્તુઓ ન હતી. અહીંયા પર ફક્ત એક માણસ બેસતો, જે ફોન પર બધાના જવાબ આપતો હતો. ત્યારે જ અમીરાને લાગી ગયું હતું કે, આ પ્રકારે વિસ્તાર નથી થઈ શકતો. કોઈ એક વ્યક્તિ જ એકલો બધા નિર્ણય નથી લઈ શકતો. ત્યારે ત્યાં કોઈ વ્યવસ્થા ન હતી અને બધું મનમાની રીતથી ચાલી રહ્યું હતું.

ડૉ. સુશીલ શાહ લેબોરેટરીને દક્ષિણ મુંબઈમાં ૧૫૦૦ વર્ગ ફીટમાં ચલાવી રહ્યાં હતા. જ્યાં પર એના નક્કી ગ્રાહક હતા અને એની પોતાની એક પ્રતિષ્ઠા પણ હતી. દક્ષિણ મુંબઈમાં આ એકલી લેબોરેટરી હતી. અમીરાના પિતા ઇચ્છતા હતા કે, પૂરા ભારતમાં તેઓ પોતાની લેબોરેટરીની એક શ્રૃંખલા બનાવે, પરંતુ એમને જમીનીસ્તર પર કેવી રીતે કરવામાં આવે, તે જાણતા ન હતા. ત્યારે અમીરાએ આ કામમાં બદલાવ લાવવાનો નિર્ણય કર્યો. બધાથી પહેલાં એમણે નક્કી કર્યું કે, તેઓ પોતાના પિતાના આ કારોબારને કંપનીના ઢર્રા પર ચલાવશે. એના માટે એમણે નવી પ્રતિભા, નવા વિભાગ અને ડિઝિટલ સંચારના સાધનોનાં ઉપયોગ વિશે વિચાર્યું. જો કે, આ બધું અમીરા માટે નવું ન હતું, પરંતુ આ બધા બદલાવ માટે એમના પિતાની સંમતિ જરૂરી હતી. એના માટે એમણે સૌથી પહેલાં ગ્રાહક સેવા કેન્દ્રમાં કામ કરવાનું શરૂ કર્યું, જ્યાં પર એમણે દર્દીઓની મુશ્કેલીઓને સમજી, દરેક દિવસે અલગ-અલગ મુદ્દાઓનો સામનો કરવાનું શીખ્યું. એની સાથે-સાથે એમણે

ધીમે-ધીમે પોતાના વિચારોને હકીકતમાં બદલવાનું કામ પણ જારી રાખ્યું, કેમ કે એક તરફ તે જમીની હકીકતથી રૂબરૂ થઈ રહી હતી, તો બીજી તરફ એ જરૂરિયાતોને પૂરી કરવાના રસ્તાની શોધ કરી રહી હતી. સમયની સાથે અમીરા પોતાના કામને લઈને ખૂબ જ ગંભીર થઈ ગઈ અને એમણે નક્કી કર્યું કે, વિકાસ માટે હવે ગંભીરતાથી પ્રયાસ કરવા પડશે. દક્ષિણ મુંબઈમાં ૨૫ વર્ષો દરમિયાન એમના પિતાએ લેબોરેટરીના ક્ષેત્રમાં પોતાની એક પ્રતિષ્ઠા બનાવી હતી. આ લોકોને ખબર હતી કે, શહેરમાં અન્ય પણ બીજી કેટલીય પ્રસિદ્ધ લેબોરેટરી છે, આથી એમણે સૌથી પહેલાં પોતાની લેબોરેટરી 'ડૉ. સુશીલ શાહ લેબોરેટરી'નું નામ બદલીને 'મેટ્રોપોલિસ' રાખ્યું. કેમ કે કેટલીય બહુરાષ્ટ્રીય કંપનીઓ આ ક્ષેત્રમાં ઉતરી ગઈ હતી. જેના પછી અમીરાની કંપનીએ એવી લેબોરેટરીની શોધ શરૂ કરી દીધી, જે એમની સાથે કામ કરી શકે અને તે એને મેટ્રોપોલિસના નામથી ચલાવે. વર્ષ ૨૦૦૪માં એમની શોધ પૂરી થઈ અને બધાથી પહેલાં એમણે ચેન્નઈની એક લેબોરેટરીની સાથે એવો કરાર કર્યો. ડૉ.શ્રીનિવાસન એમના નક્કી કરેલા માનદંડ પર યોગ્ય બેસતા હતા. એના પછી સિલસિલો ચાલી નિકળ્યો અને આજે મેટ્રોપોલિસે ૨૫ એવી ભાગીદારીઓ કરી છે.

મેટ્રોપોલિસે સૌથી પહેલાં વર્ષ ૨૦૦૬માં રોકાણ પ્રાપ્ત કર્યું. આ રોકાણ આઈસીઆઈસીઆઈએ કર્યું હતું. એના પછી ૨૦૧૦માં અમેરિકી કંપનીઓએ મેટ્રોપોલિસમાં મોટું રોકાણ કર્યું. અમીરા પ્રમાણે એમને પૈસાની સખત જરૂર હતી, કેમ કે એમને બીજી કંપનીઓના શેરોનું અધિગ્રહમ કરવાનું હતું, જે કરજ એકઠ્ઠો કરી શકવાનું શક્ય ન હતું, અમીરા પ્રમાણે તે કોઈ કારોબારી પરિવારથી સંબંધ રાખતી ન હતી, જેમની પાસે રોકાણ માટે ખૂબ પૈસા હોય. આ લોકોએ પોતાના નફાને રોકાણમાં લગાવ્યો, જેથી એમની લેબોરેટરીનો કારોબાર એમ જ આગળ વધતો રહે. આ આજના સમયમાં સ્ટાર્ટઅપની જેમ ન હતો,કે કંપનીની આવક બે કરોડની છે, જ્યારે તે ખર્ચ ૧૦૦ કરોડ રૂપિયા કરી રહી છે. આ લોકોએ ફક્ત પોતાના પૈસાનો જ ઉપયોગ કર્યો. મેટ્રોપોલિસે તાજેતરમાં જ વારબર્ગ પિંક્સમાં ભાગીદારી પ્રાપ્ત કરી છે.

હકીકતમાં મેટ્રોપોલિસની અભૂતપૂર્વ વૃદ્ધિનો પાયો વર્ષ ૨૦૦૬થી પહેલાં બની ચુક્યો હતો. વર્ષ ૨૦૦૨માં કંપનીની આવક ફક્ત એક લેબથી ૭ કરોડ

રૂપિયા હતી, એ સમયે એ લેબમાં ૪૦ થી ૫૦ લોકો કામ કરતાં હતા, પરંતુ પાછલા ૧૩ વર્ષોની સફર દરમિયાન મેટ્રોપોલિસના ૮૦૦ સેન્ટર અને ૧૨૫ લેબોરેટરી સાત દેશોમાં છે. કંપનીની વેલ્યૂ ૨૦૦૦ કરોડ રૂપિયાથી વધારેની થઈ ગગઈ છે, જ્યારે કંપનીની વાર્ષિક આવક ૫૦૦ કરોડ રૂપિયા છે. આજે મેટ્રોપોલિસનો કારોબાર મુંબઈ, ચેન્નઈ અને કેરલમાં મુખ્ય રૂપથી ચાલી રહ્યો છે. એના સિવાય શ્રીલંકામાં વર્ષ ૨૦૦૫થી, મધ્ય પૂર્વ ઍશિયામાં વર્ષ ૨૦૦૬થી અને આફ્રીકામાં વર્ષ ૨૦૦૭થી પોતાના કાને અંજામ આપી રહી છે.

અમીરા કહે છે, કેમ કે તે શરૂથી કંપનીની સાથે છે, આથી એના વિકાસની સાથે-સાથે એમનો પણ વિકાસ થયો છે. એમની લીડરશિપ સ્ટાઈલને ઍન રૉડની પુસ્તક 'ઍટલસ શ્રગ્ડ'એ વધારે પ્રેરિત કરી છે. એમને બધી પુસ્તકોમાં માનવ ક્ષમતાના સંદેશને અત્યંત રસપ્રદ ઢંગથી ચિત્રિત કરવામાં આવ્યો છે. 'આ સંદેશ બાળપણથી જ મને પ્રેરિત કરતો રહ્યો છે અને મને માણસની ક્ષમતાઓનો અહેસાસ કરાવતો રહ્યો છે.'

અમીરા પ્રમાણે મેટ્રોપોલિસની સાથે કામ કરીને એમને કેટલાય પ્રકારના અનુભવ પ્રાપ્ત થયા છે, કેમ કે જેટલાં પણ દેશોમાં એમનો કારોબાર છે, ત્યાં અલગ અને કશું હટીને કામ કરવાનું હોય છે. શ્રીલંકા ખૂબ આરામદાયક જગ્યા છે, અહીંયા પર ભારતની જેમ કેટલીય સાર્વજનિક રજાઓ હોય છે પરંતુ મધ્ય પૂર્વનું બજાર છબિ પર ધ્યાન કેન્દ્રિત રાખે છે અને ત્યાં પર કામ કરવાનું વાતાવરણ કૉર્પોરેટ જગતથી હળતું-મળતું છે, જ્યારે કે દક્ષિણ આફ્રીકાનું વાતાવરણ ખૂબ જ પ્રોફેશનલ છે. ત્યાં પર લોકો ફક્ત ૯-૫ની વચ્ચે કામ કરે છે. સતત સફળતાની સીડીઓ ચઢતી મેટ્રોપોલિસને કેટલીય નિરાશાજનક વિફળતાઓનો પણ સામનો કરવો પડ્યો છે. અમીરા પ્રમાણે મોટાભાગે ભાગીદારી સફળ થઈ છે, જ્યારે કે કેટલાંકમાં એમને નિષ્ફળતા પણ મળી છે. આ જ નિષ્ફળતાને જોતાં તેઓ પોતાના કામમાં બદલાવ લાવતી રહી છે જેથી ફરીથી એ સ્થિતિનો સામનો ના કરવો પડે.

નવી પેઢીના સી.ઈ.ઓ.ના કૌશલ તેમજ ગુણો વિશે વાત કરતાં અમીરા કહે છે- 'નવી પેઢીના સી.ઈ.ઓ.ને ઉચ્ચ સ્તરના દૃઢનિશ્ચયી બનવું જોઈએ. આજના અત્યધિક પ્રતિસ્પર્ધા તથા જટિલતાઓના યુગમાં તો આ ખાસ રીતે જરૂરી છે. આજકાલના લીડર ફક્ત ઢળાવો-વલણોનું પાલન કરવાનું જોખમ

ઉઠાવી શકતા ન હતા, બલ્કે એમને ખુદને ભીડથી અલગ દર્શાવવાના કાબેલ થવું પડશે. એમને કશું નવું કરવાથી ગભરાવું ના જોઈએ. આગળ વધવા તથા પોતાનું નામ સ્થાપિત કરવા માટે એમને બધાથી આગળ ઊભા થઈને નેતૃત્વ કરવું પડશે. સાથે જ એમને મજબૂત ટીમ તૈયાર કરવા તથા એના સદસ્યોને પ્રોત્સાહિત કરવાને કાબિલ પણ બનવું પડશે. એક અન્ય ખાસ વાત કે, એમને ખુદને ટેક સેવી પણ બનાવવા પડશે.'

સ્વાસ્થ્ય સેવાનું ક્ષેત્ર વધારે જૂનું છે અને એમાં પુરુષોનો એકાધિકાર છે. એક યુવા મહિલા હોવાના સંબંધે લોકોનું અમીરાને ગંભીરતાથી લેવી એક મુશ્કેલ બાધાની સમાનવાત હતી, જ્યારે કે એમની પાસે મેડિકલનો કોઈ અનુભવ ન હતો. મહિલા બૉસ હોવાને કારણે અમીરાને કેટલીય વાર ભયાવહ ઘટનાઓનો સામનો કરવો પડ્યો. અમીરા પ્રમાણે - 'કાર્યક્ષેત્રમાં મહિલાઓને હંમેશાં પોતાના લિંગની લડાઈ લડવી પડે છે અને જો કોઈ મહિલા ઉદ્યમી હોય, તો એના માટે આ અલગ મામલો હોય છે. એક મહિલા હોવાના સંબંધે તમે એક ઉદ્યોગને ઊભો કર્યો હોય છે, જ્યાં પર સંસ્કૃતિ અને હાલાત અલગ હોય છે. જ્યાં પર તમારે પોતાની બ્રાંડ બનાવવાની હોય છે, એના માટે તમારે ખુદ બહાર નિકળવું પડે છે અને પોતાની વાર્તા વેચવાની હોય છે. આ કામનો વધારે કઠિન હિસ્સો હોય છે અને અહીં પર ભેદભાવ સામે નજરે પડે છે.'

અમીરા પ્રમાણે મોટાભાગના લોકો એમના અનુભવને જોઈને એમની સાથે વાતચીત કરે છે, તો અસહજ મહેસૂસ કરે છે. જો કે, આ એમની ભૂલ નથી, કેમ કે પુરુષોને બાળપણથી જ એ જ શીખવવામાં આવે છે કે, કોઈ મહિલા ફક્ત બે જ વસ્તુઓને કાબેલ છે કાં તો તે માં બની શકે છે અથવા પછી કોઈની પત્ની, પરંતુ કાર્યક્ષેત્રમાં એની કોઈ જગ્યા નથી હોતી આથી મહિલાઓને કેટલાય પુરુષ પોતાની સમાન નથી જોઈ શકતા. તેમ છતાં અમીરાનું માનવું છે કે, કોઈપણ મહિલાને પોતાની તાકાતનો અહેસાસ હોવો જોઈએ અને એવી સ્થિતિથી નિપટવાનું આવડવું જોઈએ.

ભવિષ્ય વિશે અમીરાનું કહેવું છે કે, મેટ્રોપોલિસે છેલ્લાં ૨-૩ વર્ષો દરમિયાન પોતાના કર્મચારીઓ, આધારભૂત સુવિધાઓ, વિતરણ, નેટવર્ક અને સેલ્સમાં રોકાણ કર્યું છે. જેના પછી હવે એમને આશા છે કે, એનું પરિણામ જલ્દી જ સામે આવશે. એમના પ્રમાણે ગ્રાહકોનું વલણ પણ પહેલાંથી

બદલાયું છે, એમની વિચારસરણી બદલાઈ છે અને તેઓ ઇચ્છે છે કે, પોતાના કારોબારને પ્રોફેશનલ રીતથી ચલાવે, જેથી ભવિષ્યની જરૂરિયાતોને જોતાં કારોબારમાં પણ બદલાવ લાવી શકાય. હવે તેઓ મેટ્રોપોલિસને બીજા દેશોમાં પણ લઈ જવાનો ઇરાદો રાખે છે. કર્મચારીઓને સલાહ આપતા તે કહે છે- 'એ જરૂરી છે કે, આપણે પોતાના કામના વાતાવરણની સાથે-સાથે ખુદ વિશે પણ જાગૃત્ત રહીએ. ખુદ વિશે જાગૃત્ત થવું એક નિરંતર ચાલવાવાળી પ્રક્રિયા છે. નિયમિત રૂપથી શીખતા રહેવાની ક્ષમતા વ્યક્તિને કુદરતી રૂપથી સફળતાના પથ પર અગ્રેસર રાખે છે. આ પ્રકારની શીખ આપણને પોતાની કંપની તથા ઇન્ડસ્ટ્રીના હિતમાં કાર્ય કરવા માટે પ્રેરિત કરે છે.'

અમીરાનું માનવું છે કે, વિફળતા માણસને યોગ્ય બનાવે છે. છેલ્લાં ૧૪ વર્ષ દરમિયાન ઉતાર-ચઢાવને જોયા પછી અમીરાની સલાહ છે કે, તમારે પોતાની સીમાઓને સતત વધારવી જોઈએ. આ માનવ પ્રકૃતિ છે કે, તે આરામ ઇચ્છે છે અને એની સાથે જ જીવવા ઇચ્છે છે. અનિશ્ચિતતાથી માણસને નફરત હોય છે, પરંતુ આવી સ્થિતમાં જ માણસ પોતાનો મુકામ બનાવી શકે છે આથી, પોતાની સીમાઓને સતત વધારતાં રહેવું જરૂરી છે.

પ્રામાણિક, મહેનતી મેળવે છે ઈશ્વરથી વિશેષ સન્માન

'જે લોકો જવાબદાર, સરળ, પ્રામાણિક તેમજ મહેનતી હોય છે, એમને ઈશ્વર દ્વારા વિશેષ સન્માન મળે છે, કેમ કે તે આ ધરતી પર એની શ્રેષ્ઠ રચના છે.'

- ડૉ. અબ્દુલ કલામ

ડૉ. કલામના આ વિચાર પર આધારિત છે, 'ઢોંસાના ડૉક્ટર' પ્રેમ ગણપતિના જીવનની વાર્તા. સરળ અને પ્રામાણિક પ્રેમ ગણપતિ આજે જે મુકામ પર છે, એની પાછળ એમની મહેનત છે.

આમ તો ઢોંસા એક દક્ષિણ ભારતીય પકવાન છે, પરંતુ આજકાલ ભારતના અન્ય હિસ્સાઓમાં જ નહીં, બલ્કે દુનિયાભરમાં બનાવવામાં અને ખાવામાં આવી રહ્યાં છે. ઢોંસાનો સ્વાદ હવે દુનિયાભરમાં પ્રસિદ્ધ છે. મહત્ત્વપૂર્ણવાત એ છે કે, ઢોંસાની સાથે સફળતાની એક એવી વાર્તા જોડાઈ ગઈ છે, જેનાથી આવવાવાળા કેટલાય વર્ષો સુધી લોકો મહેનત અને સંઘર્ષના મહત્ત્વને સમજતાં રહેશે. આ વાર્તા છે 'ઢોંસાના ડૉક્ટર'ના નામથી ઓળખાતાં 'ઢોંસા પ્લાઝા'ના માલિક અને સંસ્થાપક પ્રેમ ગણપતિની. 'ઢોંસા પ્લાઝા' રેસ્ટોરાંની એક મોટી શ્રૃંખલાનું નામ છે. ભારતભરમાં 'ઢોંસા પ્લાઝા'ના કેટલાય આઉટલેટ્સ છે અને આ આઉટલેટમાં રોજ હજારો લોકો ઢોંસા અને બીજા સ્વાદિષ્ટ પકવાનોની મજા લઈ રહ્યાં છે. આ જ 'ઢોંસા પ્લાઝા'થી જોડાયેલી સંઘર્ષની એક અનોખી વાર્તા છે પ્રેમ ગણપતિની.

'ઢોંસા પ્લાઝા'ના આઉટલેટ્સમાં પકવાન વેચીને દરરોજ લાખો રૂપિયા કમાઈ રહેલા એના માલિક પ્રેમ ગણપતિ એક સમયે મુંબઈમાં એક બેકરીમાં વાસણ સાફ કર્યા કરતાં હતા. જે મહાનગરમાં મોટી નોકરી મેળવવાનું સપનું જોઈને પોતાના ગામથી આવ્યા હતા, ત્યાં પહેલાં જ દિવસે એમની સાથે વિશ્વાસઘાત થયો હતો, પરંતુ કોઈ પ્રકારે ખુદને સંભાળીને પ્રેમ ગણપતિએ એક અજાણ શહેરમાં જે સંઘર્ષ કર્યો, એને આજે ઉદાહરણ તરીકે રજૂ કરવામાં આવી રહ્યો છે.

પકવાનોના માધ્યમથી જ કરોડો રૂપિયાનો કારોબાર કરી રહેલાં પ્રેમ ગણપતિનો જન્મ તમિલનાડુના ટુટિકોરિન જિલ્લાના નાગલાપુરમ ગામમાં થયો. પ્રેમનો પરિવાર મોટો છે. એના છ ભાઈ અને એક બહેન છે. પિતા લોકોને યોગ અને કસરત કરવાનું શીખવાડતાં હતા, થોડી ખેતીવાડી પણ થઈ જતી હતી, પરંતુ અચાનક ખેતીવાડીમાં નુકસાન થઈ જવાને કારણે હાલાત બગડી ગયા. ઘરમાં બે ટાઈમની રોટલી એકઠી કરવા માટે પણ મુશ્કેલી થવા લાગી. એ જ સમયે પ્રેમ ગણપતિએ નિર્ણય કરી લીધો કે, તે ૧૦મા ધોરણ પછી અભ્યાસ નહીં કરે અને ઘર ચલાવવામાં પિતાની મદદ કરવા માટે નોકરી કરશે. પ્રેમે થોડાં દિવસો માટે પોતાના ગામમાં જ નાની-મોટી નોકરીઓ કરી, પરંતુ એને અહેસાસ થઈ ગયો કે, ગામમાં જરૂરિયાત અને મહેનત પ્રમાણે કમાણી નહીં થાય. એણે મહાનગર ચેન્નઈ જઈને નોકરી કરવાનો નિર્ણય કર્યો. ચેન્નઈમાં પણ પ્રેમને નાની નોકરીઓ જ મળી. આ નોકરીઓથી જરૂરિયાતો પૂરી થવાનું નામ લઈ રહી ન હતી. એ દિવસોમાં જ્યારે પ્રેમ સારી આવકવાળી મોટી નોકરીની શોધમાં હતો, ત્યારે એના પરિચિતે એને મુંબઈ લઈ જઈને સારી નોકરી અપાવવાનું વચન આપ્યું. વચન હતું કે, તે મુંબઈમાં પ્રેમને ૧૨૦૦ રૂપિયાની નોકરી અપાવશે. એ સમયે ૧૨૦૦ રૂપિયા પ્રેમ માટે મોટી રકમ હતી. એને પોતાના આ પરિચિત પર વિશ્વાસ હતો, તે એની સાથે ચેન્નઈ છોડીને મુંબઈ જવા માટે રાજી થઈ ગયો.

પરિચિતની સાથે પ્રેમ ચેન્નઈથી મુંબઈ માટે રવાના થયો. પરિચિત પ્રેમને ટ્રેન દ્વારા ચેન્નઈથી મુંબઈ લાવ્યો. બંને પહેલાં વીટી (એ સમયે વિક્ટોરિયા ટર્મિનલ કહેવામાં આવવાવાળું અત્યારનું છત્રપતિ શિવાજી ટર્મિનલ) પર ઉતર્યાં. એના પછી પરિચિતે પ્રેમને મુંબઈની લોકલ ટ્રેન પર ચઢાવ્યો. આ લોકલ ટ્રેનની સફરમાં જ તે પરિચિત પ્રેમને દગો આપીને રફૂચક્કર થઈ ગયો. પરિચિતે પ્રેમને ખાલી હાથે છોડી દીધો હતો. પ્રેમની પાસે જે કંઈ રૂપિયા હતા,

એમને પણ લઈને તે ગાયબ થઈ ગયો. પરિચિતનો આ વિશ્વાસઘાત અને છેતરપિંડીએ પ્રેમને હલાવીને રાખી દીધો. અજાણ શહેર, તે પણ મહાનગરમાં તે એકલો પડી ગયો. એની સમજમાં આવી રહ્યું ન હતું કે, આખરે કરે તો શું કરે. ખિસ્સુ ખાલી હતું, ઉપરથી એને તમિલ સિવાય અન્ય કોઈ ભાષા આવડતી ન હતી. મુંબઈમાં પ્રેમનું કોઈ અન્ય પરિચિત ન હતું. તે હિન્દી, મરાઠી, અંગ્રેજી ત્રણેય ભાષામાંથી કોઈ ભાષા જાણતો ન હતો. તે લોકોથી વાત કરવાની હાલતમાં ન હતો.

જ્યાર તે બાંદ્રા સ્ટેશન પર લોકલ ટ્રેનથી ઉતર્યો, તો પૂરી રીતે નિરાશ થઈ ગયો હતો. લોકોની ભીડની વચ્ચે એને સમજમાં આવી રહ્યું ન હતું કે, જાય તો ક્યાં જાય, મદદ માંગે તો કોનાથી અને કેવી રીતે?

પ્રેમની આ હાલત પર એક ટેક્સીવાળાને દયા આવી અને એણે એને ધારાવી વિસ્તારમાં મારિયમ્મન મંદિર પહોંચાડ્યો. આ મંદિરમાં આવવાવાળા લોકો મોટાભાગે તમિલભાષી હતા. ટેક્સી ચાલકને લાગ્યું કે કોઈને કોઈ તમિલ ભાષી પ્રેમની મદદ કરી દેશ અને પ્રેમ પાછો પોતાના ગામ જવામાં સફળ થશે. ટેક્સી ચાલકની આશા પ્રમાણે જ, મારિયમ્મન મંદિરમાં તમિલભાષી લોકો પ્રેમની મદદ માટે આગળ આવ્યા અને એમણે પ્રેમને ગામ પાછો મોકલવામાં એની મદદ કરવાનો વિશ્વાસ અપાવ્યો, પરંતુ પ્રેમે ગામ પાછા જવાના ઈરાદાને બદલી લીધો હતો. એણે નિર્ણય કર્યો કે, તે મુંબઈમાં રહીને નોકરી કરશે. એને મદદ કરવા આગળ આવેલા તમિલભાષીઓથી કહ્યું કે, તે નોકરીના ઉદ્દેશ્યથી મુંબઈ આવ્યો હતો, તેથી અહીંયા નોકરી કશે. એણે સ્પષ્ટ કહી દીધું કે, તે પાછો ચેન્નઈ કે ફરી પોતાના ગામ જવાનો સવાલ જ નથી ઊઠતો.

પ્રેમને મુંબઈમાં પહેલી નોકરી ચેમ્બૂર વિસ્તારમાં મળી. ૧૫૦ રૂપિયા મહીનાના પગાર પર એને એક નાની બેકરીમાં વાસણ સાફ કરવાનું કામ મળ્યું. પ્રેમે કેટલાય દિવસો સુધી વાસણ સાફ કર્યા અને રૂપિયા કમાયા, પરંતુ પ્રેમ માટે આ રૂપિયા ખૂબ ઓછાં હતા. એની ખુદની જરૂરિયાતો પૂરી થઈ રહી ન હતી, ઉપરથી એને પોતાના ઘર માટે પણ રૂપિયા મોકલવાના હતા. પ્રેમે પોતાના માલિકથી એને 'વેઈટર' બનાવવાનું કહ્યું, પરંતુ માલિકે એ સમયની પરિસ્થિતિઓને ધ્યાનમાં રાખીને એવું ના કર્યું. નિરાશ પ્રેમને વાસણ માંજતા-માંજતા જ નોકરી કરવી પડી.

પ્રેમે વધારે રૂપિયા કમાવાના ઉદ્દેશ્યથી રાત્રે એક નાના ઢાબા પર રસોઈયાનું

કામ પણ શરૂ કરી દીધું. પ્રેમને ઢોંસા બનાવવાનો શોખ હતો અને આ જ શોખના ચાલતાં ઢાબા માલિકે પ્રેમને ઢોંસા બનાવવાનું જ કામ સોંપ્યું. રાત-દિવસની મહેનત પછી પ્રેમ કેટલાંક રૂપિયા જમા કરવામાં સફળ થયો હતો. એણે આ રૂપિયાઓથી પોતાનો ખુદનો નાનો કારોબાર શરૂ કરવાનું વિચાર્યું. જમા કરેલા રૂપિયાથી પ્રેમે ઇડલી-ઢોંસા બનાવવાની રેકડી ભાડા પર લઈ લીધી. પ્રેમે ૧૦૦૦ રૂપિયા રૂપિયાના વાસણ ખરીદ્યાં, એક સ્ટવ ખરીદ્યો અને ઇડલી-ઢોંસા બનાવવાનો થોડો સામાન પણ. આ વાત ૧૯૯૨ની છે.

પોતાના ઠેલાને લઈને પ્રેમ વાશી સ્ટેશન પહોંચ્યો અને ઢોંસા બનાવીને વેચવા લાગ્યો. પ્રેમ એટલા સ્વાદિષ્ટ ઢોંસા બનાવતો હતો કે, જલ્દી જ તે ખૂબ જ પ્રસિદ્ધ થઈ ગયો. પ્રેમના બનાવેલા ઢોંસા ખાવા માટે દૂર-દૂરથી લોકો આવવા લાગ્યા. જે એક વાર પ્રેમના બનાવેલા ઢોંસા ખાઈ લેતો, તે ફરીથી ખાવા જરૂર આવતો. પ્રેમના ઢોંસા વિદ્યાર્થીઓમાં પણ ખૂબ જ પ્રસિદ્ધ થઈ ગયા. કેટલાય વિદ્યાર્થી પ્રેમની ઠેલી પર આવતા અને ઢોંસા ખાતા. પોતાનો ધંધો શરૂ કરતાં જ એમે પોતાના ભાઈ મુરુગન તેમજ પરમશિવમને પણ ગામથી બોલાવી લીધા.

વિદ્યાર્થીઓના પ્રોત્સાહન અને મદદથી ઉત્સાહિત પ્રેમે ૧૯૯૭માં એક દુકાન ભાડા પર લીધી. એણે બે લોકોને નોકરી પર પણ રાખ્યા. આ પ્રકારે પ્રેમે પોતાની 'ઢોંસા રેસ્ટોરાં' ખોલી. પ્રેમે રેસ્ટોરન્ટનું નામ રાખ્યું- 'પ્રેમ સાગર ઢોંસા પ્લાઝા'.

આ ઠેલાને કારણે પ્રેમની દોસ્તી કેટલાય વિદ્યાર્થીઓથી થઈ ગઈ હતી. આ જ વિદ્યાર્થી હવે પ્રેમને પોતાનો કારોબાર વધારવાની સલાહ પણ આપવા લાગ્યા.

મુંબઈના સેંકડો ઇડલીના ઠેલાઓથી અલગ એના ઠેલાની વિશેષતા એ હતી કે, તે સફાઈ રાખતો હતો, માથા પર કેપ લગાવતો હતો અને સાફ-સુથરાં કપડાં પહેરીને સ્મિત વિખેરતો તે વેપાર કરતો હતો. ઢોંસા તેમજ સાંભરનો સારો મસાલો તે પોતાના ગામથી લઈને આવતો હતો અને ગુણવત્તાનું વિશેષ ધ્યાન રાખતો હતો. ૧૫,૦૦૦ મહીનાની આવક થવા પર એણે વાશીમાં સુવા હેતુ અને સામાન બનાવવા માટે એક નાની જગ્યા ભાડા પર લઈ લીધી. એનો હાથઠેલો કેટલીય વાર મહાનગર પાલિકાવાળાઓએ જપ્ત કર્યો અને એના પર દંડ લગાવ્યો, પરંત તે હતાશ ના થયો. આ નામ રાખવાની પાછળ પણ એક કારણ હતું. જે જગ્યાએ પ્રેમે દુકાન ભાડા પર લીધી હતી, તે જગ્યા

વાશી પ્લાઝા કહેવાતી હતી. પ્રેમને લાગ્યું કે, જો તે વાશી અને ઢોંસાને જોડશે, તો જલ્દી પ્રસિદ્ધ થશે. અને હકીકતમાં થયું પણ એવું જ. પ્રેમની દુકાન ખૂબ ચાલવા લાગી.

પ્રેમના બનાવેલા ઢોંસાનો સ્વાદ જ એટલો સ્વાદિષ્ટ હતો કે, એની સુગંધ જગ્યા-જગ્યાએ ફેલાવા લાગી. પ્રેમની આ રેસ્ટોરન્ટમાં મોટાભાગે કૉલેજના વિદ્યાર્થી જ આવ્યા કરતાં. આ જ વિદ્યાર્થીઓની મદદથી પ્રેમે એક પગલું આગળ વધીને કૉમ્પ્યૂટર ચલાવવાનું પણ શીખી લીધું. કૉમ્પ્યૂટર પર ઈન્ટરનેટની મદદથી પ્રેમે દુનિયાભરમાં અલગ-અલગ જગ્યાએ બનાવવામાં આવવાવાળા સ્વાદિષ્ટ પકવાનોને બનાવવાનું પણ શીખી લીધું.

આ જ દરમિયાન પ્રેમને એક વિચાર આવ્યો અને આ જ આઈડિયાએ પ્રેમની જિંદગી બદલી દીધી, જેનાથી એના સપનાઓને એક નવી ઉડાન મળી.

પ્રેમે ઢોંસાઓ પર અલગ-અલગ પ્રયોગ કરવાના શરૂ કરયા. એણે જાત-જાતના ઢોંસા બનાવવાનું શરૂ કર્યું. અલગ-અલગ સ્વાદિષ્ટ પકવાનોને ઢોંસાની સાથે જોડવાનું કામ થયું ચાઈનીઝ ખાવાનું પસંદ કરવાવાળાઓ માટે ચાઈનીઝ ઢોંસા પણ બનાવી નાખ્યા. ઉત્તર ભારતીયો માટે ઢોંસામાં પનીરનો પણ ઉપયોગ થયો. પોતાના પ્રયોગ સફળ થઈ રહ્યાં છે કે નહીં, એ જાણવા માટે પ્રેમ કેટલાંક પસંદગીના વિદ્યાર્થીઓને પોતાના પ્રયોગાત્મક ઢોંસા ખવડાવતો. જો સ્વાદ વિદ્યાર્થીઓને પસંદ આવી જતો, ત્યારે એમને બનાવીને વેચવા લાગતો.

જલ્દી જ પ્રેમે પોતાની રેસ્ટોરાંમાં ૨૦ પ્રકારના ઢોંસા વેચવાનું શરૂ કર્યું. નવા-નવા અને સ્વાદિષ્ઠ ઢોંસાઓ ખાવા માટે લોકોની ભીડ એકઠી થવા લાગી. લોકોની સતત વધી રહેલી ભીડને જોતાં એને પોતાની રેસ્ટોરન્ટનો વિસ્તાર કરવો પડ્યો. લોકોની માંગ પર પ્રેમે અન્ય નવા-નવા ઢોંસાઓની શોધ કરી. આ નવા-નવા ઢોંસાઓના સ્વાદની ચર્ચા મુંબઈમાં કંઈક એ પ્રકારે થઈ કે, પ્રેમની રેસ્ટોરન્ટમાં લોકોની ભારે ભીડ ઉમડવા લાગી. ૨૦૦૫ સુધી પ્રેમે આ જ રેસ્ટોરન્ટમાં પોતાના પ્રયોગોથી ૧૦૪ પ્રકારના ઢોંસા તૈયાર કરી નાખ્યા. પોતાના ઢોંસાઓને કારણે પ્રેમ 'ઢોંસાઓનો ડૉક્ટર'ના નામથી ઓળખાવા લાગ્યો. પ્રેમને પોતાના પ્રયોગાત્મક ઢોંસાઓને કારણે ખૂબ નફો પણ થવા લ્ગ્યો. લોકોની માંગને જોતાં પ્રેમે નવી રેસ્ટોરન્ટ ખોલી. માંગ વધારે વધી ગઈ, પછી એક નવો સિલસિલો શરૂ થયો- નવી-નવી રેસ્ટોરન્ટ ખોલવાનો સિલસિલો. માંગ વધતી ગઈ, રેસ્ટોરન્ટ વધતી ગઈ. કામ અને કારોબાર એટલો વધી ગયો કે, મદદ માટે પ્રેમે ગામથી પોતાના ભાઈને મુંબઈ બોલાવી લીધા.

પ્રેમના ઢોંસાઓની સુગંધ એટલી ફેલાઈ ગઈ કે, મુંબઈની બહારથી પણ રેસ્ટોરન્ટ ખોલવાની માંગ ઉઠવા લાગી. પ્રેમે મુંબઈની બહાર પણ પોતાના ઢોંસા પ્લાઝા ખોલવાના શરૂ કર્યા. એક-એક કરીને ઢોંસા પ્લાઝાના કેટલાય આઉટલેટ્સ દેશના અલગ-અલગ શહેરોમાં ખુલ્યાં, બધી રેસ્ટોરન્ટ ખૂબ ચાલી પણ. પ્રેમે સફળતાની અન્ય એક મોટી મંઝિલ એ સમયે પ્રાપ્ત કરી, જ્યારે 'ઢોંસા પ્લાઝા'નો એક આઉટલેટ વિદેશમાં પણ ખુલ્યો. પ્રેમ અને એમના 'ઢોંસા પ્લાઝા'ની સફળતા અહીં ના રોકાઈ, કેટલાય દેશોમાં પણ રેસ્ટોરન્ટ ખુલવા અને ખૂબ ચાલવાનો સિલસિલો જારી છે. વિદેશમાં ન્યૂઝીલેન્ડ, મધ્યપૂર્વ અને દુબઈ સહિત ૧૦ દેશોમાં 'ઢોંસા પ્લાઝા'ની રેસ્ટોરાં પ્રેમની સફળતાની દાસ્તાન બયાન કરી રહ્યાં છે. દુનિયાભરમાં પ્રેમના ઢોંસા સતત પ્રસિદ્ધ થતાં રહ્યાં છે. 'ઢોંસા પ્લાઝા'ના ૧૦૫ પ્રકારના ઢોંસાઓમાંથી ૨૭ના પોતાના ટ્રેડમાર્ક છે. ભારતના કેટલાય રાજ્યોમાં હવે લોકો 'ઢોંસા પ્લાઝા'થી ઢોંસા અને બીજા વ્યંજનોની મજા માણી રહ્યાં છે.

ગરીબી, ઓછું શિક્ષણ તેમજ લાચારી વગેરે બહાના માણસ માટે બનાવેલા છે. એક નાના એવા આઇડિયા પર પણ દટીને મહેનત કરવામાં આવે, તો તમે પોતાની શાનદાર દુનિયા ઊભી કરી શકો છો. આજે અવસરોની કમી નથી, હિમ્મતવાળાઓની કમી છે. આ વાર્તા આપણા પૂર્વજોના જમાનાની નથી, આજની છે અને બિલ્કુલ તાજી છે. જો પ્રેમ ગણપતિ પોતાનું ભાગ્ય ખુદ લખી શકે છે, તો તમે પણ લખી શકો છો.

પ્રેમ ગણપતિની આ વાર્તા સંઘર્ષથી શું નથી પ્રાપ્ત કરી શકાતું, એની એક સુંદર ઝલક રજૂ કરે છે. એક વ્યક્તિ જે ક્યારેક કોઈના ત્યાં એઠાં વાસણ સાફ કરતો હતો, તે માણસ મહેનત, સંઘર્ષ અને લગનનાબળ પર હવે કેટલાય લોકોને નોકરીઓ આપવાવાળા 'ઢોંસા પ્લાઝા'નો માલિક છે.

વિજ્ઞાનના મૂળ કામ થશે આપણી ભાષામાં

> *'અંગ્રેજી જરૂરી છે, કેમ કે વર્તમાનમાં વિજ્ઞાનના મૂળ કામ અંગ્રેજીમાં છે. મારો વિશ્વાસ છે કે, આગલા બે દશકમાં વિજ્ઞાનના મૂળ કામ આપણી ભાષાઓમાં આવવાના શરૂ થઈ જશે, ત્યારે આપણે જાપાનીઓની જેમ આગળ વધી શકીશું.'*
>
> - ડૉ. અબ્દુલ કલામ

ડૉ. કલામ વિજ્ઞાનને જાણવા માટે અંગ્રેજી ભણવા પર બળ આપે છે. એમની આ વાત હકીકતમાં કેટલાય વિદ્યાર્થીઓને અંગત રીતે સાચી લાગતી હશે. એમના જ ભુક્તભોગીઓમાંથી એક ડૉ. વિજયરાઘવન વિશ્વનાથન છે, જેમને પોતાની એન્જીનિયરિંગમાં કૉલેજનો એ પ્રથમ દિવસ આજ સુધી યાદ છે, જ્યારે એમનાથી પોતાના વિશે કશું બતાવવાનું કહેવામાં આવ્યું. એ સમયે તે અંગ્રેજીમાં કેટલાંક શબ્દો પર જ બોલી શક્યા અને એમની આંખોમાં આંસૂ આવી ગયા, કેમ કે એમને અંગ્રેજીનું પૂરું જ્ઞાન ન હતું, આથી તેઓ આગળ કશું પણ ના કહી શક્યા. આજે એ જ ડૉ.વિજયરાઘવન (CERN) યૂરોપીય સંગઠન પરમાણુ અનુસંધાનમાં વૈજ્ઞાનિક તરીકે કામ કરી રહ્યાં છે અને એક ઉદ્યમી પણ છે. મદુરાઈના રાજપલાયમના રહેવાવાળા વિજયનો પરિવાર એક ખેડૂત પરિવાર છે. પોતાના પ્રારંભિક દિવસોમાં જ વિજય જાણી ગયા હતા કે, શિક્ષણનું જીવનમાં કેટલું મહત્ત્વ છે. તેઓ હંમેશાં ભણવા ઇચ્છતા હતા અને શૈક્ષણિક દૃષ્ટિથી ખુદને સાબિત કરવા ઇચ્છતા હતા. એમને ઇલેક્ટ્રૉનિક્સથી લગાવ હતો, આથી એમણે કોયમ્બટૂરમાં અમરુથા એન્જીનિયરિંગ કૉલેજથી એન્જીનિયરિંગનો અભ્યાસ કર્યો.

એન્જીનિયરિંગના અભ્યાસ દરમિયાન એમને આર્થિક મુશ્કેલીઓનો સામનો કરવો પડ્યો. જ્યારે તેઓ કૉલેજના બીજા વર્ષમાં હતા, તો નાણાંકીય મુશ્કેલીઓનાં ચાલતાં પોતાનો અભ્યાસ છોડવો પડ્યો. છતાં પણ, મિત્રો અને સગાં-સંબંધીઓની મદદથી તેઓ એકવાર ફરીથી પોતાનો અભ્યાસ જારી રાખવામાં સફળ રહ્યાં. એ સિવાય કેટલીય સ્કૉલરશિપ્સે એમને આગળ વધવામાં મદદ કરી. ત્રીજા વર્ષની સમાપ્તિ પર વિજયને લાર્સન એન્ડ ટુબ્રો, પવઈમાં નોકરી મળી ગઈ. પોતાની કૉલેજના દિવસોને યાદ કરતાં વિજય બતાવે છે કે, પહેલા વર્ષે તેઓ પોતાના કૉલેજના પ્રોફેસર મિનિ મેનનથી ખૂબ જ ડરતાં હતા, કેમ કે એમની અંગ્રેજી ભાષામાં સારી પકડ હતી અને અંગ્રેજીમાં મિનીમેનની સાથે વાતચીત કરવામાં વિજયને ખૂબ જ ડર લાગતો હતો. તેમ છતાં, એક દિવસ મિની મેનને એમનાથી વાત કરી અને વિજયને કંઈક એવી સલાહ આપી કે, વિજયનું જીવન બદલાઈ ગયું. એમણે વિજયને સલાહ આપી કે, તે દર દિવસ અંગ્રેજી અખબારના સંપાદકીય વાંચે, ભલે જ એમના શબ્દોને તે સમજે કે નહીં. એના પછી જ્યારે પણ વિજયને કોઈ એવો શબ્દ મળતો, જેને તેઓ સમજી ના શકતા, તો એને લખીને રાખી લેતાં હતા અને એનો અર્થ શબ્દકોશમાં શોધીને યાદ કરતાં.

બીજાઓથી અલગ અને અંતર્મુખી વિજય પોતાનો મોટાભાગનો સમય પુસ્તકાલયમાં વિતાવતા હતા. ત્રીજા વર્ષે વિજયને ખબર પડી કે, એમને સ્કૉલરશિપ પણ મળી શકે છે, જેણે એમને ઉચ્ચ શિક્ષા પ્રાપ્ત કરવા માટે પ્રેરિત કર્યા. એના પછી એમણે વિભિન્ન વિશ્વવિદ્યાલયોમાં અરજી કરી. વિજય એક મેધાવી વિદ્યાર્થી હતા, જેમણે ત્રીજા વર્ષે એન્જીનિયરિંગના અભ્યાસમાં ૮૮ ટકા અંક પ્રાપ્ત કર્યા હતા. આગળ અભ્યાસ જારી રાખવા માટે એમણે બેંકમાં લોન માટે અરજી કરી પરંતુ બેંક મેનેજરે એમને લોન આપવાથી એ કહીને મનાઈ કરી દીધી કે, તે કેવી રીતે ચુકાવશે? આ ઘટના પછી વિજય ઉદાસ થઈ ગયા, પરંતુ એમણે એવી વિશ્વવિદ્યાલયોની શોધ કરી, જે ૧૦૦ ટકા સ્કૉલરશિપ આપે છે.

નસીબ પણ એ જ લોકો પર મહેરબાન થાય છે, જે મહેનત કરવાનું જાણે છે. ઇટલી, ફ્રાંસ અને સ્વિટ્ઝરલેન્ડની વિશ્વવિદ્યાલયોએ એમની અરજી માની લીધી. જેના પછી એમણે ઇટલી-ભારત શિષ્યવૃત્તિ કાર્યક્રમ અંતર્ગત એમણે શિષ્યવૃત્તિ લેવાનો નિર્ણય કર્યો. જો કે, અત્યાર સુધી તેઓ તમિલનાડુથી બહાર ક્યારેય ગયા ન હતા, પરંતુ આ શિષ્યવૃત્તિ માટે દેશથી ત્રણ વિદ્યાર્થીઓની

પસંદગી થઈ હતી, જેમાંથી તેઓ પણ એક હતા. ૫ ડિસેમ્બર, ૨૦૦૭એ વિજય ઇટલી માટે રવાના થઈ ગયા. જ્યારે તેઓ મિલાનમાં ઉતર્યા, તો ત્યાં પર બરફ છવાયેલો હતો, જેના માટે તેઓ તૈયાર ન હતા. એમની પાસે આ બર્ફમારાથી બચવા માટે કોઈ જેકેટ પણ ન હતું. વિજય ખૂબ સીધા-સાદા હતા, આથી એમણે કોઈથી પૈસા ના માંગ્યા, પરંતુ એમના એક મિત્રએ પોતાની જેકેટ એમને ત્યાં સુધી આપી દીધી, જ્યાં સુધી વિજયને સ્કૉલરશિપના પૈસા ના મળ્યાં.

જો કે, આ વિજયની પરેશાનીઓનો અંત ન હતો. જ્યારે તેઓ ખાવાનું ખાવા બહાર ગયા, તો એમણે એક રેસ્ટોરેન્ટમાં શાકાહારી ખાવાની માંગ કરી, પરંતુ ત્યાં પર સેન્ડવિચમાં માછલી હતી આથી એને મહીનાભર સુધી ભાતની ભૂસી પર જ જીવિત રહેવું પડ્યું. આ દરમિયાન એમણે કેટલાંક લોકોની મદદથી ખાવાનું બનાવવાનું શીખી લીધું. આટલા બધા કડવા અનુભવ છતાં વિજય પોતાના ભણતરથી વિચલિત ના થયાં અને બે વર્ષના નૈનો તકનીક કાર્યક્રમ અંતર્ગત એમણે ૧૧૦માંથી ૧૦૮ અંક પ્રાપ્ત કર્યા, પરંતુ જ્ઞાન પ્રાપ્ત કર વાની તરસવિજયમાં હજુ પણ છીપાઈ ન હતી, આથી એમણે નૈનો ઇલેક્ટ્રૉનિક્સના ક્ષેત્રમાં પીએચડી કરવાનો નિર્ણય લીધો. એમણે કેમેરા ડિઝાઇનમાં થ્રીડી સ્ટેકિંગ વિશેષજ્ઞતા પ્રાપ્ત કરવાનો નિર્ણય લીધો. આ કાર્યક્રમ સરકાર, ઉદ્યોગો અને શિક્ષાવિદોના આપસી સહયોગથી ચલાવવામાં આવી રહ્યો હતો.

આ દરમિયાન CERNએ યૂરોપિયન કમીશનની મદદથી ઉન્નત વિકિરણની જાણ લગાવવા માટે એક પ્રોજેક્ટની ઘોષણા કરી. ત્યારે જ એણની આન્ટીનું કેન્સરને કારણે નિધન થઈ ગયું. જેણે એમના પર ઊંડી અસર છોડી અને વિજય કેન્સરથી જોડાયેલાં મુદ્દાઓમાં પોતાની રુચિ બતાવવા લાગ્યો. જ્યારે CERNએ આ કાર્યક્રમ માટે દુનિયાભરમાં ૧૪ લોકોની શોધ કરી, તો વિજયે પણ પોતાનું નામ આગળ વધારી દીધું. એમણે આ કાર્યક્રમમાં હિસ્સો લીધો, જે CERN અને ચેક રિપબ્લિકની એક કંપની મળીને ચલાવી રહી હતી. આ દરમિયાન વિજય પોતાના વિચારોને ઉત્પાદનમાં બદલાવ માટે ઉતાવળા થઈ ગયા. આ કાર્યક્રમનો મુખ્ય ઉદ્દેશ્ય રિસર્ચની સાથે ઉદ્યમિતાને વૃદ્ધિ આપવાનો હતો.

ખેડૂતનો બેટો હોવાના સંબંધે વિજય ખેતીમાં આવવાવાળી સમસ્યાઓ અને એમનાથી જોડાયેલાં મુદ્દાઓને સારી રીતે જાણતા હતા. CERN માં કામ કરવા દરમિયાન અને વિભિન્ન તકનીકોની જાણકારી એકઠી કરવા છતાં તે હંમેશાં એ જ વિચારતા કે, તેઓ સમાજને શું પાછું આપી શકે છે. ચાર વર્ષ

પછી વિજય જ્યારે રાજપલાયમ પાછા ફર્યા, તો એમણે જોયું કે, જે વિસ્તાર પહેલાં ક્યારેય મીઠા પાણીનો ભંડાર હતો, તે આજે પાણીની કમીથી ઝઝૂમી રહ્યો છે. ત્યારે વિજયે વિચાર્યું કે, જો કોઈની પાસે ૧૦૦ લીટર પાણી છે, તો તે એનો કેવી રીતે યોગ્ય ઉપયોગ કરી શકે છે. વિજય પ્રમાણે 'આપણી પાસે દરેક વસ્તુને માપવા માટે મશીન છે, આથી મેં એક એવું સાધન બનાવવાનો નિર્ણય લીધો, જેનાથી એ જાણ ચાલી શકે કે માટીમાં કેટલી નમી, ખનિજ, પીએચનું સ્તર અને બીજી વસ્તુઓ છે.'

વિજયે સરળતાથી ઉપયોગ કરવામાં આવવાવાળા એક સાધનને ડિઝાઈન કર્યું, જે માટીથી જોડાયેલાં ડેટાને માપવામાં ના ફક્ત મદદરૂપ હતું, બલ્કે એની આખી જાણકારી ખેડૂતને એના મોબાઈલમાં પણ પહોંચાડવા માટે સક્ષમ હતું. એનાથી ખેડૂતને તુરંત પોતાની માટીથી જોડાયેલી જાણકારી મળી શકતી હતી. ખેડૂતને આ જાણકારી રંગોના માધ્યમથી આપવામાં આવતી હતી. એમાં લીલા અને લાલ રંગનો ઉપયોગ થતો હતો. લીલા રંગનો અર્થ હતો કે માટીની સારી સ્થિતિ છે, જ્યારે લાલ રંગનો અર્થ ખરાબ થતો. એના સિવાય એમણે ફુવારાંનો વિકાસ કર્યો. જમીનના ડેટાની જાણ લગાવીને એ જ જગ્યા પર પાણી નાખવા માટે કહ્યું, જ્યાં પર માટીને સૌથી વધારે પાણીની જરૂર છે. એમાં ના ફક્ત ૩૦ ટકા સુધી વિજળીની બચત થતી, બલ્કે પાણીનો વપરાશ પણ ઓછો થવા લાગ્યો.

વિજય ઈચ્છતા હતા કે, દેશમાં આ પ્રોજેક્ટમાં એમની કોઈ મદદ કરે. એના માટે એમણે એક વાર ફરી CERNની મદદ લીધી. એક મહીનાના કાર્યક્રમ દરમિયાન એમણે શીખ્યું કે, તેઓ પોતાના આ કામને કારોબારમાં કેવી રીતે બદલી શકેછે. એમનો પ્રોટોટાઈપ વિકાસ માટે રોકાણ મળ્યું, જેથી તેઓ દેશમાં પોતાની તકનીકને લાગૂ કરી શકે. એક મહીનાની રજાઓ વિતાવ્યા પછી વિજય રિસર્ચ અને જમીની સ્તર પર કામ કરવા માટે ભારત પાછા ફર્યા. આ દરમિયાન એમણે સંયુક્ત રાષ્ટ્રના એક કાર્યક્રમમાં ભાગ લીધો, જેમાં કૃષિથી જોડાયેલાં દુનિયાભરના ૧૫૦ નવીન આવિષ્કારોની પ્રૌદ્યોગિકીને સામેલ કરવામાં આવ્યા હતા. આ કાર્યક્રમમાં એકલા વિજયના સૌથી વધારે ૧૫ આવિષ્કાર સામેલ હતા.

વિજય પ્રમાણે એમને કેટલીય જગ્યાથી મદદ મળી રહી છે, જેમ- Climate and KIC, CERN, ARDENT, EPFL, PSG and STEP, સહયોગીઓ, પરિવાર અને મિત્રોથી. મે, ૨૦૧૫માં 'સ્માર્ટ ઍગ્રી'ની પસંદગીમાં જાપાનમાં

આયોજિત એશિયાઈ ઉદ્યોગ પુરસ્કાર માટે કરવામાં આવી. એટલું જ નહીં 'સ્માર્ટ ઍગ્રી'એ સ્વિટ્ઝરલેન્ડમાં પણ કૃષિ પુરસ્કાર પ્રાપ્ત કર્યો. વિજયને આમ તો વિદેશોથી ભરપૂર મદદ અને સહયોગ મળી રહ્યો છે, પરંતુ તેઓ ઇચ્છે છે કે, એમના આ કામમાં ભારત સરકાર મદદ કરે, કેમ કે એમના ઉત્પાદનને ભારતને ધ્યાનમાં રાખીને તૈયાર કરવામાં આવ્યા છે. વિજય 'સ્માર્ટ ઍગ્રી' માટે કામ સપ્તાહંત કે રાત્રિના સમયે કરે છે. એના સિવાય તેઓ રેડિએશનને લઈને પોતાના કામને જારી રાખ્યું છે. એમનો વિશ્વાસ છે કે, સામાન્ય માણસ વિજ્ઞાનની જરૂરિયાત તેમજ પ્રયોગોને સમજશે અને આ ત્યારે જ થશે, જ્યારે એને યોગ્ય પરિણામ મળશે.

સફળ થવા માટે અસફળતાની વાર્તાઓ વાંચો

> *'સફળતાની વાર્તાઓ ના વાંચો, એનાથી તમને ફક્ત એક સંદેશ મળશે. અસફળતાની વાર્તાઓ પણ વાંચો, એનાથી તમને સફળ થવાના કેટલાંક વિચાર મળશે.'*
>
> - ડૉ. અબ્દુલ કલામ

એક વ્યક્તિ વિશે બધા લોકોનો વિચાર હતો કે, તે ખૂબ જ નકારાત્મક પ્રકારનો વ્યક્તિ છે, કેમ કે તે હંમેશાં એવી પુસ્તકો વાંચતા હતા, જે નકારાત્મક પ્રકારની હતી. એક વાર એમનાથી એમના બેટાએ કહ્યું- "તમે 'ધી પાવર ઑફ પૉઝિટિવ થિંકિંગ' જેવી પુસ્તકો ના વાંચીને હંમેશાં નકારાત્મક પુસ્તકો જ કેમ વાંચતા રહો છો." એના પર એમના એક જવાબે સફળતા વિશે બેટાનો પૂરો વિચાર જ બદલીને રાખી દીધો. એમનું કહેવું હતું- 'હું એવી પુસ્તકો વાંચીને પહેલાં પોતાની ટેંક ફૂલ કરી લેવા ઇચ્છું છું કે, કેવી રીતે લોકોએ પોતાની અસફળતાઓના સમય પર યોગ્ય રીતે લડવાનું અને શીખવાનું શીખ્યું. જો હું એ જાણી ગઈ તો સકારાત્મક દૃષ્ટિકોણ તો આપમેળે આવી જશે.' આવી જ વિચારધારા હતી અનિતા સેંથિલની.

થોડાં સમય સુધી એક બીપીઓમાં નોકરી કરવાવાળી અનીતા સેંથિલ

આ જ વિચારસરણીના ચાલતાં કેરલ પાછા આવીને એક નાના ગામ પલક્કડ આવી ગઈ, જ્યાં એમનું ઘર હતું. ત્યાંથી એમણે પ્રોફેશનલ પ્રશિક્ષણ અને અધ્યયન સામગ્રી ઉપલબ્ધ કરાવવાવાળા ઑનલાઇન માધ્યમ Coursegig.comની સ્થાપના કરી.

વિદ્યાર્થીઓને ઇન્ટરનેટ વગેરે જાણકારી આપીને શિક્ષણ પ્રદાન કરવા હેતુ Keyways Edu Serviceની સ્થાપના કરવાવાળી અનીતા કહે છે, 'મને આજ સુધી એ અહેસાસ નથી થયો કે, એક મહિલા હોવાના સંબંધે હું કોઈ કામ કરવા માટે અક્ષમ છું. કોઈપણ ઉદ્દેશ્યની પ્રાપ્તિ માટે સપનું જુઓ, એને પ્રેમ કરો, એને મેળવવા માટે અથાગ પરિશ્રમ કરો અને પછી આખી દુનિયા તમારી હશે.'

અનીતા સેંથિલનો દરેક શબ્દ એમની વાર્તાની પ્રતિધ્વની છે. અનીતા કેરલના એક નાના ગામ પલક્કડના એક નિમ્ન મધ્યમ પરિવારનું પ્રતિનિધિત્વ કરે છે. એમના માતા-પિતાએ એમને પોતાની કારકિર્દી પસંદ કરવાની આઝાદી આપી અને એને પ્રાપ્ત કરવા માટે પૂરું સમર્થન આપ્યું.

અનીતા જો બાળપણથી જ કોઈ વસ્તુને મેળવવાનું સપનું જોતાં-જોતાં મોટી થઈ છે, તો તે દુનિયા પર પોતાની એક છાપ છોડવાની એમની પ્રબળ ઇચ્છા રહી છે. એમણે જે કંઈ કરી બતાવ્યું, કદાચ જ એમના ગામની કોઈ અન્ય કોઈ છોકરીએ એવું કરવાનું વિચાર્યું પણ હોય. એક દિવસ અનિતાએ ડૉ. અબ્દુલ કલામની પુસ્તક 'વિંગ્સ ઑફ ફાયર' વાંચી અને એનાથી પ્રેરણા લઈને પોતાના મિત્રોના પ્રોત્સાહનના બળ પર એમણે ઉદ્યોગના ક્ષેત્રમાં પગ રાખવાનો નિર્ણય કર્યો અને વર્ષ ૨૦૧૨માં Coursegig.com (કોર્સગિગ.કૉમની સ્થાપના કરી. કોર્સગિગ પ્રોફેશનલ પ્રશિક્ષણ અને એક મોટા સ્તર પર અભ્યાસ સામગ્રી ઉપલબ્ધ કરાવવાળું ઑનલાઇન માધ્યમ છે. એમની પાસે વિભિન્ન વિષયોથી સંબંધિત અધ્યયન સામગ્રીનો એક વિશાળ સંગ્રહ ઉપલબ્ધ છે અને તે ઑનલાઇન પ્રશિક્ષક પણ ઉપલબ્ધ કરાવે છે.

પલક્કડમાં પોતાની પ્રારંભિક શિક્ષા પૂરી કર્યા પછી અનીતા સ્નાતક અને સ્નાતકોત્તર કરવા માટે કોયંબટૂર આવી ગઈ. સ્નાતકનો અભ્યાસ પૂરો કર્યા

પછી એમણે વર્ષ ૨૦૦૮માં ચેન્નઈમાં એક બીપીઓની સાતે કામ કરવાનું પ્રારંભ કરી દીધું અને અહીંયા વિતાવવામાં આવેલો સમય અને મળેલો અનુભવ એમના આવવાવાળા જીવનની કેન્દ્રીય ધુરી બન્યો. અનીતા કહે છે- 'આજે હું જો પોતાના જીવનમાં કશું કરી શકવામાં સક્ષમ છું, તો તે એ સમયે મળેલાં અનુભવ અને વિતાવવામાં આવેલા સમયને કારણથી જ છે.'

આટલા વર્ષો સુધી પોતાના ઘર-પરિવારથી દૂર રહેવું પણ એમના માટે વધારે પડકારજનક હતું. જ્યારે એમને પોતાના પરિવારની યાદ અધિક સતાવવા લાગી અને એમનાથી દૂર રહેવું દુશ્વાર થવા લાગ્યું, તો અર્ણે વર્ષ ૨૦૦૯માં પોતાની નોકરીને અરવિદા કહી દીધી અને પોતાના જ ગૃહનગરમાં કશું કરવાના અવસરોને શોધવા લાગી. આ દરમિયાન એમને જે કામ મળ્યું, તે એમને સંતુષ્ટિ આપવાવાળું ના રહ્યું, આથી એમણે એક ફ્રીલાંસ કંટેટ પ્રોડ્યૂસરના રૂપમાં કામ કરવાનું પ્રારંભ કરી દીધું અને એના પછી એમણે અકાદમિક ક્ષેત્રનું વલણ કર્યું. જો કે, તે ખૂબ મુશ્કેલ સમય હતો, પરંતુ એ સમયે અનીતાને વધારે નિડર બનાવવામાં સહયોગ આપ્યો. અનીતા કહે છે- 'એ સમયે મને પોતાના જીવનને આગળ વધારવાનું અને કોઈપણ પરિસ્થિતિનો સામનો કરવાનું સાહસ આપ્યું.'

અનીતાનું સંપૂર્ણ જીવન ઉતાર-ચઢાવથી ભરેલું રહ્યું છે અને તેઓ અત્યાર સુધી પોતાની ભૂલો અને સંઘર્ષથી શીખતી આવી છે.

એક ફ્રીલાંસર તરીકે કામ કરતાં-કરતાં એમને વેપારની ઝીણવટોને જાણવા સિવાય વેપારની રણનીતિઓને સમજવા અને બજારના અભ્યાસ વગેરેને શીખવાની તક મળી. તેઓ કહે છે- 'બજારના વિશ્લેષણથી મને પોતાના મસ્તિષ્કમાં સતત ઉઠવાવાળા કેટલાય સવાલોનો ઉત્તર જાણવાની તક મળી, જેમ હું આ કામ કેમ શરૂ કરી રહી છું અને એના સિવાય મને પોતાના પ્રતિસ્પર્ધીઓ વિશે પણ જાણ ચાલી.'

અનીતાને એ વાત પર અત્યંત ગર્વ છે કે, લગ્ન અને માતૃત્વ એમના આ ઉદ્યોગના રસ્તે, ઝનૂન અને સપનાઓની વચ્ચે અડચણ ના બની શક્યા અને ના તો તેઓ પોતાના મિશનથી ભટકી. તેઓ કહે છે- 'મારા મોટાભાગના

સપના જે સુવા ના દે

મિત્ર મારાથી કહે છે કે, તેઓ પોતાના પરિવારની સાથે વ્યસ્ત છે અને એમને પરિવારની જવાબદારીઓથી અલગ કશું કરવાનો સમય જ નથી મળતો, પરંતુ મારું પોતાનું માનવું છે કે, જો કોઈ ઇચ્છે તો બંનેની વચ્ચે સંચાલન કરતાં-કરતાં સંતુલન બનાવી શકાય છે. હકીકતમાં હું હંમેશાં સપના જોતી રહું છું કે આગળ શું કરવાનું છે અને કેવી રીતે હું પોતાના આગલા લક્ષ્યને પ્રાપ્ત કરી શકું છું. આ મને ખુશી આપે છે અને મહત્ત્વાકાંક્ષા તેમજ આશાવાદની સાથે વર્તમાન જીવન જીવવાની ઊર્જા પ્રદાન કરે છે.'

અનીતા પોતાની ટીમ વિશે ખૂબ ખુશી-ખુશી વાત કરે છે- 'મારી ટીમ ખૂબ સારી છે અને તે દરેક નિર્ણય પર મારું સમર્થન કરે છે. મારી પાસે અત્યારે કામમાં સહાયતા કરવાવાળા ત્રણ કર્મચારી છે અને બાકી બધા ફ્રીલાંસર છે. આ મારા માટે સંચાલનના કામને સરળ કરવામાં મદદરૂપ સાબિત થાય છે, પરંતુ હું કેટલીયવાર એક કાર્યાલયના વાતાવરણની કમીને મહેસૂસ કરું છું.'

એમણે આ વર્ષના પ્રારંભમાં એક મોટો નિર્ણય લેતાં કોચીનમાં Keyways Edu Service (કીવેઝ ઍજુ સર્વિસ)ની સ્થાપના કરી. તેઓ કહે છે- 'કીવેઝ ઍજુ સર્વિસના માધ્યમથી અમે વિદ્યાર્થીઓને એક પ્રભાવી ખર્ચમાં બિલ્કુલ અલગ રીતની શૈક્ષણિક સહાયતા પ્રદાન કરીએ છીએ. અમે એ સુનિશ્ચિત કરવા માટે કે વિદ્યાર્થી લાભાન્વિત થઈ રહ્યાં છે અને પોતાની શિક્ષાથી સંબંધિત લક્ષ્યોને મેળવવાની દિશામાં ઠીક કામ કરી રહ્યાં છે. એમને ઇન્ટરનેટ અને અન્ય તકનીક સંસાધન ઉપલબ્ધ કરાવાય છે. અમારો મુખ્ય ઉદ્દેશ્ય વિદ્યાર્થીઓને અકાદમિક પ્રદર્શન માટે ઑનલાઇન સુવિધાઓ ઉપલબ્ધ કરાવવાનો છે, જેથી આવવાવાળા સમયના હિસાબથી એક ઉત્તમ ભવિષ્યની તરફ પગ વધારી શકે.' Coursegig.com અને cademicpaperhub.com બંનેને કીવેઝ ઍજુ સર્વિસમાં સામેલ કરી દેવામાં આવ્યા છે. એમનામાંથી એક અંતિમ પેપર તૈયાર કરવાનું કામ કરે છે.

એક ઉદ્યમી તરીકે એમણે ક્યારેય નેટવર્કિંગથી અભિમાન નથી કર્યું, તેઓ વિભિન્ન કૉમ્યુનિટીઝની સદસ્ય છે. એના કારણથી તેઓ કેટલાય બીજા લોકોને એમણે પોતાના લક્ષ્ય પ્રાપ્ત કરવા માટે પ્રેરિત કરવાનું કામ કર્યું છે.

'પોતાના સપનાઓને મેળવવાના ક્રમમાં બીજાઓની એમના સપના પૂરા કરવામાં મદદ કરો' એમના જીવનનું મુખ્ય દર્શન છે, જેના સહારે તેઓ આગળ વધી છે. ખુદને ઉત્પ્રેરિત રાખવા માટે તેઓ પ્રતિદિવસ યોગાભ્યાસ કરવા સિવાય ધ્યાન પણ કરે છે. 'હું ફક્ત સારી વાતો પર પોતાનું ધ્યાન કેન્દ્રિત કરું છું અને જે કંઈ પણ કરું છું, એના પર મને ગર્વ છે.'

બ્લેક બોર્ડ બનાવે ઉજળી જિંદગી

'બ્લેક કલર ભાવનાત્મક રૂપથી ખરાબ હોય છે, પરંતુ દરેક બ્લેક બોર્ડ વિદ્યાર્થીઓની જિંદગી ચમકદાર બનાવે છે.'

- ડૉ. અબ્દુલ કલામ

ડૉ. કલામે પોતાની પુસ્તક 'રી-ઇગ્નાઇટેડ : સાયન્ટિફિક પાથવેઝ ટૂ અ બ્રાઇટર ફ્યૂચર'માં લખ્યું હતું, 'મારા શિક્ષકનું નામ શિવ સુબ્રમણ્યમ ઐય્યર હતું. એક દિવસ ૬૫ વિદ્યાર્થીઓના ક્લાસમાં એમણે બ્લેક બોર્ડ પરચિત્ર બનાવીને બતાવ્યું કે પક્ષી કેવી રીતે ઊડે છે. એ જ દિવસે તેઓ અમને રામેશ્વરમના સમુદ્ર તટ પર લઈ ગયા, જ્યાં સમુદ્રી પક્ષી ઊડી રહ્યાં હતા.' આ પુસ્તકમાં ડૉ. કલામે લખ્યું હતું- 'અમારા શિક્ષકે બતાવ્યું કે, પક્ષી કેવી રીતે પોતાની પાંખ ફેલાવે છે, પોતાની પાંખો અને પૂંછનો ઉપયોગ કરીને દિશા બદલે છે અને ઉડાનની પાછળ શું બળ હોય છે.' એના જ પછી બદલાઈ ગઈ હતી કલામની જિંદગી. એમના શિક્ષકે પક્ષીઓને બતાવીને બતાવ્યું હતું કે, મારા શિક્ષકે મને જીવનો ઉદ્દેશ્ય આપી દીધો. મને ભૌતિક વિજ્ઞાનના અભ્યાસનું મહત્ત્વ સમજમાં આવી ગયું. મેં ભૌતિકીને પસંદ કર્યો. મે ઍરોનૉટિકલ એન્જીનિયરિંગને પ્રાથમિકતા આપી અને પછી રૉકેટ એન્જીનિયર બન્યો. એના પછી અંતરિક્ષ વૈજ્ઞાનિક.' કલામના જીવનને બનાવવાવાળા બ્લેક બોર્ડે એક અન્ય વ્યક્તિના જીવનને બદલ્યું, જેનું નામ છે સંતોષ કર્ણનંદા. 'મેરા ઇંગ્લિશ.કૉમ'ના સંસ્થાપક અને નિદેશક સંતોષ કર્ણનંદાનું તો આ જ કહેવું

છે. તેઓ કહે છે - 'તમે જે પણ કહો, પરંતુ હકીકત એ છે કે, એક આકલન પ્રમાણે, ભારતમાં અંગ્રેજી બોલવાવાળાઓની સંખ્યા ૧૨૫ કરોડની કુલ વસ્તીની ૧૦ ટકા છે અને લોકોનું પોતાની શિક્ષાને રોજગારમાં રૂપાંતરિત ના કરી શકવાનું એક મોટું કારણ એમની કમજોર અંગ્રેજી છે. હકીકતમાં, આ હુનિર એક ડિગ્રીથી વધારે મહત્ત્વપૂર્ણ છે. ખુદ એક નાના ગામમાંથી આવવાને કારણે હું એ લોકોના ઇરાદાઓને વાંચી શકું છું, જ્યારે તેઓ મારાથી કહે છે કે, તેઓ ધારાપ્રવાહ અંગ્રેજી બોલવા ઇચ્છે છે.'

તમિલનાડુમાં મદુરઈની નજીક એક નાના-એવા ગામ ડિંડીગુલમાં ભણેલાં-ગણેલાં સંતોષને પોતાના ખિસ્સા ખર્ચથી 'ધી હિન્દૂ' ખરીદવામાં ૪ કિલોમીટર રોજ જવું પડતું હતું, કેમ કે એમના માતા-પિતાને એ સ્વીકાર ન હતું. એમનું માનવું હતું કે, અંગ્રેજી અખબાર વાંચવું પૈસા અને સમયની બરબાદી છે. સંતોષ બતાવે છે કે- 'હું પોતાના પરિવારમાં અંગ્રેજી બોલવાવાળાઓની પહેલી પેઢીથી છું. જ્યારે હું ડિંડીગુલમાં ભણી રહ્યો હતો, કદાચ જ કોઈ ત્યાં હોય, જે પોતાના પાઠ્યક્રમ સિવાય અંગ્રેજી વાંચતો હોય.'

૨૭ વર્ષના સંતોષ, જેમણે ખુદ બોલચાલની અંગ્રેજી અખબોરના માધ્યમથી શીખી છે, આજે ખુદને પોતાની વેબસાઇટ 'મેરા ઇંગ્લિશ.કૉમ'ના માધ્યમથી એક પ્રોફેશનલ ટ્રેનર અને ઉદ્યમીના રૂપમાં સ્થાપિત કરી લીધા છે. આ વેબસાઇટ તમને અંગ્રેજી શીખવવાને બદલે શબ્દોના સાચા ઉપયોગ પર ભાર આપે છે. એટલે, અથવા તો તમે ભારતમાં અંગ્રેજીના વધતાં પ્રભાવની આલોચના કરો અથવા પછી અંગ્રેજી શીખવાની ઇચ્છાનો જ ત્યાગ કરો. વેબસાઇટ આ પ્રકારના (denounce, renonce) હળતાં-ભળતાં શબ્દોમાં અંતરને સ્પષ્ટ કરે છે અને લોકોને એમના ઝીણાં ભેદને સમજવામાં મદદ કરે છે.

સંતોષે તમિલનાડુમાં ૪૪ સંસ્થાઓમાં ૪૦ હજારથી વધારે લોકોને અંગ્રેજી શીખવાડી છે. પોતાની ફ્રી વેબસાઇટ 'મેરા ઇંગ્લિશ.કૉમ'ના માધ્યથી તેઓ GRE, GMATના વિદ્યાર્થીઓ અને કૉર્પોરેટ્સને અંગ્રેજી શીખવવામાં મદદ કરે છે. એમણે એક પુસ્તક પણ લખી છે, '૭ કલાકમાં ૧૦૦૦ શબ્દ શીખો.'

પરંતુ વિડંબના એ હતી કે, ડિંડીગુલમાં રહીને અંગ્રેજીમાં વાતચીત કરવા માટે એમની પાસે કોઈ ન હતું. સંતોષ યાદ કરતાં બતાવે છે- 'હું નથી જાણતો

કેમ, પરંતુ હંમેશાં અંગ્રેજી ભાષા પ્રતિ મારી અંદર એક આકર્ષણ હતું. હુ જ્યારે પોતાના સહપાઠીઓથી ઓળખાણ કરવા માટે અંગ્રેજીમાં વાત કરવાનો પ્રયત્ન કરતો, તો તેઓ મારા પર હસતા હતા.' જો તમે તમિલનાડુના નાના ગામડાઓનાં વાતાવરણથી પરિચિત છો, તો તમને એ જાણીને આશ્ચર્ય નહીં થાય કે, સંતોષને હંમેશાં પીટર કહીને મજાક ઉડાવવામાં આવતી હતી. જ્યારે કોઈ અંગ્રેજી બોલવાનો પ્રયત્ન કરતો હતો, તો એને આ જ નામ આપવામાં આવતું હતું. એમને લાગતું હતું કે, હું એમને આ બતાવી રહ્યો છું.

સંતોષને ક્વિઝ પ્રતિસ્પર્ધાઓએ આગળ વધાર્યો, પોતાની સ્કૂલ માટે એમણે પ્રતિસ્પર્ધાઓ જીતવાની શરૂ કરી દીધી હતી. એમની પાસે હંમેશાં આગલી પ્રતિસ્પર્ધા તૈયારી કરવા માટે સામે રહેતી હતી, આથી લોકોના તિરસ્કાર અને ટિપ્પણીઓ પર વધારે ન વિચારવા માટે સમય જ બચતો ન હતો. ૯મી ક્લાસમાં, એમણે પોતાની સ્કૂલ અને રાજ્યની આંતરરાજ્યીય ક્વિજ સ્પર્ધામાં નેતૃત્વ કર્યું. તેઓ કહે છે- 'જેટલો હું જીતતો ગયો, એટલો જ મારો આત્મવિશ્વાસ વધતો ગયો, પરંતુ ધારાપ્રવાહ અંગ્રેજી બોલવાનું હજુ પણ મોટી સમસ્યા હતી.'

ડિંડીગુલમાં, જે વિદ્યાર્થી અંગ્રેજી માધ્યમની સીબીએસઈ સ્કૂલોમાં ૧૦મીની પરીક્ષા આપે છે, એના પછી તેઓ આગળના અભ્યાસ માટે સ્ટેટ બોર્ડમાં ચાલ્યા જાય છે, કેમ કે સંતોષ પ્રમાણે જે એન્જીનિયરિંગ અને મેડિકલમાં પ્રવેશ લેવા ઈચ્છે છે, એમના માટે સારા અંક લાવવા સરળ છે. આ એક અનકહ્યું ચલણ છે, આથી એવું થયું કે, મારા બધા સહપાઠી સ્ટેટ બોર્ડની સ્કૂલોમાં ચાલ્યા ગયા અને ૧૧મી ક્લાસમાં પોતાની સ્કૂલમાં એકલો બચ્યો હતો.

આ સંતોષની જિંદગીનો સૌથી મુશ્કેલ હિસ્સો હતો. મને હજુ પણ એ દિવસોને યાદ કરીને ખરાબ સપના આવે છે, પરંતુ પાછળ જોઉં છું, તો લાગે છે કે, આજે હું જે કંઈ કરી રહ્યો છું, તે જિંદગીના એ જ બે વર્ષોને કારણે કરી શક્યો. હું પૂરી રીતે એકલો હતો. શિક્ષકો સિવાય એવું કોઈ ન હતું. આ સમયે સંતોષને આત્મનિર્ભર થવાનું શીખવાડ્યું અને આ એ સમયે કામ આવ્યું, જ્યારે એણે ગૂગલને છોડીને એકલા ચાલવાનો નિર્ણય કર્યો. જી હા, સંતોષનો એ જ કમાલ છે કે, તેઓ એકલાપણાથી શરૂ થયેલી પોતાની યાત્રાને જિંદગીમાં

કશું સાર્થક કરવાની જ્વલંત ઇચ્છા અને આત્મનિર્ભરતાના બળ પર દુનિયામાં સૌથી વધારે જોડાયેલી જગ્યા ગૂગલ સુધી લઈ ગયા.

પરંતુ સંતોષ આજે જ્યાં છે, ત્યાં પહોંચવાથી પહેલાં એમને કેટલાય તકલીફદેહ રસ્તાઓથી પસાર થવું પડ્યું. ઘરની તરફથી એમના પર બીજાઓની જેમ સ્ટેટ બોર્ડ જૉઇન કરવા અને એન્જીનિયરિંગ કે મેડિકલ માટે નસીબ અજમાવવાનું દબાણ હતું. આ એ જ સમય હતો, જેણે ખુદથી અંગ્રેજી ભણવાનો મારો સંકલ્પ મજબૂત કર્યો. આ જ પ્રકારે, જ્યારે હું 'મેરા ઇંગ્લિશ. કૉમ' લૉન્ચ કરવાનો નિર્ણય કર્યો, મેં પોતાની વેબસાઇટ માટે બધી વસ્તુઓ ખુદ જ કરી, વેબસાઇટની વિષય વસ્તુ, લોકોને નોકરી પર રાખવાનું વગેરે બધા કામ મારા માટે સરળ હતા, કેમ કે તે બે વર્ષ મેં ખુદ પર ખર્ચ કર્યા હતા.

૨૦૦૨-૦૩માં, ડિંડીગુલ જેવી જગ્યાઓમાં ઇન્ટરનેટ પહોંચ્યું ન હતું એ વિદ્યાર્તીઓને મનોરંજન માટે અથવા તો અભ્યાસ કરવા કે પછી રમવાનું થતું હતું. તેઓ ખૂબ રમ્યા અને દટીને અભ્યાસ કર્યો. એ જ દિવસોમાં 'ઇન્ડિયા ટુડે પત્રિકા'માં મેં ચેન્નઈની લોયોલા કૉલેજ વિશે પણ વાંચ્યું હતું. મેં હંમેશાં ત્યાં જવાનું સપનું સેવ્યું હતું. મને ત્યાં દાખલો મેળવવા માટે ફક્ત એક જ સલાહ મળી હતી- ખૂબ ભણો. સંતોષે ૮૫ ટકા અંક પ્રાપ્ત કર્યા અને ચેન્નઈની લોયોલા કૉલેજમાં જગ્યા મેળવી લીધી.

જો તમે ક્યારેય કડાહીથી બહાર સીધા આગમાં જવાનો અનુભવ કર્યો હોય; તો તમે જાણશો કે સંતોષ પર શું ગુજરી, જ્યારે તેઓ મોટા શહેરની પ્રસિદ્ધ કૉલેજના દરવાજાની અંદર પહોંચ્યા. તેઓ કહે છે- 'મને લાગતું હતું કે, ડિંડીગુલમાં હું એકલો હતો. ચેન્નઈ આવવા પર મને વધારે એકલતાનો અનુભવ થયો. મિત્ર બનાવવા મુશ્કેલ થઈ ગયા. અહીંયા સ્વીકારવામાં આવવા માટે તમારું અંગ્રેજીમાં સારું હોવું જરૂરી હતું. મેં એ લોકોની આસપાસ રહેવાનું શરૂ કરી દીધું, જેમનાથી મને લાગે છે કે, હું શીખી શકતો હતો. સમસામયિક ઘટનાક્રમની સારી જાણકારી હોવાથી હું એક દૃષ્ટિકોણ રજૂ કરવામાં સક્ષમ હતો, એના ચાલતા મને લોકોની વચ્ચે સ્વીકાર્યતા મળવા લાગી. ધીમે-ધીમે મારી ઝિઝક ખોવાતી ગઈ અને જેમ-જેમ લોકો મને જાણવા લાગ્યા, હું ખુદને ઉત્તમ રીતથી વ્યક્ત કરવા લાગ્યો. જો કોઈ એક જ કામ વારંવાર કરે છે, તો એમાં સુધાર થાય છે અને આ જ વસ્તુએ મને ગૂગલના કેમ્પસ સિલેક્શનમાં મદદ કરી.'

મેં ૨૦૦૭માં એકાઉન્ટ ઍસોસિએટ તરીકે ગૂગલ જૉઇન કરી હતી. આ મારા માટે સૌથી મોટી વસ્તુ હતી. હું ગૂગલની સાથે કામ કરવા જઈ રહ્યો હતો, ફક્ત એટલી વાત મારા માટે પર્યાપ્ત હતી. મેં પોતાની ભૂમિકા વિશે વધારે ધ્યાન ના આપ્યું.' આથી, બીજા વર્ષના અંત સુધી, સંતોષ અસ્તિત્વથી સંબંધિત સૌથી મોટા સવાલ પર ચિંતન કરવા લાગ્યા કે, આખરે હું જિંદગીથી શું ઇચ્છું છું.

એક દિવસે સવારે જિમથી પાછા ફરતાં સમયે સંતોષ સનકમાં એક ટ્રેનિંગ ક્લાસમાં ચાલ્યા ગયા. આ કેમ્પસ રિક્રૂટમેન્ટ ટ્રેનિંગની ક્લાસ હતી, જેમાં વિદ્યાર્થીઓને ઇન્ટરવ્યૂનો સામનો કરવા અને ઍપ્ટીટ્યૂડ ટેસ્ટમાં બેસવાની રીતો વિશે તૈયાર કરવામાં આવતા હતા. તેઓ કહે છે- 'હું જીમેટ-જીઆરઈ પરીક્ષાઓ આપી ચુક્યો હતો અને વિદ્યાર્થીઓને આ વિશે બતાવી શકતો હતો.. સંસ્થાએ એમને કેટલીક ક્લાસ કરવાની તક આપી દીધી. ગૂગલે છોડ્યાં પછી સંતોષે એક-દોઢ વર્ષ ફ્રીલાંસ ટ્રેનર તરીકે કામ કર્યું હતું. તેમ છતાં હું લોકોને તર્કસંગત ઢંગથી વિચારવાનું પ્રશિક્ષણ આપું છું, પરંતુ મારા મોટાભાગના નિર્ણય અતાર્કિક રહી ચુક્યા છે.'

સંતોષે પોતાના જેવાં લોકોને પ્રોફેશનલ સફળતા અપાવવામાં મદદ કરવાનું શરૂ કરી દીધું. 'મેં પૂરાં તમિલનાડુમાં ઠેર-ઠેર યાત્રાઓ કરી અને હજારો છોકરાં-છોકરીઓથી મળ્યો, જે પ્રચલિત રીતોથી બહાર આવવા માટે સંઘર્ષ કરી રહ્યાં હતા.' ગૂગલમાં રહીને કરેલી બચતની સાથે સંતોષ 'મેરા ઇંગ્લિશ. કૉમ' વેબસાઇટ ૨૦૧૨માં સ્થાપિત કરવામાં સક્ષમ થઈ ગયા.

જ્યારે મેં શરૂઆત કરી હતી કે, હું પૈસા બનાવવાનું જાણતો ન હતો. હું ફક્ત વિષય વસ્તુ લખવાનું જ જાણતો હતો. ૨૦૧૩થી મેં પૈસા કમાવાના પણ શરૂ કરી દીધા હતા. આજે, 'મેરા અંગ્રેજી ટીમ'ની પાસે ચેન્નઈમાં પોતાની ઑફિસ અને ક્લાસીસની સાથે-સાથે ૧ પ્રશિક્ષક અને લેખક પણ છે.

પારિવારિક દબાણો છતાં સંતોષે વેપાર સ્થાયી થવા સુધી લગ્ન ના કરવાનો નિર્ણય કર્યો છે. મેં પોતાની પહેલી ૩ દિવસની રજા ૩ વર્ષ પછી એ સમયે લીધી જ્યારે હું પોતાના દાદા-દાદીથી મળવા ડિંડીગુલ ગયો હતો.

'મારું દિમાગ સતત વિચારે છે કે, આગલો ક્લાઇંટ કેવી રીતે મળે. ઉદ્યમિતા એક પૂર્ણકાલિક વેપાર છે. તમે બંધ નથી કરી શકતા. ૨૦૧૩માં, મારું વજન ખૂબ વધી ગયું હતું, કેમ કે હું પોતાના સ્વાસ્થ્ય અને આહાર-વિહાર

પર ધ્યાન આપતો ન હતો. આ હવે અપેક્ષાકૃત સરળ થઈ ચુક્યું છે, અને મેં રોજ જમ જવાનું શરૂ કરી દીધું છે.'

ખેર, સંતોષની ઉદ્યમિતાએ એને જલ્દી આવવાવાળા ગુસ્સા પર નિયંત્રણ મેળવવાનું શીખવાડ્યું છે. તેઓ કહે છે- 'પહેલાં મને જલ્દી ગુસ્સો આવતો હતો. હું હવે વધારે સહનશીલ છું. આ એક મોટી શીખામણ રહી છે. બધી અનિશ્ચિતતાઓ છતાં, હું આટલું બધું સંભાળી રહ્યો છું. રાત્રે સારી નિદ્રા માણું છું અને આગલી સવારે હસતા ચહેરાની સાથે ઑફિસ જાઉં છું. નિર્ણય લેવો નિશ્ચિત રૂપથી યોગ્ય થઈ ગયો છે. શરૂમાં, હું થાકી જતો હતો. થોડી વસ્તુઓમાં નિર્ણય લેવામાં ઘણી બધી ઊર્જા લાગે છે.'

પોતાના પ્રશિક્ષણ સત્રમાં, સંતોષ વિદ્યાર્થીઓને પોતાના ઝનૂન પર ચાલવું અને સાથે-સાથે પૈસા કમાવાનું પણ શીખવાડે છે.

હું એમનાથી અતાર્કિક નિર્ણય લેવા માટે કહું છું. કેટલીય વાર દિમાગનો અતાર્કિક ભાગ, તાર્કિક ભાગથી વધારે જાણે છે, પરંતુ તમારે એ ત્યાં જ ના છોડી દેવું જોઈએ, કડી મહેનતની સાથે લાગ્યા રહેવું ખૂબ જરૂરી છે. હું જાણતો ન હતો કે, મને આ કરવામાં આટલો લાંબો સમય લાગી જશે. તમારે લાગ્યા રહેવું જોઈએ, કેમ કે લોકો તમારા પર થોડી વાર પછી જ વિશ્વાસ કરે છે. જેમ કે બધા ઉદ્યમી જાણે છે, સમયની સાથે આ સરળ થઈ જાય છે.

મદદની જરૂર બધાને છે

> ***'હું એક હેન્ડસમ વ્યક્તિ નથી, પરંતુ હું પોતાના હેન્ડ એ કોઈ પણ વ્યક્તિને આપી શકું છું, જેને મદદની જરૂર છે. સુંદરતા હૃદયમાં હોય છે, ચહેરામાં નહીં.'***
>
> **- ડૉ. અબ્દુલ કલામ**

જીવન સંગ્રામ છે અને અહીંયા દરેક સંબંધ અને પરિસ્થિતિઓ તમને એ જ સમજાવે છે કે, માનવીય મૂલ્યોની રક્ષા કરતાં રહો તથા પોતાના આચાર-વિચાર વિશે વિચારીને એને પરિષ્કૃત કરતાં રહો. એ હંમેશાં જોવામાં આવે છે કે, જો કોઈ એક વ્યક્તિ પર કોઈ મોટી સમસ્યા આવી જાય છે, તો આપણે એની મદદને બદલે એની મજાક ઉડાડવા લાગીએ છીએ અથવા પૂરું જોર એને દોષી બતાવવામાં લગાવી દે છે, આ જીવનનો પ્રથમ પક્ષ છે કે યાતના સહન કરી રહેલો વ્યક્તિ દોષી છે અને આપણે બધા જેટલું શક્ય થઈ શકે, એના કષ્ટમાં સુખ મેળવવાની અનુભૂતિ પેદા કરવા લાગીએ છીએ, કેમ કે જ્યારે આપણે દરેક માણસથી પ્રતિસ્પર્ધા કરીએ છીએ, તો દરેક સમયે એ જ વિચારીએ છીએ કે, જુઓ કોવા લોકો છે, અક્કલ નથી, આમનું તો આવું જ થવાનું હતું, બહુ ઊડી રહ્યાં હતા....એવા અન્ય પણ અનેક વાક્ય કહેવામાં આવે છે, જે બીજાઓને નાના અને પોતાને શ્રેષ્ઠ બતાવવા માટે જરૂરી છે.

જ્યારે કે પોતાના માટે તો દરેક કોઈ જીવે છે, પરંતુ જે વ્યક્તિ બીજાઓની પીડાને સમજે અને એમની જિંદગીમાં બદલાવ લાવવાની દિશામાં કામ કરે,

અસલી વિજેતા એ જ હોય છે. આવો વ્યક્તિ સમાજ માટે એક એવું ઉદાહરણ રજૂ કરે છે, જેનાથી પ્રેરિત થઈને કેટલાય લોકો એના પદચિન્હો પર ચાલવાનો પ્રયત્ન કરે છે. એવા જ એક વિજેતા છે રુસ્તમ સેન ગુપ્તા.

આમ તો રુસ્તમના માતા-પિતા બંગાળના છે, પરંતુ એમનો જન્મ દિલ્લીમાં થયો અને તેઓ અહીં જ મોટા થયાં. એમની પ્રારંભિક શિક્ષા દિલ્લીની સેન્ટ કોલંબસ સ્કૂલથી થઈ. એના પછી એમણે એન્જીનિયરિંગ કર્યું અને અમેરિકાથી માસકૉમ કરવા ત્યાં ચાલ્યા ગયા. પછી ફ્રાંસમાં એમબીએ કર્યા પછી રુસ્તમ સેન ગુપ્તા વિદેશમાં સારા પગારવાળી નોકરી કરી રહ્યાં હતા. રુસ્તમ સિંગાપુરમાં એક મલ્ટીનેશનલ બેંકમાં ઊંચા પદ પર હતા, ખૂબ સારું કમાઈ રહ્યાં હતા.

એવું નથી કે, 'બૂંદ'ની શરૂઆત કરવાનો વિચાર એમને અચાનક જ આવ્યો હોય. જ્યારે તેઓ દિલ્લીમાં ભણી રહ્યાં હતા, ત્યારે જ એમને લાગતું હતું કે, તેઓ કશું એવું કામ કરે, જેનાથી દેશ અને ત્યાંના લોકોને કોઈ ફાયદો થાય, પરંતુ એ સમયે ભણવાનો સિલસિલો આગળ વધતો ગયો અને તેઓ દિલ્લીથી અમેરિકા, અમેરિકાથી ફ્રાંસ પહોંચી ગયા. ફ્રાંસમાં એમબીએ કરવા દરમિયાન એમને એક કોર્સના સિલસિલામાં એક ગામમાં દોઢ મહીના રહેવું પડ્યું, ત્યારે જ એમણે ગામમાં રહેવાવાળા લોકોના જીવનમાં આવવાવાળી સમસ્યાઓને નજીકથી જાણી. એમણે નિર્ણય કર્યો કે, તેઓ આ લોકોના જીવનમાં વિજળી, પાણી જેવી મૂળભૂત જરૂરિયાતોને દૂર કરવાનો પ્રયત્ન કરશે. એ જ સમયે એમના ઈરાદાઓમાં 'બૂંદ'એ જન્મ લીધો. એના પછી તેઓ ફ્રાંસ પાછા જતાં રહ્યાં અને એમબીએનો અભ્યાસ પૂરો કરીને ત્યાં નોકરી કરવા લાગ્યા. નોકરીની સાથે-સાથે જ એમણે પોતાના ઈરાદાને હકીકતમાં બદલવા માટે રિસર્ચ વર્ક કરવાનું શરૂ કરી દીધું. કેટલાય પ્રકારની રિસર્ચ કર્યા પછી જ્યારે એમનો બિઝનેસ પ્લાન પૂરી રીતથી તૈયાર થઈ ગયો, ત્યારે એમણે નોકરી છોડી અને ભારત આવીને 'બૂંદ'ને સ્વરૂપમાં ઢાળવાનું શરૂ કરી દીધું. અહીંયા પર એમણે એક સામાજિક સંસ્થા 'બૂંદ'ની શરૂઆત કરી.

ભારત આવીને સૌથી પહેલાં રુસ્તમે ભારતના ગામ-દેહાતોનો પ્રવાસ કર્યો અને જોયું કે, અહીંયા પર ગ્રામીણોને સૌથી જરૂરી વસ્તુઓ જેમ કે- વિજળી,

સાફ પાણી મળી રહ્યું ન હતું, સાથે જ અહીંયા પર ખૂબ જ ગંદકી હતી. એમણે જોયું કે, શહેરોમાં કેટલીય વસ્તુઓ છે, જે ત્યાં તો મળે છે, પરંતુ ગામડાઓ સુધી નથી પહોંચી રહી અને જો તે વસ્તુઓને ગામડાં સુધી પહોંચાડવામાં આવે, તો અહીંયા રહી રહેલા લોકોની જિંદગીમાં વધારે બદલાવ લાવી શકાય છે. એમણે આ ખાઈને ભરવાનો પ્રયાસ કરવા વિશે વિચાર્યું. એના પછી તેઓ વિભિન્ન એનજીઓની સાથે મળીને કામ કરવા લાગ્યા, જેથી તેઓ પોતાના પ્રયાસોથી ગામના લોકોની જિંદગીમાં કંઈક સકારાત્મક પરિવર્તન લાવી શકે.

એમણે આ દરમિયાન જોયું કે, ગામ લોકોને મૂળભૂત વસ્તુઓ મળી રહી ન હતી, જેના કારણે એમની જિંદગી વધારે કષ્ટદાયી થઈ ગઈ હતી. સ્વચ્છતા ન હોવાને કારણે ગામડાંના બાળકો બીમાર પડી રહ્યાં હતા, આ બધી વસ્તુઓ રુસ્તમને ખૂબ પીડા આપી રહી હતી. રુસ્તમે નક્કી કર્યું કે, એમને હવે પોતાના પ્રયાસોમાં ખૂબ જ તેજી લાવવી પડશે, એના માટે એમણે વિભિન્ન ઉત્પાદનોની સૂચી તૈયાર કરવાની શરૂ કરી. તેઓ આ વાતનું પણ ખાસ ધ્યાન રાખી રહ્યાં હતા કે, તે ઉત્પાદન મોંઘું ના હોય, કેમ કે ગામના લોકો વધારે ગરીબ હતા. એમણે પોતાના અભિયાનની શરૂઆત ઝારખંડ અને પશ્ચિમ બંગાળથી કરી. બૂંદની શરૂઆત ભલે જ એમણે એકલાએ કરી, પરંતુ ત્રણ-ચાર મહીનાઓમાં જ એણને લોકોનો એટલો સહયોગ મળવા લાગ્યો કે, આગળનો રસ્તો આપમેળે જ બનતો ગયો. જો લોકોનો સાથ ના મળ્યો હતો, તો કદાચ આજે બૂંદ પોતાની ઓળખ ના બનાવી શક્યું હોત. બૂંદની સફરને સરળ બનાવવામાં આઈઆઈએમ સેન્ટર ફૉર ઇનોવેશન ઇનક્યૂવેશન ઍન્ટરપ્રેન્યોરશિપ, અમદાવાદના કેટલાંક પ્રોફેસર અને ત્યાંના છોકરાઓએ રુસ્તમની ખૂબ જ મદદ કરી. એમણે આ વાત પર પૂરું જોર આપ્યું કે, કેવી રીતે ગામમાં સોલર ઍનર્જી પહોંચાડવાના આ કામને વ્યવસાયનું રૂપ આપવામાં આવે અને આ કામ એનજીઓમાં પરિવર્તિત ના થઈ શકે, કેમ કે વ્યવસાયના રૂપમાં આ કામની શરૂઆત કરવાનું બીજું એક લક્ષ્ય ગામમાં વિજળી પહોંચાડવાની સાથે ત્યાંના યુવાઓને રોજગાર આપવાનું પણ હતું. આ દરમિયાન કેટલાય વિશેષજ્ઞોએ

રુસ્તમના લોકોને આ કામનું પ્રશિક્ષણ આપવામાં મદદ કરી.

ગામમાં રહેવાવાળા મોટાભાગના લોકોની પાસે એટલા પૈસા ન હતા કે, તેઓ એમના ઉત્પાદનોને પૂરા પૈસા આપીને ખરીદી શકે. એના માટે એ લોકોએ ગામવાળાઓને નાની-નાની લોન અપાવવાની સુવિધા પણ ઉપલબ્ધ કરાવી, જેથી તેઓ દર મહીને નાના-નાના હપ્તા ચુકવીને આ ઉત્પાદનોને ખરીદી શકે અને રોજબરોજના જીવનમાં વિજળી, પાણીની સમસ્યાથી છુટકારો મેળવી શકે. જો કોઈ પોતાના ઘરમાં બે બલ્બ, એક પંખાની વ્યવસ્થા માટે ૧,૦૦૦ રૂપિયાના ખર્ચવાળું સોલર યૂનિટ લગાવવા ઇચ્છે છે, તો તે લોનના માધ્યમથી એક વર્ષ સુધી પ્રતિવર્ષ ૧૨૦ રૂપિયાનો હપ્તો આપીને પોતાના ઘરમાં રોશનીની વ્યવસ્થા કરી શકે છે.

સેન ગુપ્તાએ સૌર લાલટેન, વૉટર ફિલ્ટર, ચૂલાં, ડાયનેમો લેમ્પ અને મચ્છરદાની જેવાં ઉત્પાદનોને એકઠાં કરવા, વેચવા અને એમની સારસંભાળ કરવાનું એક મૉડલ વિકસિત કર્યું. આ એ પ્રકારથી કામ કરે છે, જ્યારે કોઈ દાનદાતા કોઈ ઉત્પાદન ખરીદી લે છે, તો એને સ્થાનીય વેપારીઓ અથવા બિન સરકારી સંગઠનોના માધ્યમથી વાંછિત ઠેકાણા પર મોકલી દેવામાં આવે છે.

પછી ગ્રામીણ આ ઉત્પાદનોને ખરીદે છે અને એની ચુકવણી હપ્તાઓમાં કરે છે. સોદો કરાવવાવાળા સ્થાનીય ઍજેન્ટને એમની સેવા માટે કમીશન મળે છે. દાનની રકમ, જે સામાન્ય રીતે લોનનું કામ કરે છે, દાનદાતાને પાછી આપી શકાય છે અથવા એનું પુનર્નિવેશ કોઈ અન્ય સોદામાં કરી શકાય છે.

લદ્દાખમાં જ્યારે પ્રાકૃતિક આપદા આવી હતી, ત્યારે 'બૂંદ'એ મફતમાં ઉત્પાદન ત્યાં મોકલ્યા. દાનદાતાઓથી પૈસા એકઠાં કરવા માટે 'બૂંદ'ને એક અભિયાન પણ ચલાવવું પડ્યું. સેન ગુપ્તાએ હવે નાણાંકીય ભાગીદારોને સામેલ કરી લીધું છે, જે એ અવધિ માટે પૈસાઓની વ્યવસ્થા કરશે, જ્યાં સુધી દાનદાતા ઉત્પાદનોનો હિસાબ ચુકતે નથી કરી દેતાં.

એક પરિવારનો કેરોસિનની લાલટેનને બદલે સૌર લેમ્પની રોશનીમાં ભોજન કરવાનો આનંદ રુસ્તમને એ આશ્વાસન અપાવે છે કે, એમનો પ્રયાસ સુંદર રીતે ચાલી રહ્યો છે. જ્યારે પણ તેઓ ગામડાંમાં જાય છે અને બાળકોને

સોલર લેમ્પથી ભણતાં જુએ છે, તો એમને આત્મીય આનંદ મળે છે. સન્ ૨૦૧૦માં શરૂ થયેલી આ સફર આજે સફળતાની સીડીઓ સતત ચઢી રહી છે સોલર લેમ્પ કે પછી સોલર ઍનર્જીથી ચાલવાવાળા અન્ય સાધનો બનાવવા, એમની સર્વિસિંગ કરવા માટે એમની સંસ્થાને કેટલાય લોકોની જરૂર પડે છે. એવામાં એમનું એ વાત પર પૂરું જોર હોય છે કે, સુવિધાઓની સાથે તેઓ ગામના લોકોને પોતાના કામથી જોડીને એમને રોજગાર પણ આપી શકે. ઉત્તર પ્રદેશ તેમજ રાજસ્થાનના ગામડાંમાં એમની જેટલી પણ ઑફિસ છે, ત્યાં એમણે કર્મચારીઓના રૂપમાં ત્યાંના જ લોકોને રાખ્યાં છે. એમની પોતાની ટીમમાં આ સમયે ૨૨ લોકો છે. ૫૦-૬૦ લોકો પાર્ટટાઇમ કમીશન પર કામ કરે છે. તે ગામડાઓમાં ૭,૦૦૦થી પણ વધારે સિસ્ટમ લગાવી ચુક્યા છે. કેટલીય સોલર લાઇટો લગાવી છે. એના સિવાય તેઓ એ ક્ષેત્રોમાં કામ કરે છે, જ્યાં લોકોને મદદની જરૂર હોય છે. જેમ કે ૨૦૧૦માં જ્યારે લદ્દાખમાં પૂર આવ્યું હતું, ત્યારે એમની પૂરી ટીમે ત્યાંના ૯ ગામડાઓમાં વિજળી અને પીવાના પાણીની સુવિધા ઉપલબ્ધ કરાવી હતી. ઉત્તરાખંડમાં થયેલી બરબાદી પછી આ સમયે એમની ટીમ ત્યાંના ગામડાઓમાં સુધાર લાવવાનો પ્રયાસ કરી રહી છે.

એના સિવાય ૩૧ પાર્ટનર તેમજ કમીશન ઍજેન્ટ્સ છે અને 'બૂંદ'ના માધ્યમથી તેઓ ૫૦ હજાર લોકોની જિંદગીમાં બદલાવ લાવી ચુક્યા છે.

તાકાત જ તાકાતનું સન્માન કરે છે

> *'જ્યાં સુધી ભારત દુનિયામાં પોતાના પગ પર ઊભું નથી, ત્યાં સુધી આપણો આદર કોઈ નહીં કરે. આ દુનિયામાં ડર માટે કોઈ જગ્યા નથી. ફક્ત તાકાત જ તાકાતનું સન્માન કરે છે.'*
>
> **- ડૉ. અબ્દુલ કલામ**

ભારતીય વિજ્ઞાપન જગતની એક પ્રસિદ્ધ હસ્તી સુશ્રી તારા સિન્હાએ ૨૦૦૧માં કોઈ સમયે 'ઇકોનૉમિક્સ ટાઇમ્સ'ના એક લેખમાં એમણે લખ્યું કે, તેઓ જ્યારે પણ વિદેશોમાં ગઈ, તે ક્યારેય પણ હોટલોમાં ના રોકાઈ, બલ્કે પોતાના મિત્રોના ઘેર રહી. એમણે ભારતીય લોકોની સામે વિદેશીઓ દ્વારા ભારતને ગાળો આપતાં સાંભળ્યા હતા- 'ભારત એક ગંદો, ત્રીજા દરજાનો ભ્રષ્ટ દેશ છે.' કલ્પના કરો, શું સ્થિતિ હશે, જ્યારે આ વિદેશી લોકો ભારતની વિરુદ્ધ આવો પ્રચાર કરી રહ્યાં હોય અને ફક્ત ૧૫૦ ભારતીય વિદેશ સેવા અધિકારી ભારતના માનની રક્ષા કરવાનો પ્રયત્ન કરી રહ્યાં હોય. ભારતને ૪૦ વર્ષો સુધી આ પ્રકારનું સામૂહિક અપમાન, તિરસ્કાર સહન કરવાં પડ્યાં તારા સિન્હા કહે છે કે, ભારતની વિરુદ્ધ આ ભદ્દો પ્રચાર એક જ દિવસમાં રોકાઈ ગયો, જે દિવસે ભારતે પોખરણમાં પરમાણુ બૉમનો વિસ્ફોટ કર્યો. એ જ સમયે ભારતનું ઉપર ઉઠવાનું શરૂ થઈ ગયું. લોકો કહેવા લાગ્યા કે, પ્રતિબંધો છતાં ભારતના વિજ્ઞાન તથા પ્રૌદ્યોગિકીનો વિકાસ વધારે ઝડપથી થશે. ઉચ્ચ અધિકારીઓએ કહ્યું- 'આપણને વિદેશી તકનીકની જરૂર નથી. આપણે પૂરી રીતે સમર્થ છીએ. અમે ખૂબ ઓછી કિંમત પર તકનીક વિકસિત કરી શકીએ છીએ. અમે નથી ઇચ્છતા કે પ્રતિબંધ હટાવવામાં આવે.' ડૉ. કલામે

આ આવસર પર કહ્યું હતું-'જો તમે પ્રતિબંધ લગાવશો, તો અમે વધારે પણ ઝડપથી આગળ વધીશું.' દુનિયા એવી જ તાકાતનું સન્માન કરે છે.

તેથી એ વાતમાં કોઈ સંદેહ નથી કે, આર્થિક શક્તિ કોઈપણ દેશની શક્તિની મહત્ત્વપૂર્ણ ઘટક છે. અન્ય ઘટકો વગર આર્થિક શક્તિ વિશ્વનો સામનો કરવા માટે પર્યાપ્ત નથી હોતી અને એ અન્ય ઘટકોમાં સૌથી મહત્ત્વપૂર્ણ છે આપણી યુવા શક્તિ. એવા જ એકયુવા વિનીત રાયની જીવન યાત્રાની ઝાંખી તમને આગળ વાંચવા મળશે.

વિનીત રાય અભ્યાસમાં ખૂબ સરેરાશ વિદ્યાર્થી રહ્યાં, પરંતુ માત્ર ૨૫ વર્ષની ઉંમરમાં સીઈઓ બનીને એમણે બતાવી દીધું કે, ક્લાસમાં પ્રથમ સ્થાન પર આવવાથી જ કોઈ સફળ નથી થઈ શકતું. સફળ થવા માટે કામ પ્રતિ લગન, પ્રામાણિકતા અને દૃઢ ઇચ્છાશક્તિની જરૂર હોય છે. આ બધા ગુણ વિનીતમાં હતા, આથી આજે તેઓ તે બધું કરી શકે છે, જે તેઓ વિચારે છે.

વિનીતનો જન્મ જોધપુરમાં થયો હતો. ભારત-પાક. સીમાનું નજીક સ્થિત હોવાને કારણે ત્યાં પર સેનાની ચહેલકદમી ખૂબ વધારે હતી. દેશના જવાનોને જોઈને વિનીતના મનમાં પણ સેનામાં ભરતી થવાની ઈચ્છા પેદા થઈ. તે સેનામાં ભરતી થવા ઈચ્છતા હતા, પરંતુ એમની પસંદગી ના થઈ શકી. એમણે લેખિત પેપર તો ખૂબ સરળતાથી પાસ કરી લીધું, પરંતુ એસએસબી ઈન્ટરવ્યૂમાં બહાર થઈ ગયા. તેઓ ઈચ્છતા હતા કે, એમને પહેલી જ વારમાં પસંદ કરી લેવામાં આવે, પરંતુ જ્યારે એમને એનડીએમાં પસંદ કરવામાં ના આવ્યા, તો એમણે વિચાર્યું, ઠીક છે હું સીડીએસ આપીશ અને ફરી જ્યારે એમાં પણ એમનો નંબર ના આવ્યો, તો ઍરફોર્સ માટે અરજી કરી. ત્યાં પણ એમને ના સાંભળવા મળી. એનાથી તેઓ ખૂબ નિરાશ અને હતાશ થઈ ગયા. પછી એમણે સેલ્સ રિપ્રેઝેંટેટિવ તરીકે નોકરી કરી, જ્યાં ૧૯૯૧માં ૨૦ વર્ષની ઉંમરમાં એમને ૨૦૦૦ રૂપિયા મળતાં હતા, પરંતુ જલ્દી જ તેઓ સમજી ગયા કે, આ ક્ષેત્ર એમના માટે નથી. પછી એક મિત્રએ મજાકમાં એમને કહ્યું- 'જો ફૌજમાં ના લીધો તો ઓછામાં ઓછો જંગલમાં જ ચાલ્યો જા, ત્યાં તને મજા આવી જશે.' એમને આ આઇડિયા સારો લાગ્યો. તો એમનો તે મિત્ર જયેશ ભાટિયા આઈઆઈએમનું ફૉર્મ લઈ આવ્યો અને ફીસ જમા કરાવી દીધી. એણે વિનીતથી કહ્યું- 'બસ જીમેટની પુસ્તકો વાંચ અને પેપર આપ.' વિનીતે ખુદને પુસ્તકોમાં ડૂબાડી દીધો અને પછી એક વાર પરીક્ષા તેમજ ઈન્ટરવ્યૂ

આપ્યા. જૂન, ૧૯૯૧માં એમણે ઇન્ડિયન ઇન્સ્ટીટ્યૂટ ઑફ ફૉરેસ્ટ મેનેજમેન્ટ જૉઇન કરી લીધું. એ જ દરમિયાન તેઓ સ્વાતિથી મળ્યાં, જે આજે એમની પત્ની છે. સ્વાતિને કારણે એમને પોતાના વિશે ઘણું બધું જાણવા મળ્યું, જેમ કે તેઓ કઈ વસ્તુ ખૂબ સારી રીતે કરી શકે છે. એમની મુશ્કેલી એ હતી કે, તેઓ કોઈ એક કામમાં લાંબા સમય ટકી શકતા ન હતા, પરંતુ એમણે પોતાની આદતમાં બદલાવ કર્યો. કોર્સ ખતમ થયા પછી એમણે ૧૯૯૪માં બલ્લરપુર ઇન્ડસ્ટ્રી જૉઇન કરી લીધી. બલ્લરપુર કાગળના વ્યવસાય માટે પ્રસિદ્ધ હતો. ફૉરેસ્ટ ડિપાર્ટેન્ટ પ્રાઇવેટ ઇન્ડસ્ટ્રીને પોતાની જગ્યાએ ઉપયોગ કરવા દેતો હતો, જેનાથી તે લોકો વાંસ કાપીને પોતાની ફેક્ટરીમાં લઈ જતા હતા. આ કામ બિલ્કુલ નવું હતું અને જોખમથી ભરેલું પણ. આ દુનિયાનો એક એવો હિસ્સો છે, જે એમણે ક્યારેય જોયો ન હતો. એક વર્ષ વિનીતે આ જ વિસ્તારમાં વિતાવ્યું, પછી એમણે ખુદની પોસ્ટિંગ વધારે દૂરના વિસ્તારમાં કરવાની વ્યવસ્થા કરી લીધી. તેઓ બતાવે છે કે- 'મેં કેટલાંક એવા કામ કર્યા, જે કોઈપણ સમજદાર માણસ ના કરતો. હકીકતમાં મેં મીટિંગમાં હસવાનું શરૂ કરી દીધું, જેનાથી બૉસ ચિડાઈ ગયા અને મારી બદલી બોઇંદા જિલ્લામાં થઈ ગઈ, જ્યાં પરિસ્થિતિઓ ખૂબ જ ખરાબ હતી, ના વિજળી હતી, ના પાણી.' અહીંયા પર વિનીતને બે ફૉરેસ્ટ ડિવીઝન સંભાળવાના હતા. વિનીતની દિનચર્યા સવારે ચાર વાગ્યે શરૂ થઈ જતી હતી. સવારે-સવારે જંગલ જવાનું થતું હતું. માત્ર ૨૪ વર્ષની આયુમાં જ એમને આટલી મોટી જવાબદારી મળી ગઈ હતી, આ ખૂબ મોટી વાત હતી. એના સિવાય એમના માર્ગદર્શન હેઠળ ૨૦૦૦ મજૂર તથા અધિકારી કામ કરી રહ્યાં હતા. ત્યાં સમસ્યા એ હતી કે તે બધા લોકો વિનીતને સર્વેસર્વા સમજતા હતા. એનાથી એમની જવાબદારી વધારે વધી જતી. જ્યારે તેઓ સુઈને ઊઠતાં, તો ઓછાંથી ઓછાં ૨૦૦ લોકો બહાર રાહ જોઈને બેઠાં રહેતાં. વિનીતે જંગલની વચ્ચે ભગવાનના રૂપમાં ૨૦ મહીના વિતાવ્યા, પરંતુ જેમ-જેમ સમય વીતી રહ્યો હતો, એમની બેચેની વધતી જઈ રહી હતી. એમના કામમાં એકરસતા આવવા લાગી હતી. તેઓ નોકરી છોડવાની વાત કરવા લાગ્યા. પત્નીએ સમજાવ્યા, પરંતુ બધું વ્યર્થ.

લગભગ દોઢ વર્ષ ત્યાં નોકરી કર્યા પછી રાજીનામુ આપીને વિનીત દિલ્લી આવી ગયા. થોડા સમયમાં તેઓ સમજી ગયા કે કોઈપણ એવા માણસને કામ આપવા ના ઇચ્છતું, જે ૩ વર્ષો સુધી જંગલમાં રહ્યો હોય. જેને એ ખબર ના હોય કે ઇન્ટરનેટ શું છે? વર્ડ પર કામ કેવી રીતે થાય છે? છતાં પણ એમણે

પોતાને વ્યવસ્થિત તો કરવાના જ હતા. લગભગ એ જ સમયે વિનીતને આઈ.આઈ.એમ.ના પ્રોફેસર અનિલ ગુપ્તાની સાથે કામ કરવાની તક મળી. તેઓ એક રિસર્ચ ઍસોસિએટ્સની શોધમાં હતા, જે વાનિકી પૃષ્ઠભૂમિથી હોય. એમણે વિનીતને ૩૦૦૦ રૂપિયા મહીના આપવાનો પ્રસ્તાવ આપ્યો. વિનીતે કહ્યું- 'આટલા પૈસામાં કોઈ જંગલમાં રહી શકે છે, પરંતુ અમદાવાદ જેવા શહેરમાં શક્ય નથી.' પ્રોફેસર ગુપ્તા ૫૯૦૦ રૂપિયા આપવા તૈયાર થઈ ગયા. ૮ મહીના એમની સાથે કામ કર્યા પછી એમના અનુભવે એમને બતાવી દીધું કે, વિનીત રિસર્ચ માટે ઉપયુક્ત નથી. તેઓ ફક્ત ડૂઅર હતા, ના કે થિંકર.

એના પછી ગુજરાત સરકાર અને પ્રોફેસર અનિલ એક ઇન્સ્ટીટ્યૂટ સ્થાપિત કરી રહ્યાં હતા. જેનું નામ 'ગેન' એટલે ગ્રાસરુટ્સ ઇનોવેશન ઑગ્મેંટેશન નેટવર્ક હતું. પ્રોફેસરની સલાહ પર વિનીતે એ પ્રોજેક્ટમાં મેનેજર તરીકે અરજી કરી, પરંતુ એમની પસંદગી સીઈઓ તરીકે થઈ ગઈ. તેઓ કહે છે- 'જ્યાં સુધી હું જાણું છું, એવું આથી થયું, કેમ કે કોઈએ પણ સીઈઓ માટે અરજી આપી ન હતી. એમને સીઈઓ બનવાનો વિચાર ખૂબ સારો લાગ્યો. જો કે, ત્યાં સુધી કોઈ ઑર્ગેનાઇઝેશન બની ન હતી.'

કામ સંભાળ્યા પછી વિનીતને લાગ્યું કે, 'ગેન'ને ફાયનાન્સની જરૂર છે અને રોકાણકાર પણ ત્યારે મળશે, જો 'ગેન' ઉદ્યોગનું રૂપ લઈ લે. એના પછી વિનીતે રિસર્ચ કરી અને મેળવ્યું કે, જો 'ગેન' ગ્રામીણ રોકાણકાર બની જાય, તો એમને ફંડ મળી શકે છે. એના પછી સિડબી અને નાબાર્ડ જેવી બેંકોથી વાત કરવામાં આવી, પરંતુ વાત ના બની.

૨૦૦૧ની શરૂઆતમાં વિનીતની પાસે અનંત નાગેશ્વરનનો સિંગાપુરથી ફોન આવ્યો, પછી તેઓ યોજના પર ચર્ચા કરવા સિંગાપુર ગયા. અંતમાં સિંગાપુરમાં ૪૦ એનઆરઆઈના સમૂહે એમના પર વિશ્વાસ જતાવતાં ૫૦૦૦ ડૉલરની રકમ આપી. આ પ્રોજેકટનું નામ 'આવિષ્કાર' રાખવામાં આવ્યું, પરંતુ કોઈને પણ ભરોસો ન હતો કે, ગામનો કોઈપણ વ્યક્તિ મશીન બનાવી શકે છે. 'ગેન'એ બે ઇનોવેટર્સ પર આ પૂંજી લગાવી, જેમનામાંથી એક મનસુખભાઈ પટેલ હતા, એમણે રૂ પીંજવાની મશીનનું નિર્માણ કર્યું અને બીજા કૈલાશ ગજ્જર ઑઇલ મશીનવાળા, પરિણામ ખૂબ સારું રહ્યું. માત્ર એક વર્ષમાં જ ખર્ચના ૨૬ ટકા રિટર્ન મળી ગયું. રોકાણકાર હેરાન હતા, કેમ કે પહેલાં કોઈને પણ એની આશા ન હતી, પરંતુ એના પછી પ્રોફેસર ગુપ્તાની સાથે વિનીતના કેટલાંક મતભેદ થયાં અને વિનીતે નોકરી છોડી દીધી.

થોડાં સમય પછી વિનીતની મુલાકાત અરુણ ડિયાજથી થઈ. અરુણથી વિનીત પહેલાં સિંગાપુરમાં મળી ચુક્યા હતા. એમણે વિનીતને પુનઃ આવિષ્કારની સાથે જોડાવા અને એને આગળ વધારવાનું આમંત્રણ આપ્યું. એ જ દરમિયાન વિનીતે (ટી એમ વીસીએફ)તુંગરી મનોહરવેંચર કેપિટલ ફંડની સાથે એક કૉન્ટ્રેક્ટ સાઇન કર્યો. આ બિલ્કુલ એવું હતું, જેવું વિનીત 'આવિષ્કાર'માં કરવા ઇચ્છતા હતા, પછી વિનીતે ટીએન્ડએમની સાથે કામ કરવા માટે મુંબઈ ગયા. સાથે જ આવિષ્કારને પણ એક ટ્રસ્ટના રૂપમાં રજિસ્ટર્ડ કરાવ્યું. એના પછી સેબીની પાસે રજિસ્ટર્ડ કરાવવામાં આવ્યું. સેબીએ શરત રાખી કે, જ્યાં સુધી એમના ટ્રસ્ટની પાસે એક મિલિયન ડૉલર જમા ના થઈ જાય, ત્યાં સુધી તે રોકાણ નથી કરી શકતા. આગલા થોડાં મહીના ખૂબ જ નિરાશાજનક રહ્યાં. ટીએન્ડએમ વીસીએલે પોતાના બધા ઑપરેશન બંધ કરી દીધા. ખૂબ મહેનત પછી એક કરોડ ફંડ એક્ઠો કરવામાં આવ્યો, પછી સેબીએ આવિષ્કારને કાર્ય કરવા માટે લીલી ઝંડી બતાવી દીધી. એના પછી શોધ શરૂ થઈ એવા ચાલવાવાળા ઉદ્યોગોની જ્યાં રોકાણ કરી શકાય. ચેન્નઈમાં 'સર્વલ' નામની એક કંપની હતી, જે એવા સ્ટવ બર્નર બનાવતી હતી, જે બીજા બર્નરોના મુકાબલે ૩૦ ટકા વધારે ચાલતા હતા, એને ૬૦ વર્ષીય સજ્જન મુકુંદન ચલાવી રહ્યાં હતા. એના બે ફાયદા થઈ રહ્યાં હતા- એક તો કેરોસીનની બચત અને બીજું ગ્રીન હાઉસ ગેસોના ઉત્સર્જનમાં કમી કરીને પર્યાવરણની રક્ષા પણ થઈ રહી હતી. સન્ ૨૦૦૨માં આવિષ્કારે પોતાનું પ્રથમ રોકાણ કર્યું. પહેલા બે વર્ષ ખૂબ ખરાબ રહ્યાં અને આશાથી ખૂબ ઓછાં બર્નર વેચાયા. જ્યારે રિસર્ચ કરવામાં આવી, તો જોયું કે ગ્રામીણ વિસ્તારોમાં લોકો સસ્તા બર્નર વધારે ખરીદે છે. પછી 'સર્વલ'એ એક નવી મિશ્ર ધાતુને કાઢી, જે ખૂબ સસ્તી હતી. અહીંથી જ મળવાની શરૂઆત થઈ આવિષ્કારને સફળતા.

વિનીત હંમેશાં એ જ સાબિત કરવા ઇચ્છતા હતા કે, વેપારની સાથે સમાજની ભલાઈનું પણ કામ થઈ શકે છે.

આવિષ્કારે ના ફક્ત બીજી કંપનીઓ માટે રોકાણ કર્યું, બલ્કે પોતાના માટે ફંડ બનાવ્યું. એના પછી વિનીતે દુનિયાભરનો પ્રવાસ કર્યો અને રોકાણકાર એક્ઠાં કરવાના શરૂ કર્યા. થોડાં જ સમયમાં આવિષ્કાર ૨૩ કંપનીઓ પર ૧૬ મિલિયન ડૉલર રોકાણ કરી ચુકી છે.

આજે આવિષ્કાર ગ્રામીણ વેપારીઓને લોન આપી રહ્યું છે, એવા લોકોને જે કશું નવું કરવાની ક્ષમતા રાખે છે. સન્ ૨૦૦૨માં વિનીતે 'ઇંટલેક્ચ્યુઅલ

કેપિટલ' નામથી એક કંપની રજિસ્ટર્ડ કરી હતી. ઈન્ટલકેપ એક અજીબોગરીબ આઈડિયા હતો, જે વિનીતને એમના મિત્ર પવન મેહરાએ બતાવ્યો હતો. આ એક એવી કંપની હતી, જે બૌદ્ધિક પૂંજીમાં વેપાર કરતી હતી. ઈંટલકેપને જલ્દી જ વર્લ્ડ બેંકથી ૧૦૦૦ ડૉલર પ્રતિ મહીનનાનો કરાર મળી ગયો.

આવિષ્કાર અને ઈંટેલકેપનો વિસ્તાર ખૂબ ઝડપથી થયો. કંપનીનું ફોકસ સોશ્યલ ઈન્વેસ્ટમેન્ટ ઍડવાઈઝરી અને સોશ્યલ કૉલેજ મેનેજમેન્ટ પર હતું. સંક્ષેપમાં કહેવામાં આવે, તો આવિષ્કારનો ઉદ્દેશ્ય ફક્ત નફો અર્જિત કરવાનો નથી, બલ્કે આવિષ્કારનું કામ એ કંપનીઓને ઊભી કરવાનનું છે, જે વધારેથી વધારે લોકોને રોજગાર આપે અને દેશની તાકાત બની શકે. એમની ઑફિસ સામાજિકને બદલે કૉર્પોરેટ વધારે લાગે છે. આવિષ્કારે એ સાબિત કરી દીધું કે, સામાજિક અને વેપારિક કામની વચ્ચે તમે એક લાઈન નથી ખેંચી શકતા, ના તો તમારે ખેંચવી જોઈએ. પૈસાના માધ્યમથી સમાજની જરૂરિયાતોને પૂરી કરી શકાય છે. ભલે જ તમે પોતાની કારકિર્દી કોઈ જંગલમાં શરૂ કરી હોય અથવા આલીશાન ઑફિસમાં, તમે બધાના લીડર બની શકો છો.

ઉચ્ચતમ તેમજ શ્રેષ્ઠ લક્ષ્ય પ્રાપ્ત કરો

> *'પોતાના જીવનમાં ઉચ્ચતમ તેમજ શ્રેષ્ઠ લક્ષ્ય રાખો અને એને પ્રાપ્ત કરો.'*
>
> **- ડૉ. અબ્દુલ કલામ**

મોટાં સપના, મોટાં વિચાર, મોટો વિશ્વાસ, મોટું લક્ષ્ય, મોટો નિર્ણય જ મોટી સફળતાનો આકાર નક્કી કરે છે. સફળ વ્યક્તિ સુપરમેન નથી હોતો, ના તો એની પાસે કોઈ જાદુઈ શક્તિ હોય છે. સફળ વ્યક્તિ સામાન્ય વ્યક્તિની જેમ જ સાધારણ વ્યક્તિ હોય છે, પરંતુ ફરક ખુદ પર વિશ્વાસ અને પોતાની ક્ષમતાઓ પર વિશ્વાસ કરવાથી થાય છે. તક ઘરનો દરવાજો ખખડાવવા નહીં આવે, બલ્કે સફળતા માટે તકોનો દરવાજો ખખડાવવો પડશે, જેમ દીનબંધુ સાહૂએ પોતાના જીવનમાં ખખડાવ્યો.

દીનબંધુ સાહૂ એ નામ છે, જેણે પુસ્તકીયા જ્ઞાનને હકીકતની ધરાતળમાં રાખ્યું અને પોતાના આ પ્રયાસના બળે હજારો લોકને રોજગારનો એક નવો વિકલ્પ આપ્યો. એક એવો વિકલ્પ, જેણે ના ફક્ત ગ્રામીણોની જિંદગી સુધારી બલ્કે એમનો આ પ્રયાસ પર્યાવરણની દૃષ્ટિથી પણ વધારે ઉપયોગી સાબિત થયો. સાહૂએ પ્રોજેક્ટ ચિલ્કાના માધ્યમથી ઉડીસામાં લોકોને સમુદ્રી ખેતી કરતાં શીખવાડી, જેના માધ્યમથી તેઓ વર્ષભર પૈસા કમાઈ શકે છે. આ એક એવું કાર્ય હતું, જેના વિશે કોઈએ પણ વિચાર્યું ન હતું, પરંતુ સાહૂએ પોતાના અથાગ પ્રયાસ દ્વારા એને કરી બતાવ્યું.

દીનબંધુ સાહૂ એક સમુદ્રીય જીવ વૈજ્ઞાનિક છે. સમુદ્રમાં ખેતી અને સમુદ્રના પાણી દ્વારા કયા-કયા કામ કરી શકાય છે, જેના દ્વારા ધન અર્જિત કરી શકાય

છે, સાહૂ એ જ ક્ષેત્રમાં કામ કરે છે.

સાહૂ મૂળ રીતે ઉડીસાના રહેવાવાળા છે. સાહૂના પરિવારમાં કોઈ વધારે ભણેલું-ગણેલું ન હતું, એમણે પોતાની ફીસના પૈસાઓની વ્યવસ્થા ટ્યૂશન ભણાવીને કરી અને ખૂબ જ મુશ્કેલ પરિસ્થિતિઓમાં અભ્યાસ કર્યો તથા કૉલેજ ટૉપ કર્યું. એના પછી માત્ર ૮૦૦ રૂપિયા લઈને તેઓ દિલ્લી આવી ગયા અને દિલ્લી વિશ્વવિદ્યાલયમાં બૉટનીમાં એમએસસી કર્યું. એના પછી એમણે આ જ વિષયમાં રિસર્ચ કરવાનું વિચાર્યું, પરંતુ ત્યારે જ અંટાર્ટિકા જવાવાળા વિદ્યાર્થીના રૂપમાં એમની પસંદગી થઈ અને તેઓ એક વૈજ્ઞાનિક દળની સાથે અંટાર્ટિકા ચાલ્યા ગયા. આ યાત્રા એમના જીવનમાં માઇલનો પથ્થર સાબિત થઈ. પહેલીવાર તેઓ પુસ્તક અને લેબની દુનિયાથી દૂર કોઈ નવો અને અવિસ્મરણીય અનુભવ કરી રહ્યાં હતા. એના પછી તો સાહૂએ વિદેશની કેટલીય યાત્રાઓ કરી અને ઘણું બધું નવું શીખ્યું તેમજ સમજ્યું.

સન્ ૧૯૮૯માં દિલ્લી વિશ્વવિદ્યાલયમાં સાહૂએ બૉટનમાં પીએચડી પૂરી કરી અને યૂએસ ચાલ્યા ગયા, પરંતુ એમના મનમાં ભારત માટે કશું કરવાની ઈચ્છા હતી. તેઓ ઈચ્છતા હતા કે, દેશની પ્રગતિમાં પોતાનું યોગદાન આપે. આ જ કારણ હતું કે, તેઓ બધું જ છોડીને દિલ્લી આવી ગયા. બાળપણથી જ એમણે ચિલ્કા લેકને વધારે નજીકથી જોયું હતું અને એક શોધકર્તાના રૂપમાં સાહૂની સમુદ્રીય શૈવાલમાં ખાસ રુચિ હતી. જો કે, ભારતમાં આ છોડના ઉપયોગ વિશે ખૂબ ઓછા લોકોને ખબર હતી. જ્યારે બીજા દેશોમાં શૈવાલની ખેતી થઈ રહી હતી અને લોકો સારું-એવું કમાઈ રહ્યાં હતા, ત્યારે સાહૂએ નક્કી કર્યું કે, તે લોકોને પહેલાં શૈવાલ વિશે જાણકારી આપશે અને બતાવશે કે, એનો પ્રયોગ ટૂથપેસ્ટ, ટોમેટો કેચપ, ચૉકલેટ, દવાઓ વગેરે બનાવવામાં થઈ શકે છે. લાલ શૈવાલ વેપારિક દૃષ્ટિકોણથી ખૂબ મહત્ત્વપૂર્ણ હતો. આ જ કડીમાં એમણે 'ફાર્મિંગ ધી ઓશિયન' નામની પુસ્તક પણ લખી.

ભારતમાં માછલી પાલન પર હંમેશાં વધારે ધ્યાન આપવામાં આવતું રહ્યું છે, પરંતુ શૈવાલની ખેતી ખૂબ જ ઓછી થઈ રહી હતી. સાહૂ ઈચ્છતા હતા કે, વધારેથી વધારે શૈવાલની ખેતી કરવામાં આવે, જેથી ખેડૂતોની સારી આવક થાય. જો આ વ્યવસાય સારી પ્રગતિ કરે છે, તો એને એક ઉદ્યોગનો ચહેરો પણ આપી શકાય.

આ યોજનાના ક્રિયાન્વયન માટે સાહૂ કેટલાય મંત્રીઓથી પણ મળ્યાં,

પરંતુ એમને સફળતા ના મળી. અંતમાં ડીએસટીના સાયન્સ એન્ડ સોસાયટી વિભાગે આ પ્રોજેક્ટને ૩ વર્ષ માટે ૨૦ લાખ રૂપિયા ફંડ આપી દીધું. બસ પછી શું હતું, સાહૂએ ભારતના વિભિન્ન તટીય વિસ્તારોનો પ્રવાસ શરૂ કર્યો અને ગ્રામીણોને પ્રશિક્ષણ આપવા માટે ચિલ્કા મૉડલ બનાવ્યું. પછી લોકોને શૈવાલની વિશેષતાઓ તથા શૈવાલની ખેતીથી ભવિષ્યમાં થવાવાળા ફાયદા વિશે પણ બતાવવાનું શરૂ કર્યું. એમણે ખેડૂતોને બતાવ્યું કે, કયા પ્રકારે ખૂબ જ ઓછી કિંમતોમાં નફો કમાઈ શકાય છે. શૈવાલની ખેતીની સૌથી મોટી વિશેષતા એ છે કે, એના માટે વાવણી, સિંચાઈ અને ઉર્વરકોનો પ્રયોગ નથી કરવાનો હોતો, બસ બીજ નાખો અને એને છોડી દો, ફક્ત ૪૫ દિવસ પછી એને કાપી લો. એમાં રોકાણ પણ ખૂબ ઓછું કરવાનું હોય છે અને નફો વધારે મળે છે.

એના પછી સાહૂએ ૪ ભિન્ન પ્રકારના શૈવાલોની ઓળખ કરી, જેમની રાષ્ટ્રીય અને આંતરરાષ્ટ્રીય બજારોમાં ખૂબ જ માંગ હતી. પછી ત્યાં ઉગવાવાળી વનસ્પતિઓની ઓળખ કરવામાં આવી અને જળવાયુના હિસાબથી વનસ્પતિઓ ઉગાવવામાં આવી. પ્રથમ પ્રયોગ ૨૦૦૯માં ચિલ્કા લેકના સાતપાડા કિનારા પર કરવામાં આવ્યો. સાહૂ ખુદ જ ત્યાં પ્રતિરક્ષક તરીકે ઉપલબ્ધ હતા, પરિણામ ખૂબ સારું રહ્યું. એના પછી બીજા ખેડૂતોએ પણ શૈવાલની ખેતી કરવાની શરૂ કરી દીધી. શૈવાલની ખેતી વધારે સરળ હોય છે. હવે ખેડૂતોને બારમાસી આવકનું એક ખૂબ જ સારું માધ્યમ મળી ગયું હતું. ખેડૂત એક તરફ રોપણી કરે છે, બીજી તરફ ૪૫ દિવસ જૂના પાકની કાપણી પણ કરતાં. એનાથી તેઓ ખાસ્સા પૈસા કમાવા લાગ્યા.

ચિલ્કા માત્ર એક તળાવ નથી, આ ઉડીસાના ગૌરવશાળી ઈતિહાસનું પ્રતીક છે, હજારો લોકોની જીવનરેખા છે. આશા છે, ચિલ્કા પ્રોજેક્ટ ઉડીસા જ નહીં, ભારતના બાકી તટીય રાજ્યો અને વિદેશોમાં પણ પોતાની અસર બતાવશે. અત્યારે સાહૂ વિભિન્ન મંચોમાં જઈને આ પરિયોજના વિશે બતાવે છે, જેથી શૈવાલની ખેતીને પ્રોત્સાહન મળે અને તટીય ક્ષેત્રોમાં રહેવાવાળા ગરીબ ખેડૂતો માટે પૈસા કમાવાના વિકલ્પ ખુલ્યાં. સાહૂનો ઉદ્દેશ્ય પૈસા કમાવાનો નથી. તેઓ ખૂબ જ સાદગીભરી જિંદગી જીવવાનું પસંદ કરે છએ. ગરીબ લોકોથી આ તકનીકને વહેંચવા માટે પૈસા નથી લેતાં. હરિતશ્ને શ્વેત ક્રાંતિ પછી સાહૂનું સપનુ છે આસમાની ક્રાંતિનું. સમુદ્રમાં અપાર સંભાવનાઓ છે. ઉડીસા

એક ગરીબ રાજ્ય છે, અહીંયા કુપોષણની વધારે સમસ્યા છે. એવી જગ્યામાં શૈવાલની ખેતી ખૂબ ફાયદાકારક છે, કેમ કે માત્ર ૧૦૦ ગ્રામ શૈવાલમાં એક કિલો શાક જેટલાં પોષક તત્વ જોવાં મળે છે.

દીનબંધુ સાહૂ એક ઉદાહરણ છે. તેઓ વિદેશમાં રહીને ખૂબ જ પૈસા કમાઈ શકતા હતા, પરંતુ એમણે પોતાની માતૃભૂમિની સેવા કરવી પોતાનું પ્રથમ કર્તવ્ય માન્યું અને દેશના ગરીબ ખેડૂતો માટે સમુદ્રી ખેતીનો એક નવો વિકલ્પ ખોલ્યો.

દેશના વિકાસ માટે સ્વયં સશસ્ત બનો

'ભારતને પોતાની જ છાયા જોઈએ અને આપણી પાસે ખુદના વિકાસનું પ્રતિરૂપ હોવું જોઈએ.'

- ડૉ. અબ્દુલ કલામ

ભારત કૃષિ પ્રધાન દેશ છે, જ્યાંની વસ્તીનો હંમેશાંથી એક મોટો હિસ્સો કૃષિ પર જ નિર્ભર રહ્યો છે, પરંતુ છેલ્લાં કેટલાંક વર્ષોમાં ભારતમાં કૃષિની સ્થિતિ ઠીક નથી રહી અને ધીમે-ધીમે કૃષિએ ભારતમાં બેકસીટ લઈ લીધી છે. કેટલાય ખેડૂતોએ પણ ખેતીને છોડીને અન્ય વિકલ્પ શોધવાના શરૂ કરી દીધા છે. એવા કેટલાય કારણ છે, જેના કારણથી ખેડૂતો માટે હવે ખેતી કરવી મુશ્કેલ થઈ રહી છે. એવા સમયમાં જો કોઈ ભણેલો-ગણેલો યુવા આ ક્ષેત્રમાં આવે અને પોતાના પ્રયાસોથી ખેડૂતોની મદદ કરે, તો ખરેખર એનો આ પ્રયાસ ખૂબ જ પ્રશંસનીય છે. એવી જ એક યુવા છે દેવી મૂર્તિ, જેમણે 'કમલ કિસાન' નામની એક કંપની શરૂ કરી અને એ કંપનીના માધ્યમથી ખેડૂતોને નાની મશીનો બનાવીને આપી, જે ખેતી દરમિયાન એમને ખૂબ જ મદદ આપી રહી છે.

દેવી મૂર્તિએ ઇલેક્ટ્રિકલ એન્જીનિયરિંગનો અભ્યાસ કર્યો અને એના પછી પ્રોડક્ટ મેનેજર તરીકે મેટલ શીટના નિર્માણમાં લાગી ગઈ. પછીથી દેવીમૂર્તિએ આઈઆઈએમ બેંગલૂરુથી માસ્ટર્સ ઇન ઍન્ટરપ્રિન્યોરશિપનો અભ્યાસ કર્યો.

દેવી પોતાના પ્રોજેક્ટ મેનેજર તરીકે અર્જિત કરેલા અનુભવને વ્યર્થ જવા દેવા ઇચ્છતી ન હતી. તેઓ ખુદ કોઈ પોતાનું કામ શરૂ વા ઇચ્છતી હતી, આ દરમિયાન એમના એક મિત્રએ એમને ખેતીના ઉપકરણ બનાવવાની સલાહ

આપી. દેવીને આ સલાહ પસંદ આવી ગઈ, પરંતુ તેઓ કોઈ પ્રકારનું જોખમ લેવા ઈચ્છતી ન હતી, આથી એમણે બે વર્ષ રિસર્ચ કરી. તેઓ ખેડૂતોથી મળી અને કેટલાય સ્થાનોનો પ્રવાસ કર્યો. પોતાની આ રિસર્ચમાં દેવીએ મેળવ્યું કે, ખેડૂતો ખરેખર ખેતી માટે નવા આધુનિક સાધનોની જરૂર છે.

ખેતીમાં લાગેલા લોકોની સંખ્યા સતત ઓછી થઈ રહી હતી, જેની સીધી અસર પેદાવાર પર થઈ રહી હતી. ખેડૂતોની પાસે મોટી મશીનોને ખરીદવાના પૈસા ન હતા, આથી તેઓ ખુદ જ મહેનત કરી રહ્યાં હતા. આ જોઈ દેવીએ મહેસૂસ કર્યું કે, જો તેઓ ખેડૂતોની આ સાધનોના માધ્યમથી મદદ કરી શકી, તો ખેડૂતોની જિંદગી થોડી સરળ થઈ શકે છે, સાથે જ પેદાવાર પણ વધશે, જે ખેડૂતો અને દેશ માટે સારો સંકેત હશે.

દેવીએ સન્ ૨૦૧૨માં 'કમલ કિસાન'નો પાયો રાખ્યો. કમલ કિસાન નાના ખેડૂતો માટે ખેતીમાં પ્રયોગ થવાવાળા સાધન બનાવીને આપે છે. આ સાધનોની મદદથી ખેડૂતોનું કામ સરળ થઈ ગયું. આ સાધન એટલા સરળ છે કે, ખેડૂત સરળતાથી એમનો ઉપયોગ કરી પોતાની મહેનત અને સમય બચાવી શકે છે. સાથે જ ઉત્પાદનની ખર્ચ કિંમતને પણ ઓછી કરી શકે છે.

બજારમાં જે મોટી મશીનો ખેડૂતો માટે છે, તે નાના ખેડૂતો માટે ઉપયુક્ત નથી, કેમ કે એમની પાસે વધારે મોટાં ખેતર નથી હોતાં, આથી નાના ખેડૂતો માટે એ મશીનોનો પ્રયોગ કરવો અત્યંત મોંઘો સોદો પણ છે. નાના ખેડૂતોને એવી મશીનોની જરૂર હતી, જે એમના નાના-નાના કાર્યોને કરવામાં મદદગાર હોય, પ્રયોગમાં સરળ હોય અને સાથે જ મોંઘા સોદા પણ ન હોય. દેવીએ કમલ કિસાનના માધ્યમે એવી જ મશીનો ખેડૂતોને ઉપલબ્ધ કરાવી. કમલ કિસાન ફ્રેન્ચાઈઝી બેસ્ટ મૉડલ પર કામ કરે છે. કમલ કિસાને વિભિન્ન કેન્દ્ર બનાવ્યા, એક્સટેંશન ઑફિસ બનાવી અને વિભિન્ન ગ્રુપ્સનું નિર્માણ કર્યું, જેથી દરેક ખેડૂત સુધી પહોંચી શકાય અને એના સુધી સેવાઓ પહોંચી શકે. કમલ કિસાનને આઈઆઈટી મદ્રાસના રૂલર ટેક્નોલૉજી અને બિઝનેસ સેન્ટરે પાંચ લાખ રૂપિયાનું સીડ ફંડ આપ્યું છે.

કમલ કિસાન ચાર લોકોની એક ટીમ છે અને એમણે બધાથી પહેલાં પોતાનું ઉત્પાદન 'રાઈસ ટ્રાંસપ્લાંટર' લૉન્ચ કર્યું, એના પછી કેટલીય અન્ય મશીનો પર કામ ચાલી રહ્યું છે અને કેટલીય લૉન્ચ થઈ ચુકી છે.

દેવી બતાવે છે કે, ખેડૂતોને મશીનોના પ્રયોગ માટે મનાવવા વધારે મુશ્કેલ કાર્ય છે, કેમ કે ખેડૂતોને મશીનો પર વિશ્વાસ નથી હોતો. એવામાં દેવીને વધારે

મુશ્કેલી પડે છે, પરંતુ તેઓ અને એમની ટીમ પ્રયાસમાં લાગેલી રહે છે. તે લોકો ખેડૂતોની શંકાઓનું સમાધાન કરે છે, એમને બતાવે છે કે, કયા પ્રકારે એમના પ્રયોગથી તે લોકો સરળતાથી પોતાની પેદાવાર વધારી શકે છે. દેવી મોટાભાગના સમયે ઑફિસથી દૂર ખેડૂતોની સાથે ખેતરોમાં જ વિતાવે છે. તેઓ બતાવે છે કે, જે ખેડૂત એમની મશીનોને એકવાર ઉપયોગ કરી લે છે, તે ખુદ જ લોકોને એ મશીનના ફાયદા વિશે બતાવે છે. કંપનીનું લક્ષ્ય સન્ ૨૦૧૫ સુધી ૫૦ હજાર ખેડૂતો સુધી પહોંચવાનું છે.

આત્મસન્માન આત્મનિર્ભરતાની સાથે આવે છે

> *'શું આપણે એ નથી જાણતાં કે, આત્મસન્માન આત્મનિર્ભરતાની સાથે આવે છે?'*
>
> - ડૉ. અબ્દુલ કલામ

'આજે સ્વાધીનતાનો એટલો અહેસાસ તો થયો છે, કે ભારતીય સમાજમાં તથા ભારતની યુવા પેઢીમાં આત્મસન્માન દેખાય છે, સાથે જ આત્મનિર્ભરતા અને 'હમ કિસી સે કમ નહીં' વાળો ભાવ પણ ઉછર્યો છે, પરંતુ હજુ પણ જેમને આત્મસન્માન જોઈએ, એમણે પહેલાં આત્મજ્ઞાનની તરફ જવું પડશે, ખુદને જાણવા પડશે. એમને પહેલાં એ શોધવું પડશે કે, ખુદને ઓળખવાનું શું છે? પોતાની દિનચર્યાને જાણવી, સવારથી સાંજે જે આપણે કરી રહ્યાં છીએ એને જાણવું, શું આ જ આત્મસન્માન છે? જેમને આત્મસન્માનની શોધ હોય, તેઓ પોતાના ઉપર ધ્યાન આપવાનું શરૂ કરે. જે ખુદને નથી જોતો, તે પોતાનું સન્માન નથી કરતો, જે ખુદને નથી જાણતો, તે પોતાનું સન્માન નથી કરતો. અને જ્યાં સુધી તે ખુદનું સન્માન નહીં કરે, એનામાં આત્મનિર્ભરતા નહીં આવે.' આમ કહેવું છે ડૉ. રાજલક્ષ્મી એસ.જે.નું.

વર્ષ ૨૦૧૪માં મુંબઈમાં આયોજિત મિસ વ્હીલ ચેર પ્રતિસ્પર્ધાની વિજેતા, અત્યંત જિંદાદિલ અને સાહસી વ્યક્તિત્વની ધની ૨૯ વર્ષીય દંત ચિકિત્સક ડૉ. રાજલક્ષ્મી એસ.જે. કહે છે- 'હું ખુદને અત્યંત ધન્ય માનું છું કે, હું એક જ જીવનકાળમાં બે જીવન વ્યતીત કરી શકી છું- એક સામાન્ય વ્યક્તિનું અને

બીજું એક વિકલાંગનું.' તેઓ કહે છે કે, જો એમનો સામનો આ વિકલાંગતાથી ના થયો હોત, તો તેઓ ક્યારેય પણ એક વિકલાંગ વ્યક્તિના જીવનમાં આવવાવાળા પડકારો વિશે જાણી ના શકતી.

તેઓ એક સામાન્ય વ્યક્તિનું જીવન જીવી રહી હતી કે, વર્ષ ૨૦૦૭માં થયેલી એક કાર દુર્ઘટનાએ એમનું જીવન બદલી દીધું. ચેન્નઈના રસ્તામાં એમની કાર દુર્ઘટનાગ્રસ્ત થઈ ગઈ, જેના ચાલતા એમની કરોડરજ્જુ ક્ષતિગ્રસ્ત થઈ ગઈ, જેના પરિણામસ્વરૂપ એમના બંને પગ લકવાગ્રસ્ત થઈ ગયા. બેંગલોરની રહેવાવાળી ડૉ. રાજલક્ષ્મી વીતેલી વાતોને યાદ કરતાં બતાવે છે- 'બીડીએસની પરીક્ષામાં ટૉપ કર્યા પછી અને સુવર્ણ પદક જીત્યા પછી હું પોતાના પ્રોફેસરોના બતાવ્યા અનુસાર નેશનલ કૉન્ફરન્સ માટે કેટલાંક કાગળ જમા કરાવવા જઈ રહી હતી, એ જ દરમિયાન મારી કાર દુર્ઘટનાગ્રસ્ત થઈ ગઈ.'

જો કે, આ એક અલગ વાત છે કે, એમણે આ વિકલાંગતાને પોતાના રસ્તાની અડચણ ના બનાવી દીધી. આ દુર્ઘટનાના છ મહીના સુધી પણ તેઓ ખુદને બેસાડવામાં સક્ષમ ન હતી અને વ્હીલચેરનો ઉપયોગ કરવા માત્રના વિચારથી જ એ હદ સુધી ચિડાઈ જતી હતી કે, એમણે એના પર બેસવાથી જ મનાઈ કરી દીધી. રાજલક્ષ્મી કહે છે- 'થોડાં સમય પછી મને અહેસાસ થયો કે, જો હું એ જ પ્રકારે વ્હીલચેરને મનાઈ કરતી રહીશ, તો હું એક જ જગ્યા પર બંધાઈને રહી જઈશ અને આ એક એવી સ્થિતિ હોત, જે હું કોઈપણ હાલમાં સહન અને વહન કરી શકતી ન હતી. આજે એ જ વ્હીલચેર મારી સૌથી સારી મિત્ર છે.'

આ દુર્ઘટનાએ એમને ઝંઝોળીને રાખી દીધા, પરંતુ તેઓ કહે છે- 'જો આ દુર્ઘટના ના થઈ હોત, તો નિશ્ચિત રૂપથી હું એટલી સફળ અને દૃઢ-નિશ્ચયી ના હોત.' એમનો પૂરો પરિવાર એમના સમર્થનમાં ઊભો હતો, પરંતુ એમને આ વાતનું હજુ પણ દુઃખ થાય છે કે, એમની આસપાસના કેટલાય લોકોએ એણની મદદ કરવાને બદલે એમનાથી કિનારો કરી લીધો. તેઓ આવતા અને બસ એ જ કહેતા- 'ઓફ્ઓ! તારો તો ઍક્સીડેન્ટ થઈ ગયો,' અને ઔપચારિકતા નિભાવીને ચાલ્યા જતા. આ દુર્ઘટના પછી પણ એમણે પોતાની હિંમત ના ગુમાવી અને એમડીમાં ૭૩ ટકા અંકોની સાથે કર્ણાટકની ટૉપર બનવામાં સફળ રહી. રાજલક્ષ્મી કહે છે, 'હું આ પ્રકારની વાતોથી ખૂબ જ ચિડાઈ જતી હતી. કોઈ પણ વિકલાંક વ્યક્તિને તમારી સહાનુભૂતિ કે હમદર્દીની દરકાર નથી હોતી, બલ્કે તે ફક્ત તમારું સમર્થન હોય છે, જે એમના માટે અત્યંત

જરૂરી હોય છે અને જો એવામાં તમે એમને સમર્થન નથી આપી શકતા, તો ઓછામાં ઓછું એમને હતોત્સાહિત તો ના કરો.'

એના પછી પણ એમના માટે માર્ગ એટલો સરળ ન હતો. ભારતના સંવિધાનમાં શિક્ષણ સંસ્થાઓમાં વિકલાંગો માટે ૩ ટકા અનામતની જોગવાઈ છે, પરંતુ કોઈ એનું પાલન નથી કરતું. વર્ષ ૨૦૧૦માં એમને એક શિક્ષણ સંસ્થાથી પરાસ્નાતકની ડિગ્રી પ્રાપ્ત કરવા માટે એક લાંબી કાનૂની લડાઈ લડવી પડી. તેઓ એક સરકારી કૉલેજમાં દંત ચિકિત્સાધિકારીના પદ પર કાર્યરત થવા ઇચ્છતી હતી, પરંતુ એમને એવું કરવાથી રોકી દેવામાં આવી અને એના પછી બે વર્ષ પૂર્વ એમણે પોતાની એક દંત ચિકિત્સાલય (ડેન્ટલ ક્લીનિક) પ્રારંભ કરી.

રાજલક્ષ્મી ખૂબ નાની ઉંમરથી જ ડૉક્ટર બનવાના સપના જોયા કરતી હતી, કેમ કે એમણે બાળપપણથી જ પોતાના માતા-પિતા બંનેને ઘરની ઈમારતથી ક્લીનિક સંચાલિત કરતાં જોયા હતા, આથી રાજલક્ષ્મી ખુદ પણ એમના જેવું જ કરવા ઇચ્છતી હતી. 'સ્થાનીય લોકો મારા પિતાજીને 'દેવારુ' કહેતા હતા, જેનો અર્થ કન્નડમાં ભગવાન થાય છે, કેમ કે તેઓ એમનું જીવન બચાવતા હતા.' જ્યારે તેઓ ૧૦મા ધોરણમાં ભણી રહી હતી, ત્યારે જ એમના પિતાની આકસ્મિક મૃત્યુ થઈ ગઈ.

એક ડૉક્ટર બનવા સિવાય તેઓ એક સફળ મૉડલ બનવાના સપના પણ જોતી હતી અને એ જ ક્રમમાં એમણે એકવાર પોતાના અભ્યાસથી બ્રેક લઈને ફેશન ડિઝાઈનિંગ કરવાનું નક્કી કર્યું. એવામાં જ્યારે એમની સામે એક સૌંદર્ય પ્રતિસ્પર્ધામાં ભાગ લેવાની તક આવી, તો એમણે વિચાર્યા વગર એમાં ભાગ લેવાની હા કહી દીધી. આ પ્રતિસ્પર્ધામાં ભાગ લેવા માટે રાજલક્ષ્મીએ વ્હીલચેર પર બેઠાં-બેઠાં જ ખુદને જિમ કરવાથી લઈને વાળોની દેખભાળ અને ડાયટિંગ વગેરે કરવા માટે તૈયાર અને પ્રેરિત કર્યા.

'મિસ વ્હીલચેર' દાંતોની ડૉક્ટર માટે એક ખૂબ જ રોમાંચક અનુભવ સાબિત થયો. કાર્યક્રમમાં સામેલ થયેલા ૨૫૦ પ્રતિભાગીઓની વચ્ચે તેઓ આ પુરસ્કારને જીતવામાં સફળ રહી.

કદાચ એમનાથી પૂછવામાં આવેલા એક સવાલના જવાબમાં એમની જે પ્રતિક્રિયા નજરે પડી, એણે જજો અને દર્શકો બધાને મંત્રમુગ્ધ કરી દીધા. જ્યારે એમનાથી પૂછવામાં આવ્યું કે, જો એમને ફરીથી જીવન જીવવાનો અવસર મળે, તો તેઓ કોનું જીવન પસંદ કરશે. રાજલક્ષ્મીએ તુરંત જવાબ આપ્યો-

'મારી પોતાની જિંદગી.' બહુઆયામી વ્યક્તિત્વની સ્વામિની રાજલક્ષ્મીએ આગળ કહ્યું- 'ત્યારે મેં એક સામાન્ય વ્યક્તિના રૂપમાં ખુદ દ્વારા કરવામાં આવેલી ભૂલોને સુધારાવીશ અને ભારતમાં વિકલાંગોની સ્થિતિમાં સુધાર લાવવા માટે વધારે પ્રયત્ન કરીશ.' આ વખતે એમને વ્હીલચેર પ્રતિસ્પર્ધાના આયોજનની જવાબદારી આપવામાં આવી છે, જે ડિસેમ્બર ૨૦૧૫માં બેંગલોરમાં આયોજિત થવાની સંભાવના છે.

તેઓ એ સત્યને જાણે છે કે, એમની આ વિકલાંગતાની કોઈ અસરદાર સારવાર નથી અને એમને પોતાની બાકી બચેલી જિંદગી બંને લકવાગ્રસ્ત પગોની સાથે પસાર કરવાની છે. રાજલક્ષ્મી કહે છે- 'ઉપલબ્ધ સંસાધન મારી સારવાર કરવામાં નાકામ છે અને આ સ્થિતિઓમાં સારવાર કરવામાં સક્ષમ સ્ટેમ સેલ શોધ પર હજુ કામ ચાલી રહ્યું છે, જેમાં સમય લાગવાની સંભાવના છે. જો તમે મારાથી પૂછો, તો હું તમારાથી ફક્ત એ જ કહીશ કે, એની કોઈ સારવાર નથી.'

આ દુર્ઘટના પછી થયેલાં કેટલાય પ્રવાસોના ફિઝિયોથેરેપી સત્રો પછી અંતે રાજલક્ષ્મી અત્યારે સ્વતંત્ર છે. તેઓ ખુદ પોતાની કાર ચલાવે છે, એમનામાં અત્યંત દૃઢ ઇચ્છાશક્તિ છે, વ્હીલચેર પર હોવા છતાં યાત્રા કરવાની અત્યંત શોખીન છે અને ખૂબ યાત્રાઓ કરે છે. આ યુવા ડૉક્ટર દેશના મોટાભાગના ભાગો સિવાય કેટલાય અન્ય દેશોની યાત્રાની પણ મજા ઉઠાવી ચુકી છે, પરંતુ આખરે તેઓ ભારતને જ સૌથી સુંદર દેશના રૂપમાં જુએ છે. હકીકતમાં ઘર એ જ, જ્યાં તમારું દિલ છે.

યુવા પેઢીને એક સમૃદ્ધ અને સુરક્ષિત ભારત આપો

'આપણને ફક્ત ત્યારે જ યાદ કરાશે, જો આપણે પોતાની યુવા પેઢીને એક સમૃદ્ધ અને સુરક્ષિત ભારત આપી શકીએ, જે સાંસ્કૃતિક વારસાની સાથે-સાથે આર્થિક સમૃદ્ધિના પરિણામસ્વરૂપે પ્રાપ્ત હોય.'

- ડૉ. અબ્દુલ કલામ

વર્તમાન સમયમાં સામાજિક અને પર્યાવરણથી સંબંધિત મુદ્દા આપણા જીવનને વધારે હદ સુધી પ્રભાવિત કરી રહ્યાં છે અને એ તરફ ધ્યાન આપવાની ખૂબ જરૂર છે. એવામાં આ મુદ્દાઓને સકારાત્મક રૂપથી સામે લાવતા સમાજમાં જાગૃકતા પેદા કરવાઅને આ કામ માટે ધનની વ્યવસ્થા કરવાવાળા ઘણાં બધા સંગઠન આજે આપણી સામે છે. આ વિશેષતાને સામે રાખીને ઊભા થયેલાં ફંડરેજિંગ મંચ એ વાતનું સ્પષ્ટ પ્રમાણ છે અને વીતેલા કેટલાંક દશકોમાં ભારતે એવા કેટલાય મંચોને ઉછરતાં જોયાં છે.

એ વાત પૂરી રીતે સત્ય છે કે, દરેક વ્યક્તિની વિચાર તેમજ સમજ બીજા વ્યક્તિથી ભિન્ન હોય છે. ત્યારે જ તો કેટલાય લોકો માટે નોકરી ફક્ત પૈસા કમાવાનું એક માધ્યમ માત્ર હોય છે, તો કેટલાય લોકો નોકરીને ફક્ત નોકરી નથી સમજતાં, બલ્કે પોતાનું કામ તેમજ પોતાની જવાબદારી સમજીને કરે છે અને એમાં પૂરી રીતે ડૂબી જાય છે. જે લોકો ફક્ત પૈસા માટે કામ કરે છે, એમને ભલે જ શરૂઆતમાં સફળતા જલ્દી મળી જાય, પરંતુ તેઓ અધિક સમય સુધી એક જ સ્થાન પર ટકીને કામ નથી કરી શકતા. જે લોકો પોતાના

કામને મિશન માનને પૂરી લગનથી કરે છે, તે લોકો પોતાના કામથી બધાનું દિલ જીતી લે છે. એવા લોકો પોતાની આસપાસના લોકો માટે જ નહીં, બલ્કે સમાજ માટે પણ ઉદાહરણરૂપ બને છે. એવી જ છે, શાહીન મિસ્ત્રી, જે કે 'ટીચ ફૉર ઈન્ડિયા' કાર્યક્રમની સંસ્થાપક છે.

કનેક્ટિકટની જ એક બોર્ડિંગ સ્કૂલમાં ભણેલી-ગણેલી અને અમેરિકાની પોસ્ટ ગ્રેજુએટ ૧૮ વર્ષીય શાહીન મિસ્ત્રી પણ એક દિવસ એવા જ પશ્ચિમની ચકાચૌંધવાળી જિંદગી છોડીને પોતાના પૈતૃક મહાનગર મુંબઈ આવી ગઈ હતી. મુબંઈની ઉમસભરી ગરમીમાં એક દિવસ શાહીને જોયુ કે, પાંચ વર્ષીય પરશુરામ આઈસક્રીમ ઠેલાની પાસે ઊભો છે. એણે પૂછ્યું, તો બોલ્યો- 'આઈસક્રીમ પોતાની બહેનની સાથે ખાવા ઈચ્છું છું.' એને એ વાત સમજમાં જ આવી રહી ન હતી કે, જ્યારે તે ઘેર પહોંચશે, આઈસક્રીમ પાણી થઈ જશે. આ જ પ્રકારે અન્ય એક ઘટનાએ શાહીનનું મન વિચલિત કરી દીધું. બેટી સામરા ત્યારે ૮ વર્ષની રહી હશે. તે સ્પોર્ટ્સ ડે પર ત્રણ ટાંગોવાળી રેસની તૈયારીમાં લાગી હતી. ઘર આવતાં જ બોલી- 'માં, મારી પાર્ટનર પૃથ્વી હશે.' સામરા અને પૃથ્વી પહેલાંથી જ પાક્કી મિત્રો હતી. એની વાત સાંભળીને એકાએક મ્હોંથી નિકળી પડ્યું- 'ઉત્તમ થશે કે પોતાની પાર્ટનર બરાબર કદવાળીને બનાવો. ત્રણ ટાંગોવાળી રેસમાં બે અલગ-અલગ કદવાળા લોકો માટે દોડીને જીતવાનું મુશ્કેલ થઈ જાય છે.' પરંતુ જવાબમાં તે પોતાની બેટીના ચહેરાને જોઈને ઠગી-જેવી રહી ગઈ. સામરાએ સહજ જ સવાર કર્યો- 'મમ્મી! રેસમાં જીતવું મહત્ત્વપૂર્ણ છે અથવા પોતાની ફ્રેંડને ના ભૂલવી?'

૧૫ વર્ષીય રઘુ પોલિયો ગ્રસ્ત હતો. પોતાની બંને ટાંગોની તાકાત ગુમાવી ચુક્યો હતો. તે મુંબઈની જ એક ગરીબ વસ્તીમાં રહેતો હતો. એક દિવસ તે પેરેન્ટ્સની પાસે ગયો અને બોલ્યો- 'હવે હું તમારા પર બોજ બનીને નથી રહેવા ઈચ્છતો.' બસ એ જ દિવસે ભૂખ્યો-તરસ્યો, ખાલી ખિસ્સાથી અમદાવાદ ચાલ્યો આવ્યો, શરૂમાં ગુરુદ્વારામાં સેવા કરવાની તક મળી ગઈ. એક દિવસ એણે એકએનજીઓ બનાવી લીધી. આજે તે ગામની મહિલાઓની સાથે હેન્ડીક્રાફ્ટની વસ્તુઓ બનાવવા લાગ્યો છે. એક દિવસ મળ્યો, તો પૂછી જ લીધું- 'તારામાં આટલી હિંમત કેવી રીતે આવી?' બોલ્યો- 'તે તો આપણા બધાની અંદર હોય છે. બસ એને જોવા એ ઓળખવાની જરૂર છે.'

શાહીને પૂછે છે- 'મારી જેમ તમે બધા પણ વિચારતા હશો કે, પરશુરામ, સામરા અને રઘુએ એ સમયે આપવાને બદલે લેવાનો માર્ગ કેમ ના પસંદ

કર્યો?' પાંચ વર્ષીય પરશુરામે પોતાની બહેનની સાથે આઈસક્રીમ ખાવા કે ૮ વર્ષીય સામરાએ દોસ્તી માટે રેસમાં પરાજયનો માર્ગ કેમ પસંદ કર્યો? ૧૫ વર્ષીય વિકલાંગે પોતાની જિંદગી ખુદ સંવારવા માટે ગરીબ માતા-પિતા પર ભારરૂપ બની રહેવાને બદલે પોતાના પગ પર ઊભા થવાનો માર્ગ કેમ પસંદ કર્યો? એવી જ કોઈ ક્ષણમાં સાહીને પણ પોતાનો નિર્ણય લીધો હશે. ખેર, હવે શાહીન મિસ્ત્રી 'ટીચ ફૉર ઈન્ડિયા'ની સીઈઓ છે. આ સંસ્થા દેશભરમાં પ્રસિદ્ધ છે.

શાહીનનો જન્મ મુંબઈમાં થયો; પરંતુ તે માત્ર બે વર્ષની હતી, ત્યારે એમના પિતાની બદલી પહેલાં લેબનાન અને એના પછી ગ્રીસમાં થઈ ગઈ. આ પ્રકારે શાહીને પોતાનું બાળપણ લેબનાન અને ગ્રીસમાં વિતાવ્યું. જ્યારે તેઓ આઠમા ધોરણમાં ભણતી હતી, ત્યારે પરિવાર અમેરિકા આવી ગયો અને પછી આગળનો અભ્યાસ એમણે અમેરિકાથી કર્યો.

શાહીનના દાદા-દાદી અને બાકી બધા સગાં-સંબંધી મુંબઈમાં હેતા હતા, આથી શાહીનનું મુંબઈ આવવા-જવાનું લાગ્યું રહેતું હતું.

વર્ષ ૧૯૮૯માં ૧૮ વર્ષીય ભારતીય અમેરિકી શાહીન મિસ્ત્રી બોસ્ટનની ટફ્ટ્સ યૂનિવર્સિટીમાં પ્રથમ વર્ષની વિદ્યાર્થિની હતી અને ગરમીઓની રજામાં મુંબઈ આવેલી હતી. એમણે જોયું, ભારતમાં રહી રહેલાં મોટાભાગના લોકો ગરીબીમાં જીવી રહ્યાં હતા. બાળકોને જોઈને જ્યાં લોકો દુ:ખથી માથું હલાવતાં-હલાવતાં દાનપાત્રમાં કેટલાંક પૈસા નાખે છે, ત્યાં જ શાહીને કશું કરવાનો નિર્ણય લીધો. એમણે ટફ્ટ્સ યૂનિવર્સિટી છોડીને મુંબઈની સેન્ટ ઝેવિયર્સ કૉલેજમાં દાખલો લઈ લીધો અને સ્કૂલની રજાઓ પછી સાધનવિહીન બાળકોને શિક્ષિત કરવાના ઉદ્દેશ્યથી પોતાનું અ-લાભસર્જક સંગઠન સ્થાપિત કરવાના પ્રયાસમાં લાગી ગઈ. ત્યાં સુધી એમને હિન્દી કે મરાઠી બિલ્કુલ આવડતી ન હતી.

શાહીને પોતાના એક મિત્રની સાથે મળીને મુંબઈની ઝૂંપડપટ્ટીની આસપાસ ફરીને ત્યાંનો સર્વે કર્યો. આદરમિયાન તેઓ ત્યાં રહેવાવાળા ઘણાં પરિવારોથી પણ મળી. વધારે વિચાર્યા પછી શાહીને નક્કી કર્યું કે, તેઓ ઝૂંપડપટ્ટીમાં રહેવાવાળા ગરીબ બાળકોને શિક્ષા આપશે. આ જ વિચારસરણીની સાથે એમણે પોતાનું કાર્ય શરૂ કરી દીધું. શાહીને જે બાળકોને ભણાવવાનું શરૂ કર્યું, એમનામાંથી મોટાભાગના બાળકો એવા હતા, જે ક્યારેય સ્કૂલ ગયા ન હતા. એના પછી શાહીને પોતાની કૉલેજના મિત્રોથી આગ્રહ કર્યો કે, તે આ

કામમાં એમની સહાયતા કરે અને અઠવાડિયામાં થોડો સમય કાઢીને બાળકોને ભણાવે. શાહીને 'આકાંક્ષા' નામની એક સંસ્થા બનાવી અને કાર્ય આરંભ કરી દીધું. શાહીનને હવે એક એવી જગ્યા જોઈતી હતી, જ્યાં તે બાળકોને ભણાવી શકે. શાહીને જગ્યા માટે કેટલીય સરકારી સ્કૂલોમાં પણ વાત કરી, પરંતુ વાત બની નહીં. આખરે એક સ્કૂલે ખૂબ મુશ્કેલથી જગ્યા આપી.

શાહીને બતાવ્યું- 'મેં સરકારી સ્કૂલોથી વાત કરી, પરંતુ આ પ્રયાસ અસફળ રહ્યો. બધાએ ચોખ્ખી ના પાડી દીધી. મેં લગભગ ૨૦ સ્કૂલોથી સંપર્ક કર્યો, પરંતુ એમણે વધારે હળવા આધારો પર મારી રજૂઆત ઠુકરાવી દીધી. મને લાગે છે કે, તેઓ એકદમ જ અલગ પૃષ્ઠભૂમિથી આવવાવાળા બાળકોનું પોતાના ત્યાં આવવાના વિચારથી પરેશાન હતા. આખરે જ્યારે એક સ્કૂલ એમને જગ્યા આપવા માટે તૈયાર થઈ ગઈ, તો શાહીને એક એવો પાઠ્યક્રમ તૈયાર કર્યો, જે બાળકોને શીખવા માટે ઉત્સાહિત કરતો હતો. આ પાઠ્યક્રમમાં ખેલ, ખાનગી અભિવ્યક્તિ અને સામાજિક કૌશલ પર ભાર આપીને ધીમે-ધીમે ગણિત અને અંગ્રેજીનું પ્રશિક્ષણ આપવામાં આવે છે.'

શરૂઆતમાં પૈસાની જરૂર ન હતી, કેમ કે બધા સ્વયંસેવક હતા અને જે થોડો ઘણો સ્ટેશનરીનો ખર્ચ હતો, તે બધા લોકો મળીને વહન કરી લેતાં હતા. શાહીન જાણતી હતી કે, જો એમણે આ પ્રયત્નને વધારે જવો હોય, તો એમને પૈસાની જરૂર પડશે. પછી શાહીને 'સ્પૉન્સર ઍ સેન્ટર' નામથી એક સ્કીમ શરૂ કરી. એના પછી આકાંક્ષાએ કેટલાય સેન્ટર ખોલ્યાં. સન્ ૨૦૦૨માં આકાંક્ષાએ પહેલીવાર મુંબઈથી બહાર પુણેમાં પોતાનું સેન્ટર ખોલ્યું. ધીમે-ધીમે લોકો 'આકાંક્ષા'થી જોડાવા લાગ્યા અને સહાયતા આપવા લાગ્યા.

'આકાંક્ષા'માં બાળકોને ફક્ત ભણાવવામાં જ નથી આવતા, બલ્કે એમને આત્મનિર્ભર બનાવવાનો પણ પ્રયાસ કરવામાં આવે છે. અહીંયા અંગ્રેજી અને ગણિત મુખ્ય વિષય રાખ્યા છે. 'આકાંક્ષા'ના બધા કાર્યક્રમ ગતિવિધિઓથી જોડાયેલાં છે, જેથી સરળતાથી વિદ્યાર્થી એને ગ્રહણ કરી લે.

એના પછી નક્કી થયું કે, કશું એવું પણ કરવામાં આવે, જેથી બાળકોને અહીંયાથી નિકળ્યા પછી નોકરી મળી શકે. પછી શાહીને એ દિશામાં કાર્ય કરવાનું શરૂ કરી દીધું. 'આકાંક્ષા' એક ઔપચારિક વિદ્યાલય ન હતી, એ બાળકોને શિક્ષાની સાથે એમનું ચરિત્ર નિર્માણ પણ કરી રહી હતી, જેથી આગળ ચાલીને એમને જિંદગીમાં મુશ્કેલી ના આવે.

આજે પણ 'આકાંક્ષા' બાળકોને મુખ્યતઃ મફત જ શિક્ષા આપે છે અને

મોટાભાગના અહીંયા સ્વયંસેવક છે, જે બાળકોને ભણાવે છે. અહીંયા બાળકોને એ બતાવવામાં આવે છે કે, ભૂલો કરવી ખરાબ વાત નથી, બલ્કે ભૂલોથી શીખીને જ તમે આગળ વધો છો. આજે 'આકાંક્ષા'ના બાળકો 'વિપ્રો', 'વેસ્ટસાઇડ' જેવી કંપનીઓ અને 'મેજિક બસ' જેવી એનજીઓમાં કાર્ય કરી રહ્યાં છે.

શાહીનના સંગઠન 'આકાંક્ષા' દ્વારા અપનાવવામાં આવેલી આ નવી રીત સામાજિક ઉદ્યમશીલતાનું મૂળ તત્વ છે. 'આકાંક્ષા' ગરીબ બાળકોને શિક્ષા આપીને એમને સમાજમાં ઊભા કરી રહ્યું છે. એક કેન્દ્ર અને ૧૫ બાળકોની સાતે શરૂ થયેલાં આ અભિયાનના આજે મુંબઈ અને પુણેમાં ૫૦થી અધિક કેન્દ્ર છે. જ્યાં ૪૦૦૦થી અધિક બાળકો શિક્ષા પ્રાપ્ત કરી રહ્યાં છે.

શાહીન 'ટીચ ફૉર ઇન્ડિયા' કાર્યક્રમના માધ્યમથી વધારેથી વધારે લોકોને સાથે જોડાઈને પૂરાં ભારતમાં આ અભિયાન ચલાવવા ઇચ્છે છે, જેથી શિક્ષાના માધ્યમથી બાકી રાજ્યોના ગરીબ બાળકો પણ આત્મનિર્ભર થઈ શકે.

૨૦૦૯-૧૦માં વૉશિંગ્ટન ડી.સી.માં થયેલા રાષ્ટ્રપતિ ઉદ્યમિતા શિખર સંમેલનમાં ઉદ્યમશીલતાના મહત્ત્વને રેખાંકિત કરવામાં આવ્યું. 'ઉદ્યમશીલતા' વિશે વિચારવા પર હંમેશાં કૉમ્પ્યૂટર કંપનીઓની શરૂઆત કરવા કે સાર્વજનિક કલ્યાણ કાર્યોની છબીઓ ઉભરે છે, અને સત્ય પણ છે કે, સામાજિક ઉદ્યમી કંઈક એવા જ હોય છે. તેઓ એક એવું ઉત્પાદન કે સેવા તૈયાર કરે છે, જે પૂરા સમાજ માટે સામાજિક લાભ ઉપલબ્ધ કરાવે છે.

શિખર સંમેલનને સંબોધિત કરતાં સેક્રેટરી ઑફ સ્ટેટ હિલેરી ક્લિંટને કહ્યું- 'ઉદ્યમીનું કાર્યક્ષેત્ર વ્યવસાયથી પરે સુધી ફેલાયેલું છે. શાહીન મિસ્ત્રી જેવી ઉદ્યમી ગરીબી અને અસમાનતાની સમસ્યાથી નિપટી રહ્યાં છે, એમની અ-લાભસર્જક સંસ્થા ભારતની મલિન વસ્તીઓમાં બાળકોને સ્કૂલ પછી અભ્યાસમાં વધારાની સહાયતા ઉપલબ્ધ કરાવ છે.' હિલેરી ક્લિંટનને શાહીનના કામ વિશે જુલાઈ, ૨૦૦૯માં પોતાની ભારત યાત્રા દરમિયાન ૨૦૦૮માં શાહીન દ્વારા સ્થાપિત અન્ય એક સંગઠન 'ટીચ ફૉર ઇન્ડિયા'ના સ્વયંસેવકોથી વાત કરતાં જાણ ચાલી. એ સમયે એમણે કહ્યું હતું કે, એમના મનમાં આકાંક્ષા અને શિક્ષા માટે કામ કરી રહેલાં અન્ય સંગઠનો માટે સૌથી અધિક સન્માન છે અને તે આ ક્ષેત્રને સંસારમાં 'સર્વોચ્ચ પ્રાથમિકતા' મેળવતા જોવા ઇચ્છશે.

બે ગરીબ બાળકોને સહારો આપો

'ઓછામાં ઓછું બે ગરીબ બાળકોને આત્મનિર્ભર બનાવવા માટે એમની શિક્ષામાં મદદ કરો.

- ડૉ. અબ્દુલ કલામ

પોતાના અને માતા-પિતાના સપનાઓને તો લગભગ દરેક માણસ સાકાર કરવાની ઈચ્છા રાખે છે. એ સારું પણ છે, પરંતુ એવા લોકો ખૂબ ઓછાં હોય છે, જે ગરીબ અને અભાવહીન બાળકોના સપનાઓને પૂરાં કરવા જ પોતાના જીવનનું લક્ષ્ય બનાવી લે છે. પટનામાં જન્મેલા, ઉછરેલાં અને શિક્ષિત થયેલાં આનંદ કુમાર એવા જ વ્યક્તિ છે. આજે દુનિયા આનંદ કુમારને સુપર-૩૦ સંસ્થાના સંસ્થાપકના રૂપમાં ઓળખે છે. સ્પેનમાં ચર્ચિત અખબાર 'અલ મંડો'એ જ્યાં સુપર-૩૦ પર બે પૃષ્ઠોનો વિશેષ લેખ પ્રકાશિત કર્યો છે, જેમાં સંસ્થાના સંસ્થાપક આનંદ કુમારને શિક્ષા જગતમાં 'સાઈલેન્ટ રિવોલ્યૂશનરી' (મૌન ક્રાંતિકારી) બતાવવામાં આવ્યા છે. જેમનું માનવું છે- 'માનવીય મૂલ્યોએ અનેક જિંદગીઓ બદલી છે અને એનું ઉદાહરણ સુપર-૩૦ છે. મૂલ્ય આધારિત શિક્ષાએ જ સુપર-૩૦ને સફળ બનાવી છે. આઈ.આઈ.ટી. જેવી પ્રતિષ્ઠિત પરીક્ષામાં અત્યાર સુધી ૩૬૦ બાળકોમાંથી ૩૦૮ બાળકોએ આઈ.ટી.આઈ. ની પરીક્ષામાં ક્વૉલીફાઈ કર્યું. એનું મુખ્ય કારણ એ છે કે, આપણી સંસ્થામાં જીવનના મૂલ્યોને ધ્યાનમાં રાખીને શિક્ષા પ્રદાન કરવામાં આવે છે. શિક્ષક કોઈ મોટા રાજનેતા કરતાં મોટું પરિવર્તન લાવી શકે છે.'

દર વર્ષે આઈઆઈટી રિઝલ્ટ્સ દરમિયાન એમના સુપર-૩૦ની ચર્ચા અખબારોમાં ખૂબ ચમકે છે. ૨૦૧૪માં પણ સુપર-૩૦ના ૩૦ બાળકોમાંથી ૨૭ બાળકોને આઈઆઈટીમાં પ્રવેશ મળ્યો છે. સન્ ૨૦૦૩થી દર વર્ષે

આઈઆઈટીમાં સુપર-૩૦થી આવેલા બાળકો સફળતા પ્રાપ્ત કરી રહ્યાં છે. આટલી મોટી સફળતા આનંદ કુમારને એમ જ નથી મળી. એની પાછળ એમની જિંદગીનો લાંબો સંઘર્ષ અને મજબૂત ઈરાદાઓની ખૂબ જ ભાવુક અને સંઘર્ષમયી પ્રેરક વાર્તા છે.

આનંદ કુમારનો પરિવાર ખૂબ સાધારણ મધ્યમવર્ગીય પરિવાર હતો. પિતા પોસ્ટલ વિભાગમાં ક્લાર્ક હતા. બાળકોને અંગ્રેજી સ્કૂલમાં ભણાવવાનો ખર્ચ કાઢવો એમના માટે મુશ્કેલ હતો. આથી બાળકોને હિન્દી માધ્યમની સરકારી સ્કૂલમાં જ ભણાવ્યાં. બાળકોની શિક્ષા પ્રતિ તેઓ ખૂબ જાગૃત હતા. આનંદ પણ જાણતા હતા કે, એમને ઉપલબ્ધ મર્યાદિત સાધનોથી જ જેટલું યોગ્ય થઈ શકે, તે કરવાનું છે. ગણિતમાં આનંદની વિશેષ રુચિ હતી અને તેઓ મોટા થઈને એન્જીનિયર કે વૈજ્ઞાનિક બનવા ઈચ્છતા હતા. બધાએ કહ્યું- 'જો એન્જીનિયર કે વૈજ્ઞાનિક બનવા ઈચ્છતા હોય, તો વિજ્ઞાન વિષયને ધ્યાનથી વાંચો.' આનંદે પટના વિશ્વવિદ્યાલયમાં પ્રવેશ લીધો. જ્યાં એમણે ગણિતના કેટલાંક ફૉર્મ્યૂલાની શોધ કરી. આ ફૉર્મ્યૂલાને જોયા પછી આનંદના અધ્યાપક દેવીપ્રસાદ વર્માજીએ એમને આ ફૉર્મ્યૂલાને ઈંગ્લેન્ડ મોકલવા અને ત્યાં પ્રકાશિત કરાવવાની સલાહ આપી. ગુરુજીના કહ્યાં અનુસાર આનંદે પેપર્સ ઈંગ્લેન્ડ મોકલ્યા અને પેપર્સ પ્રકાશિત પણ થઈ ગયા,પછી કેમ્બ્રિજથી આનંદને આમંત્રણ આવ્યું. ગુરુજીએ કહ્યું- 'બેટા કેમ્બ્રિજ જાઓ અને પોતાનું નામ રોશન કરો.' આનંદના ઘરમાં ખુશીનું વાતાવરણ હતું. દરેક કોઈ આનંદને અભિનંદનો આપી રહ્યું હતું. આનંદના કેમ્બ્રિજ જવા માટે સૌથી મોટી સમસ્યા પૈસાની આવી રહી હતી. કૉલેજે કહ્યું કે, અમે ફક્ત ટ્યૂશન ફીસ માફ કરી શકીએ છીએ. કેમ્બ્રિજ જવા અને રહેવા માટ લગભગ ૫૦,૦૦૦ રૂપિયાઓની જરૂર હતી. આનંદના પિતાજીએ પોતાની ઑફિસમાં બેટાના આગળના અભ્યાસ માટે પૈસાઓની મદદની માંગ રાખી અને દિલ્લી કાર્યાલય સુધી પત્રાચાર થયો. આનંદની કાબેલિયતને જોતાં દિલ્લી ઑફિસથી મદદનો વિશ્વાસ આપવામાં આવ્યો. ૧ ઑક્ટોબર, ૧૯૯૪એ આનંદને કેમ્બ્રિજ જવાનું હતું, પરંતુ કહે છેને, થાય છે એ જ જે નિયતિને મંજૂર હોય છે. ૨૩ ઓગસ્ટ, ૧૯૯૪એ આનંદના પિતાજીનો દેહાંત થઈ ગયો. આ ઘટનાએ ના ફક્ત આનંદની જિંદગી બદલી દીધી, બલ્કે પૂરા પરિવારને ઘોર આર્થિક સંકટમાં પણ નાખી દીધો. ઘરમાં પિતાજી જ એકલા કમાવાવાળા હતા. વિકલાંગ કાકા અને પૂરા સંયુક્ત પરિવારની જવાબદારી હવે આનંદના ખભાઓ પર આવી

ગઈ. એવામાં આનંદે કેમ્બ્રિજ જવાનો વિચાર છોડી દીધો અને પટનામાં રહીને જ પરિવારના ભરણ-પોષણમાં લાગી ગયા. પિતાના મૃત્યુની સાથે જ જાણે આનંદની કારકિર્દી સમાપ્ત થઈ ગઈ હતી. સારું એ હતું કે, અત્યાર સુધી આનંદનું ગ્રેજ્યુએશન પૂરું થઈ ગયું હતું.

બેશક સ્થિતિ નાજુક હતી, પરંતુ આનંદ જિંદગીભર ક્લાર્કની નોકરી કરવા ઇચ્છતા ન હતા, આથી એમણે પિતાની અનુકંપાથી પ્રાપ્ત નોકરી ન કરવાનો નિશ્ચય કર્યો. હવે આનંદ પોતાનો પ્રિય વિષય ગણિત ભણાવીને જ થોડાં ઘણાં પૈસા કમાવા લાગ્યા, પરંતુ જેટલું તેઓ કમાઈ રહ્યાં હતા એનાથી એમનો ઘરનો ખર્ચ પૂરો થઈ શકતો ન હતો, આથી આનંદની માતાજીએ ઘરમાં પાપડ બનાવવાનું કામ શરૂ કર્યું અને આનંદ રોજ સાંજે ૪ કલાક માતાના બનાવેલા પાપડોને સાઈકલ પર ફરી-ફરીને વેચતા. ટ્યૂશન અને પાપડથી થયેલી આવકથી ઘર ચાલતું. આખરે એવું ક્યાં સુધી ચાલશે, આનંદ એ જ વિચારતા રહેતા. પછી આનંદે ગણિતને આધાર બનાવ્યો અને રામાનુજમ સ્કૂલ ઑફ મેથેમેટિક્સ ખોલી. આ સ્કૂલમાં દરેક પ્રકારની પ્રવેશ પરીક્ષાની તૈયારી કરવાવાળા વિદ્યાર્થીઓને કોચિંગ કરાવવામાં આવવા લાગી. કોઈ વિદ્યાર્થી ૧૦૦ રૂપિયા આપતો, કોઈ ૨૦૦ તો કોઈ ૩૦૦ રૂપિયા! આનંદ રાખી લેતાં, કોઈના પૈસાને લઈને વિવાદ ના કરતાં. આનંદે આ કોચિંગ સેન્ટરમાં બે બાળકોને ભણાવવાથી શરૂઆત કરી અને જોતાં-જોતાં જ બાળકોની સંખ્યા ઝડપથી વધતી ચાલી ગઈ અને જગ્યા ઓછી પડવા લાગી. પછી આનંદે એક મોટા હૉલની વ્યવસ્થા કરી અને ૫૦૦ રૂપિયાની વાર્ષિક ફીસ નિશ્ચિત કરી દીધી.

એકવાર આનંદની પાસે અભિષેક નામનો એક બાળક આવ્યો અને બોલ્યો- 'સર! હું ગરીબ છું, હું પાંચસો રૂપિયા તમને એક સાથે આપી નહીં શકું. હપ્તામાં આપી શકીશ, જ્યારે મારા પિતાજી ખેતરથી બટાટા કાઢશે અને તે બટાટા વેચાઈ જશે, ત્યારે.' હવે સવાલ પટનામાં રહેવા અને ખાવાનો ઊભો થયો. એ બાળકે બતાવ્યું કે, તે એક પ્રસિદ્ધ વકીલના ઘરની સીડીઓની નીચે રહે છે. આ ઘટનાના ૨-૩ દિવસ પછી જ્યારે આનંદ ત્યાં ગયા, તો જોયું કે તે છોકરો ભરી બપોરમાં સીડીઓની નીચે પરસેવાથી ભીનો બેઠો હતો અને ગણિતની પુસ્તક વાંચી રહ્યો હતો. આ ઘટનાએ આનંદને ઝંઝોળીને રાખી દીધા. ઘેર આવીને આનંદે પોતાની માતા અને ભાઈને એ બાળક વિશે બતાવ્યું અને કહ્યું કે, એવા બાળકો માટે પણ કશું કરવું જોઈએ, જેમનામાં ભણવાની

લગન છે, પરંતુ આર્થિક અભાવના ચાલતે તે ભણી નથી શકતા. માતાએ પણ આ વિચારમાં પોતાની સંમતિ જતાવી. પછી પ્રશ્ન એ ઊભો થયો કે, જો વર્ષમાં ૩૦ એવાં ગરીબ બાળકોને પસંદ કરવામાં પણ આવે, તો તેઓ રહેશે ક્યાં, ખાશે શું? પછી આનંદે એક મકાન લેવાની યોજના બનાવી જેથી બધા બાળકો ત્યાં રહી શકે. ૩૦ બાળકોના ભોજન પકાવવાનું કામ આનંદની માતાએ પોતાના હાથમાં લઈ લીધું. આ પ્રકારે આનંદનું સુપર-૩૦ ઇન્સ્ટીટ્યૂટ ખોલવાનું સપનું પૂરું થઈ ગયું.

સન્ ૨૦૦૨માં આનંદે સુપર-૩૦ની શરૂઆત કરી અને ૩૦ બાળકોને નિઃશુલ્ક આઈઆઈટીની કોચિંગ આપવાનું શરૂ કર્યું. પહેલા જ વર્ષ એટલે ૨૦૦૩ની આઈઆઈટી પ્રવેશ પરીક્ષાઓમાં સુપર-૩૦ના ૩૦માંથી ૧૮ બાળકોને સફળતા પ્રાપ્ત થઈ ગઈ. એના પછી ૨૦૦૪માં ૩૦માંથી ૨૨ બાળકો અને ૨૦૦૫માં ૨૬ બાળકોને સફળતા મળી. આ પ્રકારે સફળતાનો ગ્રાફ સતત વધતો ગયો. સન્ ૨૦૦૮ થી ૨૦૧૦ સુધી સુપર-૩૦નું પરિણામ ૧૦૦ ટકા રહ્યું.

સુપર-૩૦ને મળી રહેલી અપાર સફળતાથી ત્યાંના કોચિંગ માફિયા પરેશાન થઈ ગયા. એમણે આનંદ પર મફતમાં ન ભણાવવાનું દબાણ નાખવાનું શરૂ કરી દીધું. આનંદ ના માન્યા તો એમના પર હુમલા કરવામાં આવ્યા, બોમ ફેંક્યા, ગોળીઓ ચલાવી અને એક વાર તો ચાકૂથી હુમલો પણ કર્યો, પરંતુ ચાકૂ આનંદના શિષ્યને લાગી ગયું. ત્રણ મહીના સુધી તે હૉસ્પિટલમાં રહ્યો અને આ દરમિયાન બધા બાળકોએ એની ખૂબ સેવા કરી અને તે સ્વસ્થ થઈ ગયો.

આનંદ કુમારના સુપર-૩૦ને મળેલી અપાર સફળતા પછી કેટલાય લોકો સહયોગ માટે આગળ આવ્યા. મોટાં-મોટાં ઉદ્યોગપતિઓએ આનંદને મદદની રજૂઆત કરી. પ્રધાનમંત્રી સુધી તરફથી આનંદને મદદની રજૂઆત કરવામાં આવી પરંતુ આનંદ કુમારે સુપર-૩૦ના સંચાલન માટે કોઈથી પણ આર્થિક મદદ લેવાની મનાઈ કરી દીધી કેમ કે, આ કામ તેઓ કોઈની મદદ વગર ખુદ કરવા ઇચ્છતા હતા. સુપર-૩૦નો ખર્ચ એમના કોચિંગ સેન્ટર રામાનુજમ સ્ટડી સેન્ટરથી ચાલે છે.

આજે આનંદ રાષ્ટ્રીય તેમજ આંતરરાષ્ટ્રીય મંચોને સંબોધિત કરે છે. એમના સુપર-૩૦ની ચર્ચા વિદેશો સુધી ફેલાઈ ચુકી છે. કેટલાય વિદેશી વિદ્વાન એમની ઇન્સ્ટીટ્યૂટ જોવાં આવે છે અને આનંદ કુમારની કાર્યશૈલીને સમજવાનો પ્રયત્ન કરે છે.

આનંદ માને છે કે, એમને જે પણ સફળતા મળી, એનો પૂરો શ્રેય એમના વિદ્યાર્થીઓને જાય છે. વિદ્યાર્થીઓની મહેનત અને લગનને જાય છે. જ્યારે આઈઆઈટીમાં દર વર્ષે પાસ થવાવાળા એમના બધા શિષ્ય પોતાની સફળતાનો પૂરો શ્રેય પોતાના ગુરુ આનંદ કુમારને આપે છે. સુપર-૩૦ આનંદ કુમાર જેવાં ગુરુ તેમજ શિષ્યોની લગન અને કઠોર પરિશ્રમનું પરિણામ છે. આનંદ કુમારને કેટલાય પુરસ્કારોથી પણ સન્માનિત કરી ચુકાયા છે.

આનંદ કુમાર માને છે કે, સફળ થવા માટે પ્રબળ પ્રયાસ, સકારાત્મક વિચારસરણી, કઠોર પરિશ્રમ અને ધૈર્યની જરૂર હોય છે.

સન્ ૨૦૦૩-૨૦૦૪ સુધી સુપર-૩૦ના ૩૬૦ બાળકો આઈઆઈટીની પ્રવલેશ પરીક્ષામાં બેઠાં, જેમાંથી ૩૦૮ને સફળતા મળી. આ આંકડો કોઈપણ કોચિંગ સેન્ટર માટે ઉદાહરણરૂપ છે. ન જાણે કેટલાય બાળકોના સપનાઓને સાકાર કરવાવાળા આનંદ કુમારનું સપનું છે કે, એક એવી સ્કૂલ ખોલવામાં આવે, જ્યાં છઠ્ઠા ધોરણથી વિદ્યાર્થીઓને ગણિત, ભૌતિકી અને રસાયણની શિક્ષા આપવામાં આવે. ચોક્કસ આનંદ કુમાર આ સપનાને પણ જલ્દી પૂરું કરી લેશે, કેમ કે આનંદ જે વિચારે છે, એને કરવાનું સામર્થ્ય પણ રાખે છે.

બેક બેંચરમાં પણ પ્રતિભા હોય છે

> *'દેશનું સૌથી સારું દિમાગ, ક્લાસ રૂમની છેલ્લી બેંચો પર પણ મળી શકે છે.'*
>
> **- ડૉ. અબ્દુલ કલામ**

સામાન્ય રીતે વિશ્વવિદ્યાલયમાં જવાને સમયની બરબાદી માનવાવાળા લોકો વિરલા જ હોય છે. ઑક્ટોબર, ૨૦૧૧માં પોતાની અકાળ મૃત્યુથી પહેલાં 'ઍપ્પલ'ની દુનિયાની ૧૦ ખરબ ડૉલરની પહેલી કંપની બનાવવાવાળા ઉત્કૃષ્ટ સીઈઓ સ્ટીવ જૉબ્સ ગ્રેજ્યુએશનના અભ્યાસ માટે ફક્ત છ મહીના સુધી કૉલેજ ગયા હતા. દુનિયાના બીજા સૌથી અમીર અને માઇક્રોસૉફ્ટના સંસ્થાપક બિલ ગેટ્સે હાર્વર્ડમાં એનાથી થોડો વધારે સમય પસાર કર્યો હતો.

પોતાના દેશમાં જોઈએ, તો દિગ્ગજ કારોબારી ધીરુભાઈ અંબાણીને કોઈ વિશ્વવિદ્યાલયમાં દાખલાની તક ના મળી. તેઓ ભારતના સૌથી અમીર વ્યક્તિ બન્યાં. ગૌતમ અદાણીએ પણ વચ્ચે જ કૉલેજ છોડી દીધી અને અંબાણીની જેમ અબજપતિ બન્યાં. અત્યંત સફળ ઉદ્યોગપતિઓનાં એવા કેટલાંય અન્ય ઉદાહરણ પણ છે, જેમણે વિશ્વવિદ્યાલયનું ભણતર વચ્ચે જ છોડી દીધું હતું.

એવામાં જો એમ.સી. જયકાંતની વાત કરવામાં આવે, તો તેઓ પણ એ જ શ્રેણીના વિદ્યાર્થી હતા, જેમને કમજોર કહેવામાં આવે છે. તેઓ સરેરાશથી પણ ઓછાં વિદ્યાર્થી હતા અને બહુધા બધા વિષયોમાં અનુત્તીર્ણ થઈ જતાં હતા. પછી કોઈ પ્રકારથી એમને બોર્ડ પરીક્ષાઓમાં સારા અંક પ્રાપ્ત થયા અને તેઓ એક ખાનગી એન્જીનિયરિંગ કૉલેજમાં દાખલો મેળવવામાં સફળ રહ્યાં. પોતાના ભણતરના ત્રીજા વર્ષમાં જ્યારે વિદ્યાર્થીઓથી એ અપેક્ષા કરવામાં આવે છે કે, તેઓ ડિઝાઇન અને ફેબ્રિકેશનની પરિયોજનાઓ પર કામ કરશે,

તો તેઓ હંશાં કશું અલગ કરવા ઇચ્છતા હતા. એમણે પોતાની પ્રથમ ડિઝાઇન અને ફેબ્રિકેશન પરિયોજના અંતર્ગત પંખવિહીન વિંડ ટર્બાઇનની અવધારણા પ્રસ્તુત કરી. થોડાં દિવસો પછી પોતાના એક મિત્ર એસ. હરીશની સાથે એમણે કૉલેજના સભાકક્ષમાં થવાવાળા એક પ્રસ્તુતિકરણને જોયું. 'અમે અંદર ગયા અને સમય પસાર કરવાના વિચારથી એ એરકંડીશન કક્ષની સૌથી છેલ્લી કતારમાં બેસી ગયા. એ જ દરમિયાન અમારા વિભાગના એક કર્મચારીએ અમને ત્યાં બેઠેલાં પકડી લીધા. એને સમજાવવાના પ્રયત્ન કરતાં-કરતાં અમે એનાથી એમ જ પૂછી લીધું હતું કે, શું અમે પણ પોતાની પરિયોજના અહીંયા પ્રસ્તુત કરી શકીએ છીએ? ૧૦ મિનિટ પછી તે વ્યક્તિ પાછો આવ્યો અને અમને મંચ પર પ્રસ્તુતિકરણ માટે કહ્યું. ખૂબ જ હિંમત એકઠી કરીને હું મંચ પર ગયો, પાંચ મિનિટમાં પોતાનું પ્રસ્તુતીકરણ પૂરું કર્યું અને ત્યાંથી ભાગી નિકળ્યો. એક અઠવાડિયા પછી અમને ખબર પડી કે, અમારા પ્રદર્શનને સૌથી વધારે અંક અને પૂરી પ્રતિસ્પર્ધામાં પ્રથમ સ્થાન પ્રાપ્ત થયું છે.'

જયકાંત બતાવે છે કે, જીવનમાં એમને આ પહેલી જીત મળી હતી. આ ખુશીના માનસથી ઉબરવા અને સામાન્ય થવામાં લગભગ એમને એક અઠવાડિયું લાગ્યું. એનાથી એમને ફક્ત એટલો અહેસાસ થયો કે, આ એમના જીવનમાં એક નવા અધ્યાયની શરૂઆત છે. આ ઘટનાએ જયકાંતને આત્મ-પરીક્ષણ કરવાનો રસ્તો બતાવી દીધો અને એમણે વિભિન્ન કૉલેજો દ્વારા આયોજિત આ પ્રકારની બધી પ્રતિસ્પર્ધાઓમાં ભાગ લીધો. ગોવાથીપાછા આવતા પોતાની એક યાત્રા દરમિયાન જયકાંતના મનમાં ભવિષ્યને લઈને કેટલાય વિચાર આવવા લાગ્યા. ચેન્નઈ પહોંચીને એમણે પોતાના વિચારોને કાગળ પર ઉતારવાનું પ્રારંભ કરી દીધું, પછી એમણે પોતાની બે પરિયોજનાઓની પેટેન્ટ માટે અરજી કરી. એનાથી લોકોનો એમના પ્રતિ દૃષ્ટિકોણ જ બદલાઈ ગયો. એ બે પેટેંટ્સે એમનું પૂરું જીવન જ બદલી નાખ્યું.

પેટેન્ટ પ્રાપ્ત કર્યા પછી જયકાંતે વિચાર કરવાનું શરૂ કર્યુ કે, અન્ય વિદ્યાર્થી ખુદને સીમિત કેમ રાખે છે અને કશું અભિનવ કેમ નથી વિચારતાં? કારણોનું વિશ્લેષણ કરતાં એમને એ અહેસાસ થયો કે, આનું મૂળ કારણ વિદ્યાલય છે. બધી વિદ્યાલયોમાં આપણને ભક્ત ભણવાનું શીખવાડવામાં આવે છે, ના કે શીખવાનું અને કાર્યાન્વિત કરવાનું. પરીક્ષાઓ તથા અન્ય દબાણો કારણે આપણે શીખવાનું ભૂલી જઈએ છીએ અને પરીક્ષાઓ અને અંકો માટે ફક્ત અભ્યાસ કરીએ છીએ, જેનાથી આપણે શીખવાનો આનંદ જ નથી ઉઠાવી

શકતા. આ વિચારસરણીએ જયકાંતને યુવા પેઢી માટે કસું કરવા પ્રેરિત કર્યા અને એમણે નિર્ણય લીધો કે, તેઓ યુવાઓને સિદ્ધાંત રૂપથી શીખવાડેલી વસ્તુઓનો પ્રત્યક્ષ અનુભવ કરાવશે.

એમણે પોતાનો આ વિચાર પોતાના કેટલાંક મિત્રોને બતાવ્યો અને તે લોકો એમાં સામેલ થવા માટે સહર્ષ તૈયાર થઈ ગયા. જયકાંત બતાવે છે- 'આગળ ચાલીને હરીશની સાથે એમણે ૧૫ સપ્ટેમ્બર, ૨૦૧૩એ એન્જીનિયર દિવસના અવસર પર 'Infinite Engineers'ની શરૂઆત કરી. 'Infinite Engineers' વ્યાવહારિક વિજ્ઞાનની જાણકારીઓને રૂટ સ્તરથી અનુભવ પર આધારિત શીખ અંતર્ગત વિદ્યાર્થીઓને આપે છે, જેનાથી એમને પોતાના નવાચાર અને રચનાત્મક કૌશલને વધારવામાં મદદ મળે છે. આ વિદ્યાર્થીઓને વિદ્યુત, ઈલેક્ટ્રૉનિક્સ, રૉબોટિક્સ, મિકેનિકલ, ઍરો મૉડલિંગ, કૉમ્પ્યૂટર સાયન્સ અને જૈવ પ્રૌદ્યોગિકીના ક્ષેત્રમાં પ્રશિક્ષિત કરે છે.

જયકાંત અને હરીશ સિવાય એસ. જયવિઘ્નેશ, એ. કિશોર બાલગુરુ અને એન. અમરીશ 'Infinite Engineers'ના સહ-સંસ્થાપક છે. વર્તમાનમાં કેટલાય પ્રશિક્ષણ કેન્દ્ર સ્કૂલી વિદ્યાર્થીઓને રોબોટિક્સ અને ઍરો મૉડલિંગનું પ્રશિક્ષણ આપી રહ્યાં છે. 'પરંતુ અમારો ઉદ્દેશ્ય વિદ્યાલયી પાઠ્યક્રમમાં અગ્રણી રૂપથી વ્યાવહારિક પ્રશિક્ષણને સામેલ કરાવવાનો છે, જેનાથી એમની શિક્ષા સંપૂર્ણ થઈ શકે. શિક્ષા પુસ્તકો અને શ્યામપટના રૂપમાં માત્ર દ્વિઆયામી બનીને ના રહી જાય, બલ્કે શિક્ષાને અનુભવ કરવામાં આવવો જોઈએ.' તેમ જયકાંત કહે છે.

અત્યાર સુધી કંપનીએ ચેન્નઈમાં ૭૦-૮૦ સ્કૂલોનો પ્રવાસ કર્યો છે. એમાંથી બે સ્કૂલોમાં 'Infinite Engineers'એ પોતાનું પ્રશિક્ષણ આરંભ કરી દીધું છે, જલ્દી જ તે પોતાની 'પ્રયુક્ત વિજ્ઞાન અનુસંધાન સંસ્થા' શરૂ કરવાવાળા છે, જ્યાં કોઈ પણ સ્કૂલના વિદ્યાર્થી આ પ્રકારનું પ્રશિક્ષણ લઈ શકે છે અને ઉપલબ્ધ સંસાધનોના માધ્યમથી પોતાની અવધારણાઓને વ્યવહારમાં લાવવાનો પ્રયાસ પણ કરી શકે છ, જે એમને અભિનવ અને રચનાત્મક બનાવવામાં સહાયક થશે.

કોઈપણ નકારાત્મક પ્રતિક્રિયા તમારા ઝનૂનને વધારે મજબૂત કરે છે. અમે નકારાત્મક ટિપ્પણીઓથી પ્રેરણા લઈએ છીએ. તેઓ વચ્ચે પોતાનો અનુભવ બતાવતા કહે છે કે- 'અમારા એક સાથી પ્રોફેસરે અમારાથી કહ્યું કે, અમારો આ ઉદ્યમ એકદમ અસ્થાયી થશે. ઉત્તમ થશે, તમે કોઈ આઈટીની નોકરી

શોધી લો.' આ શબ્દોએ અમને પોતાના લક્ષ્યને પ્રાપ્ત કરવા માટે વધારે મજબૂત બનાવ્યા, તો અમારી સફળતાનો કેટલોક શ્રેય એ પ્રોફેસર મહાશયને પણ મળવો જોઈએ. કોઈએ તો મારાથી સવાલ પણ કર્યો કે, મારી પાસે ભણાવવા માટે શું યોગ્યતા છે? પરંતુ કદાચ એમને ખબર ન હતી કે, છેલ્લી બેંચ પર બેસવાવાળા વિદ્યાર્થી જ ઉત્તમ જાણે છે કે, વિદ્યાર્થીઓને સુવાડ્યા વગર કેવી રીતે ભણાવી શકાય છે.' વિજ્ઞાનને સરળ અને વ્યાવહારિક બનાવવાનો એમનો આ પ્રયાસ ઘણાં બધા 'બેક બેન્ચર્સ'નું નસીબ બદલી શકે છે.

સફળતાની નિશાની તમારી ઑટોગ્રાફ

> *'જ્યારે આપણાં સિગ્નેચર (હસ્તાક્ષર), ઑટોગ્રાફમાં બદલાઈ જાય, તો તે સફળતાની નિશાની છે.'*
>
> *- ડૉ. અબ્દુલ કલામ*

પરિસ્થિતિઓ કોઈની પણ સાથે ના તો હંમેશાં અનુકૂળ રહે છે, ના પ્રતિકૂળ અને ના તો કોઈ એક વર્ગ કે વ્યક્તિ માટે બને છે. આથી સદા અનુકૂળતાની આશા કરવી ના ફક્ત વ્યર્થ છે, બિનજરૂરી, અનુચિત તેમજ હાનિકારક પણ છે. યોગ્ય થશે કે, પોતાની સાહસિકતા, આત્મવિશ્વાસ અને સહનશક્તિ વધારવામાં આવે, જે અનિવાર્ય હોય, એને ધૈર્યપૂર્વક સહન કરતાં-કરતાં બુદ્ધિપૂર્વક સમજી-વિચારીને નિર્ણય લેતાં સંકટનું યોગ્ય તેમજ પરિસ્થિતિઓ પ્રમાણે સંકટ તેમજ સમસ્યાનું નિરાકરણ શોધવામાં આવે, જે યોગ્ય હોય, તે ઉપાય વિચારવા અને પ્રયાસ કરવામાં કોઈ કમી ના રહેવા દેવામાં આવે, દરેક સ્થિતિમાં સંતુલન જાળવી રાખવામાં આવે, મુશ્કેલીઓ તેમજ મુસીબતોથી ડરની નહીં, બલ્કે પોતાની પ્રતિભાથી દરેક હાલમાં સમય ગુમાવ્યા વગર ઉપાય શોધવામાં લાગી જવું જ સાહસ કહેવાય છે. સાહસ એ હથિયાર છે, જે પ્રતિકૂળતાને અનુકૂળતામાં બદલવાનું શક્ય બનાવે છે. સામાન્ય રીતે એ જ સાહસી વ્યક્તિનો સાથ આપે છે અને લોકો એના જ નેતૃત્વમાં નવા પડકારજનક તેમજ બિન-પારંપરિક રીતથી કાર્ય કરવા અને સફળતા પ્રાપ્ત કરવા ઇચ્છે છે. ત્યારે તે બધા લોકોની જીવનચર્યામાં કરવામાં આવવાવાળા કાર્યોમાં સર્વાધિક મહત્ત્વ મેળવે છે અને કેટલાય મહત્ત્વપૂર્ણ નિર્ણયોની શક્તિનું કેન્દ્રબિન્દુ હોય છે.

જેમ જીવનની ૮૪ વસંત જોઈ ચુકેલા કેપ્ટન મોહનસિંહ કોહલી બન્યાં. કેપ્ટન મોહન સિંહ મૂળ રીતે હરિપુર નામની એક પહાડી જગ્યાના રહેવાસી

છે. ખૈબર પખ્તૂનખ્વાના હજારા વિસ્તારમાં વસેલું હરિપુર જાત-જાતના ફળો માટે વિશ્વપ્રસિદ્ધ છે. વર્ષ ૧૯૩૧માં કેપ્ટન કોહલીના જન્મના સમયે આ વિસ્તાર ઉત્તર-પશ્ચિમ સીમાંત પ્રાંત નામથી ઓળખાતો હતો. હરિપુર સિંધુ નદીના કિનારા પર બનેલો એક સમૃદ્ધ વિસ્તાર છે. હરિપુર હિમાલયન અને કારાકોરમ પર્વતમાળાથી ઘેરેયેલું એક પહાડી શહેર છે, જ્યાંની આબાદી મુખ્ય રીતે ઈસાપૂર્વ ૩૨૭માં સિકંદરના વિજય પછી એની પાછળ અહીંયા રહી ગયેલા ગ્રીક સૈનિકોના વંશજોથી ભરેલી છે. જો કે, આધુનિક હરિનગરની સ્થાપના ૧૯મી શતાબ્દીમાં હજારાના બીજા નિઝામ મહારાજ રણજીત સિંહના બાશિંદા જનરલ હરિસિંહ નલવા દ્વારા કરવામાં આવી હતી. કેપ્ટન કોહલી બતાવે છે- 'મારા પૂર્વજ હરિપુરની સામેવાળા પહાડના શિખર પર માર્યા ગયા હતા અને એના પછી તે જગ્યા અમારા પરિવાર માટે એક તીર્થ સ્થાનનો દરજો રાખે છે. જ્યારે હું લગભગ સાડા સાત વર્ષનો હતો, ત્યારથી હું ઈંડસની સહાયક નદીઓને પાર કરતાં-કરતાં આ પહાડના શિખરો પર પહોંચી જતો હતો અને ૧૬ વર્ષની ઉંમરનો થવા સુધી એ બધું ચાલતું રહ્યું.' અતીતના ઈતિહાસથી અપરિચિત લોકો હરિનગરને કેટલાંક અન્ય કારણોથી અધિક જાણે છે. દુનિયાને દહેલાવાવાળા આતંકી ઓસામા બિન લાદેન વર્ષ ૨૦૦૪માં ઍબટાબાદ, જે અહીંયાથી ફક્ત ૩૫ કિલોમીટર દૂર છે, ત્યાં જવાથી પહેલાં અહીંયા પર એક અસ્થાયી નિવાસ બનાવીને રહેતો હતો. મજાકિયા અંદાજમાં તેઓ કહે છે- 'આ શહેર ચારે તરફથી પહાડીઓથી ઘેરાયેલું છે. માત્ર ૧૫ મનિટના નાના અંતરાલમાં તમે ક્યારેય એક પહાડીની પાછળ ગુમ થઈ શકો છો, પછી બીજી અને ત્રીજી. હું વર્ષ ૨૦૦૪માં હરિપુરમાં જ હતો, પરંતુ ઓસામાથી ક્યારેય મુલાકાત ન થઈ.'

જો કે, કેપ્ટન કોહલી પોતાના જન્મસ્થાન પર અધિક સમય સુધી ના રહી શક્યા અને ૧૯૪૭માં થયેલાં વિભાજનના ફળસ્વરૂપે એમને પણ કેટલાય અન્ય લોકોની જેમ પોતાનું ઘર છોડવું પડ્યું. એ દિવસોને યાદ કરતાં કેપ્ટન મોહન સિંહ કહે છે- 'પાકિસ્તાનમાં રહેવાવાળા કેટલાય લોકોને પોતાના પૈતૃક વિસ્તારોને છોડવા પડ્યાં. કેટલાય લોકો તો ભૂલી ચુક્યા છે અને કેટલાંકના મગજમાં ધુંધળી યાદો હજુ પણ જીવિત છે, પરંતુ હું હરિપુરની સાથે દિલથી જોડાયેલો છું, કેમ કે મારા જીવનની તમામ સિદ્ધિઓ હરિપુરની જ દેણ છે.'

વર્ષ ૧૯૪૭માં વિભાજનના સમયે કેપ્ટન કોહલી માત્ર ૧૬ વર્ષના નવયુવાન હતા અને હરિપુર પણ દંગાઓની આગમાં ઝુલસવાથી બચ્યા

ન હતા. એ સમય સુધી મુસ્લિમ લીગ અત્યંત મજબૂત થઈ ગઈ હતી અને સાથે જ પાકિસ્તાનની માંગ પણ જોર પકડી ચુકી હતી. આ દરમિયાન આ ઉપમહાદ્વીપમાં બગાવતના સુર વધતાં જ જઈ રહ્યાં હતા. 'લગભગ દરરોજ સેંકડો લોકો માર્યા જઈ રહ્યાં હતા. હું એ સમયે ભણી રહ્યો હતો અને મારા પરિવારમાં આ વાતને લઈને ચર્ચા ચાલી રહી હતી કે, આપણે તુરંત બધું જ છોડીને ભાગી જવું જોઈએ અથવા મારો મેટ્રીકનો અભ્યાસ પૂરો થવાની રાહ જોવી જોઈએ.' આખરે કેપ્ટન કોહલીએ માર્ચમાં પોતાનો અભ્યાસ પૂરો કર્યો અને એમનો પરિવાર ભારત આવી ગયો અને ત્રણ મહીનાઓ સુધી તેઓ નોકરીની શોધમાં ભટકતાં રહ્યાં. 'મેં નોકરીની શોધમાં ૫૦૦થી પણ અધિક કારખાનાઓ અને દુકાનોમાં ચક્કર કાપ્યા, પરંતુ બધાએ નોકરી માટે મનાઈ કરી દીધી.' એવામાં એમની આ ઝલ્લાહટને વધારે હવા મળી, જ્યારે ૨ જૂને ઑલ ઈન્ડિયાએ ઘોષણા કરી કે મોહમ્મદ અલી જિન્ના, જવાહરલાલ નેહરૂ અને સરદાર બલદેવ સિંહે ભારતના વિભાજનની ઘોષણા કરી દીધી છે. આ સાંભળતા જ કેપ્ટન કોહલી અને એમના પિતા સરદાર સુજાન સિંહ કોહલી હરિપુર પાછા આવ્યા. એ સમય સુધી મેટ્રિકનું પરિણામ પણ આવી ગયું હતું અને કેપ્ટન કોહલીએ ૭૫૦માંથી ૬૦૦ અંક પ્રાપ્ત કરીને પોતાના જિલ્લામાં પહેલું સ્થાન મેળવ્યું હતું. હવે એક નવા દેશના ઉદ્‌ગમની સાથે જ એક યુવા અને સાહસી નવયુવાન માટે ભવિષ્યના રસ્તા ખુલી રહ્યાં હતા. એમને લાહોરની પ્રસિદ્ધ સરકારી કૉલેજ, જેને હવે ગવર્ન્મેન્ટ કૉલેજ યૂનિવર્સિટીના નામથી ઓળખવામાં આવે છે, એમાં દાખલો મળી ગયો. 'પરંતુ આ ખુશી ફક્ત એક અઠવાડિયા સુધી જ રહી.' અચાનક કોઈ કારણ વગર આસપાસના ગામડાંના લોકોએ હરિપુર પર હુમલો કરી દીધો. પૂર્વમાં એક વાર મહાન સિકંદર આ સભ્યતાને બાળીને રાખ કરી ચુક્યો હતો, અહીંયાના નિવાસીઓને મરવા માટે છોડી ચુક્યો હતો અને હરિપુરના લોકો પોતાના લોકો દ્વારા ફરીથી માર્યા જવાનો દંશ સહન કરવા તૈયાર ન હતા. 'અમે એક છતથી બીજી છત પર ભાગતાં રહ્યાં. અમે પૂરી રાત છતોથી છતો પર કૂદતાં રહ્યાં અને કોઈ પ્રકારે ચોકી સુધી પહોંચ્યા. લોકોને મોકા પર જ મારીને એમના માથા એમના ઘરોની બહાર લટકાવી દેવામાં આવ્યા.' કેપ્ટન કોહલી અને એમના પિતા એક કેમ્પથી બીજા કેમ્પમાં ભટકતાં રહ્યાં અને આખરે તેઓ હસન અબ્દલમાં સ્થિત સિખોના પવિત્ર ધર્મસ્થાન પંજાબ સાહિબમાં પહોંચ્યા. ત્યાં પર એક મહીનો

વિતાવ્યા પછી એમને ભારત આવી રહેલાં સેંકડો શરણાર્થીઓની સાથે એક માલગાડીમાં લાદી દેવામાં આવ્યા. 'અમારી ઉપર સ્થાનીય પોલિસ દ્વારા હુમલો કરવામાં આવ્યો. ટ્રેનમાં ઉપસ્થિત ૩૦૦૦ લોકમાંથી લગભગ ૧ હજારની ષડ્યંત્ર અંતર્ગત હત્યા કરી દેવાઈ.' આ ખૂની વાતાવરણની વચ્ચે અચાનક એક તરફ ટ્રેન આવીને રોકાઈ, જેમાં બલૂટ રેજીમેન્ટના જવાન ભરેલાં હતા અને ત્યારે જ એ ટ્રેનથી થોડાં સમય પહેલાં જ પાકિસ્તાન સેનામાં સામેલ થયેલ મોહમ્મદ અયૂબ ખાન ધડધડાતો બહાર નિકળ્યો.

આગળ ચાલીને પાકિસ્તાનનો રાષ્ટ્રપતિ બનવાવાળા અયૂબ ખાન પ્રારંભિક દિવસોમાં હરિપુરમાં કોહલી પરિવારનો પાડોશી રહ્યાં કરતો હતો. એને ઓળખતા જ સરદાર સુજાન સિંહ જોરથી બરાડ્યા- 'અયૂબ, અમને બચાવો!' કેપ્ટન કોહલી યાદ કરતાં કહે છે કે, ખાને તુરંત જવાબ આપ્યો- 'ડરો નહીં સુજાન સિંહ. હું આવી ગયો છું.' એના લગભગ એક દશક પછી પાકિસ્તાનમાં તખ્તો પલટાઈને તકદીર બદલવાવાળા આ માણસે એમને ગુજરાંવાલાં સુધીનો સુરક્ષિત રસ્તો બતાવ્યો અને કેટલાય અન્ય હુમલાઓથી બચતાં-બચાવતાં આખરે તે લોકો ઑક્ટોબરમાં મધ્ય સુધી દિલ્લી પહોંચવામાં સફળ રહ્યાં. 'અમે પોતાના જીવનને ફરીથી એક નવેસરથી શરૂ કર્યું. અમારા ખિસ્સામાં એક ફુટી કોડી પણ ન હતી અને અમે હકીકતમાં ઉઘાડા પગ અને ચિથરાંઓમાં લપેટાયેલા હતા.'

કેપ્ટન કોહલી કહે છે- 'હું ૬ વાર હરિપુરની યાત્રા કરી ચુક્યો છું.' છેલ્લીવાર હું ત્યાં અયૂબ ખાનના બેટાના અતિથિના રૂપમાં ગયો હતો અને હું એમના સ્મારક પર શ્રદ્ધાંજલિ આપવા પણ ગયો. મેં એમના સ્મારક પર ગણગણાયો, 'તમે મારી જિંદગી બચાવી છે. આ હરિપુરની મારી અંતિમ યાત્રા છે.'

જો કે, આજે પણ હરિપુર કેપ્ટન કોહલીને બેશુમાર સ્નેહ અને પ્રેમ કરે છે. તેઓ કહે છે- 'મારા ખયાલથી ગામડામાં રહેવાવાળા લોકો હજુ પણ માને છે કે, ભારત અને પાકિસ્તાનને અલગ ના થવું જોઈતું હતું. આ નેતા હતા, જેના કારણથી એવું થયું.' જો કે, આ વાતને અડધી સદીથી પણ વધારે સમય થઈ ચુક્યો છે, જ્યારે કેપ્ટન કોહલીએ પોતાના મૂળ સ્થાન હિમાવતના વિસ્તારને છોડ્યો હતો, પરંતુ એમનો સૌથી અધિક લગાવ હજુ પણ ભારત, પાકિસ્તાન અને નેપાળના તાજ હિમાલયમાં જ લાગેલો છે. ભારતીય નૌસેનામાં સામેલ થતાં સમયે એમને બતાવવામાં આવ્યું કે, તેઓ પ્રત્યેક બે વર્ષોમાં ભારતમાં ઘોષિત કરેલા પોતાના ગૃહનગરમાં જઈ શકે છે. 'મેં કાશ્મીર ઘાટીમાં સ્થિત પહલગાંવને પોતાનું ગૃહનગર ઘોષિત કર્યું અને પહેલીવાર વર્ષ ૧૯૯૫માં ત્યાં

ગયો.' આ પ્રકારે હિમાલય ફરીથી મારા જીવનમાં પાછો આવી ગયો હતો.

પછી એક દિવસ કેપ્ટન કોહલીએ જમીનથી લગભગ ૧૨ હજાર ફીટની ઊંચાઈ પર સ્થિત પ્રાચીન અમરનાથની ગુફાના દર્શન કરવાનો નિર્ણય કર્યો અને ફક્ત એક સૂટ અને ટાઈ પહેરીને ગરમ કપડાં વગર એક નૌસૈનિક ગુફા સુધી પહોંચવામાં સફળ રહ્યો. 'આ રીતે હું એક પર્વતારોહી બની ગયો.'

એના પછી કેપ્ટન કોહલીને ક્યારેય પાછા વળીને જોવાની સ્થિતિ નથી આવી. વર્ષ ૧૯૫૬માં એમણે નંદા કોટની ચઢાઈ કરી. ૧૭૨૮૭ ફીટ પર સ્થિત પ્રાચીન દરારો, દર્રો અને પાણીના ચશ્મોંની વચ્ચે વહેતી જીવલેણ તોફાની હવાઓથી પસાર થતાં એક દુર્ગમ શિખર પર વિજય મેળવવો ૫૦ના દશકમાં એક રહસ્યમય આકર્ષણની સાથે દુઃસાહસ હતું. ઈશ્વરનું ઘર માનવામાં આવવાવાળા સ્થાનથી દુનિયા જોવાવાળા પ્રારંભિક કેટલાંક લોકોમાંથી એક માટે આ મોતને પડકાર આપવા થયેલી ઈતિહાસ બનાવવાવાળી ક્ષણ હતી.

વર્ષ ૧૯૬૩માં અન્નપૂર્ણ ૩ની યાત્રાનો અનુભવ કેપ્ટન કોહલીની યાદોમાં સૌથી ખતરનાક છે. તેઓ બતાવે છે- 'સ્થાનીય લોકોએ અમને લૂંટવા સિવાય અમારા બે સાથીઓને બંધક બનાવી લીધા હતા, પરંતુ આખરે અમે પાછા આવવામાં સફળ રહ્યાં.' કેટલાંક અભિયાનોને સફળતાપૂર્વક અંજામ આપ્યા પછી કેપ્ટન કોહલીને મહેસૂસ થયું કે, હવે તેઓ ઍવરેસ્ટેની ચઢાઈ માટે તૈયાર છે.

વર્ષ ૧૯૬૫માં પોતાના સફળ અભિયાનથી પહેલાં કેપ્ટન કોહલી બે વાર આ શિખર સુધી પહોંચવાનો અસફળ પ્રયાસ કરી ચુક્યા હતા. એક વાર ફક્ત ૨૦૦ મીટરથી અને બીજી વાર વર્ષ ૧૯૬૨માં ફક્ત ૧૦૦ મીટરથી ચુકી ગયા. એક ક્ષણ તો એવી આવી હતી, જ્યારે અત્યંત ભયાનક બર્ફીલા તોફાનમાં બીજી શિવિરોની સાથે સંચાર તૂટ્યાં પછી એમની ટીમને મૃત ઘોષિત કરી દેવામાં આવી હતી, પણ તેઓ પૂરા પાંચ દિવસ પછી જીવિત પાછા ફરવામાં સફળ રહ્યાં.

આખરે વર્ષ ૧૯૬૫માં કેપ્ટન કોહલીએ ઍવરેસ્ટ ફતેહ કરવાની દિશામાં ઐતિહાસિક અભિયાનનું નેતૃત્વ કર્યું. એમનું આ અભિયાન ભારતને આ અત્યંત દુર્ગમ શિખરને જીતવાવાળો ચોથો દેશ બનાવી દેતો. 'અમારી પાસે ૮૦૦ કુલી અને ૫૦ શેરપા હતા. શિખર પર અમે કુલ ૯ લોકો પહોંચ્યા અને આ એક નવો વિશ્વ રેકૉર્ડ હતો.' વીતેલાં પાંચ વર્ષોમાં આ ભારત દ્વારા

ઍવરેસ્ટ ફતેહ માટે કરવામાં આવેલો આ પ્રથમ પ્રયાસ હતો. એનાથી પહેલાં વર્ષ ૧૯૬૩માં આંગ શેરિંગે એક અમેરિકી અભિયાન દરમિયાન શેરપાઓનું નેતૃત્વ કર્યું હતું. આખરે વર્ષ ૧૯૬૫માં એ વિશેષ દિવસે દેશભરના વિભિન્ન હિસ્સાઓથી લાવવામાં આવેલા ૨૫ ટન સામાનની સાથે કેપ્ટન કોહલી ઍવરેસ્ટના શિખર પર પહોંચવામાં સફળ રહ્યાં.

કોહલી આ જીતનો શ્રેય બધાને આપતાં બતાવે છે- 'આ ટીમ ફક્ત પોતાના સાહસ અને ધૈર્યના ચાલતા આ સફળતાને પ્રાપ્ત કરી શકાઈ અને દરેક કોઈ પૂરા શ્રેયનો હકદાર હતો. આ જ કારણથી જ્યારે ભારત સરકારે અમને અર્જુન પુરસ્કાર આપવાની ઘોષણા કરી, તો અમે મનાઈ કરી દીધી. અથવા તો આ પુરસ્કાર પૂરી ટીમને આપવામાં આવે, નહીંતર કોઈને પણ નહીં.'

આજના સમયમાં જો તમે ઍવરેસ્ટ ફતેહ કરીને પાછા ફરો, તો ફક્ત તમને મળવાવાળા અને પરિવારજન જ તમારું સ્વાગત કરે છે પરંતુ કેપ્ટન કોહલીના સમયમાં ઍવરેસ્ટના શિખર પર દેશનો ઝંડો લહેરાવવો ઐતિહાસિક ક્ષણ હતી. આથી એરપોર્ટ પર એ બધાનું સ્વાગત વિશાળ જનસમૂહ દ્વારા કરવામાં આવ્યું હતું અને એમને સંસદના બંને સદનોને સંબોધિત કરવા માટે કહેવામાં આવ્યું હતું. કેપ્ટન કોહલીનું આ અભિયાન કેટલાય માયનાઓમાં ઐતિહાસિક હતું. આ અભિયાનમાં ઍવરેસ્ટ પર ચઢવાવાળા બધાથી ઉંમરલાયક વ્યક્તિ ૪૨ વર્ષીય સોનમ ગ્યાત્સો અને સૌથી ઓછી ઉંમરમાં વ્યક્તિ ૨૩ વર્ષીય સોનમ વાગ્યાલ પણ સામેલ હતા. એમની ટીમના એક અન્ય સદસ્ય શેરપા નવાંગ ગોમ્બુ આ દુઃસાધ્ય શિખરને બીજીવાર સફળતાપૂર્વક જીતી રહ્યાં હતા. એમની આ યાત્રા ૨૫ ફેબ્રુઆરીથી લઈને મે મહીના અંત સુધી એટલે ત્રણ કઠિન મહીનાઓ સુધી લાંબી રહી હતી.

આ ટીમના સદસ્યોના રૂપમાં કેપ્ટન એમ.એસ. કોહલી, લેફ્ટનન્ટ કર્નલ એન. કુમાર, ગુરદયાલ સિંહ, કેપ્ટન એ.એસ. ચીમા, સી.પી.વોહરા, દાવા નોરબૂ પ્રથમ, હવલદાર બાલકૃષ્ણન, લેફ્ટનન્ટ બી.એન. રાણા, આંગ શેરિંગ, જનરલ થોંડુપ, ધાનુ, ડૉ. ડીવી તેલંગ, કેપ્ટન ઍકે ચક્રવર્તી, મેજર એચ.પી.એસ. આહલૂવાલિયા, સોનમ વાંગ્યાલ, સોનમ ગ્યાત્સો, કેપ્ટન જેસી જોશી, નવાંગ ગોમ્બૂ, આંગ કામી, મેજર બી.પી. સિંહ, જીએસ ભંગૂ, લેફ્ટનંટ બી.એન.રાણા, મેજર એચવી બહુગુણા અને રાવત એચ.સી.એસ. એ ઈતિહાસ બનાવ્યો હતો.

પોતાની આ ઉપલબ્ધિથી ઉત્સાહિત કેપ્ટન કોહલીએ મોટા સ્તર પર

હિમાલયમાં ટ્રેકિંગને વૃદ્ધિ આપી. જો કે, થોડાં દશકો પછી કેપ્ટન કોહલીને બતાવવામાં આવ્યું કે, આ ક્ષેત્રમાં એમના દ્વારા દર્શાવવામાં આવેલા અતિ ઉત્સાહનું પરિણામ ખૂબ ભયાવહ રહ્યું. કેપ્ટન કોહલી એના પર અફસોસ કરતાં કહે છે- 'હિમાલય આજે કચરાના ઢગલાંથી ભરાઈ ગયો છે. આ પતનની પરાકાષ્ઠા છે, વનાવરણ ઘટીને લગભગ અડધું રહી ગયું અને મોટાભાગે પહાડ પૂરી રીતથી શબોથી અટેલાં પડ્યાં છે. કેટલીય વાર હું ખુદને આ બધાનો દોષી માનું છું.'

દેશ અને દુનિયામાં થયેલાં અભૂતપૂર્વ વ્યાવસાયીકરણના ચાલતા હિમાલયની સમૂચી પર્વતશ્રૃંખલા આજે કોઈ પર્યટન સ્થળથી અધિક કશું ના રહી ગઈ. કેપ્ટન કોહલી કહે છે- 'હિમાલયને બચાવવા માટે મેં હિમાલયની યાત્રાનો હિસ્સો રહેલા સ્વ. સર ઍડમંડ હિલેરી, હરજોગ, જુંકોં સહિત કેટલાય અન્યથી સંપર્ક સાધ્યો.' આ બધાથી મળીને હિમાલયના શિખરોને વધારે વિનાશથી બચાવવાની દિશામં પહેલ કરતાં હિમાલયન ઍનવાયરમેન્ટ ટ્રસ્ટની સ્થાપના કરી. આ પર્વતારોહી પોતાનો અભિપ્રાય આપતા બતાવે છે- 'એ જમાનામાં ખૂબ જ ઓછાં અભિયાન થયાં કરતાં હતા. વર્તમાનમાં તમને મૉનસૂનથી પહેલાં અને પછી ૩૦ના લગભગ અભિયાન જોવા મળે છે. આ હવે પૈસા કમાવાનું સાધન બની ગયું છે. તમારે લોકોને હિમાલયના શિખરો પર પહોંચવા માટે કતારોમાં લાગેલા જોઈ શકે છે. ત્યાં સુધી કે જો તમે શારીરિક રૂપથી પણ સક્ષમ નથી, તો પણ તમે ૨૦-૨૫ લાખ રૂપિયા ખર્ચ કરીને ત્યાં પહોંચીને કેટલાંક શેરપાઓને પોતાની સાતે મિલાવીને અને સાધન ખરીદીને યાત્રા પૂરી કરી શકો છો.'

'માઉન્ટ ઍવરેસ્ટ પર સતત થઈ રહેલાં આ અભિયાનોને ધ્યાનમાં રાખી હું અને સર ઍડમંડ હિલેરી વીતેલા કેટલાય વર્ષોથી ફક્ત એક જ વાત દોહરાવતા આવી રહ્યાં છીએ કે, ઍવરેસ્ટને થોડો આરામ આપો, પરંતુ ગરીબ દેશો માટે પૈસા આખરે પૈસા જ છે. એમને લાગે છે કે, અમે ફક્ત ભોંકી રહ્યાં છીએ અને આ જ કારણથી સમસ્યા સતત વિકરાળ થતી જઈ રહી છે. તમે કશું નથી કરી શકતા.'

કેપ્ટન કોહલી માટે હિમાલયને આ દુર્દશાની તરફ ધકેલવામાં આવતો જોવાનું અત્યંત દર્દનાક છે. એમના માટે ક્યારેક આ જગ્યા એક અત્યંત શાંત અને ઉગ્ર બંને પ્રકારનું સ્થાન હતું, જેણે એમને ૧૮ વખત મોતનો સામનો કરવા માટે મજબૂર કર્યા હતા.

તેઓ કહે છે- 'તમને એ સમયે ડર નથી લાગતો, જ્યારે તમે ઊંચી પહાડીઓ પર પહોંચી જાઓ છો, ત્યારે તમને એવું લાગે છે કે, તમે આકાશને સ્પર્શી રહ્યાં છો. તમને મહેસૂસ થાય છે કે, તમે ઈશ્વરની બિલ્કુલ નજીક છો અને તમે ભૌતિકવાદી દુનિયાથી બિલ્કુલ કપાઈ ગયા છો.'

કેપ્ટન કોહલી યાદોમાં ખોવાઈને ફરી એકવાર બતાવે છે- 'વર્ષ ૧૯૬૨માં, અમે ત્રણ વાર પોતાની અંતિમ પ્રાર્થના કરી લીધી હતી અને અમે પોતાની સ્થાયી કબરોને જોઈ શકતા હતા, પરંતુ કોઈને કોઈ ચિંતા ન હતી. આ બધો જીવનનો એક ભાગ છે અને જ્યારે તમે એવી ઊંચી પહાડીઓ પર ચઢો છો, તો તમે પણ આ પ્રાકૃતિક શક્તિનો જ એક હિસ્સો થઈ જાઓ છો.'

ઉંમરના આ પડાવ પર આવીને હવે એમનો ખુદનો પૌત્ર એમને ઍવરેસ્ટ પર જવાની પરવાનગી માટે મનાવવાનો પ્રયાસ કરતો રહે છે. જો કે, આ પર્વતારોહીના પોતાના કેટલાંક કારણ અને શરત છે. 'હું કહું છું કે, જો તમારે જવું જ છે, તો યોગ્ય રીતથી જાઓ. ભારતમાં પાંચ પર્વતારોહી સંસ્થા છે. તમે પહેલાં ત્યાં જઈને પૂર્ણ રૂપથી પ્રશિક્ષિત બનો અને પછી સમય મળતાં જ ઓછામાં ઓછા એક અભિયાનનો તો હિસ્સો બનો. એના પછી ઉચ્ચ પ્રશિક્ષણનું વલણ કરીને પછી ઍવરેસ્ટના અભિયાન વિશે વિચારો.' અંતમાં કેપ્ટન કોહલી કહે છે, 'હું એ માનું છું કે, જે દેશ પોતાના નાગરિકોને સાહસિક કામો પ્રતિ ઉત્સાહિત નથી કરી શકતો, તે ક્યારેય પ્રગતિ નથી કરી શકતો. આથી જો કોઈ દેશને પ્રગતિના માર્ગ પર આગળ વધવું છે, તો એણે પોતાના નાગરિકોને સાહસિક કામો પ્રતિ જાગૃત કરવા પડશે. સાહસિક કાર્યોની શોધમાં લોકો એક સ્થાનથી બીજાને ટ્રેકિંગ, વાઈટ વૉટર રાફ્ટિંગ કે ચઢાઈ કરવા જાય છે. આ હંમેશાંથી જ થતું આવ્યું છે, પરંતુ જે લોકો એમનો હિસ્સો નથી બન્યાં, એમના માટે તો અમે ખરાબ લોકો છીએ અને અમે એક બેકારના કામમાં લાગેલા છીએ. મારી દેશને સલાહ છે કે, તમે સ્કૂલી બાળકોને ભ્રમણ માટે હિમાલય પર જરૂર મોકલો. એક વાર સાહસિક કાર્યોથી સામનો થયા પછી તમે એમના જીવનમાં સકારાત્મક બદલાવ જોવામાં સફળ થશો.'

આંતરિક શક્તિને યાદ રાખો

> *'જ્યારે આપણે દૈનિક સમસ્યાઓથી ઘેરાયેલાં રહીએ છીએ, તો આપણે એ સારી વસ્તુઓને ભૂલી જઈએ છીએ, જે આપણામાં છે.'*
>
> **- ડૉ. અબ્દુલ કલામ**

ખુદથી ખુદની ઓળખાણ એટલે આંતરિક શક્તિનો સાક્ષાત્કાર. આંતરિક શક્તિ મનુષ્યની જીવંત શક્તિ હોય છે, જેના બળ પર તેઓ એવા કાર્ય કરી લે છે, જે આશ્ચર્યજનક હોય છે. જો મનુષ્ય દૃઢ નિશ્ચય કરી લે, તો તે કોઈપણ કામને સરળતાથી કરી શકે છે. સર્વપ્રથમ જરૂર ખુદને ઓળખવાની છે. મનુષ્ય જીવનમાં બે સીડીઓમાંથી કોઈ એકને પસંદ કરવી પડે છે. તે બે સીડીઓ છે- સફળતા અને અસફળતા. કેટલાંક મનુષ્ય જે પ્રારંભથી જ જીવનને સફળ બનાવવાના કાર્યમાં લાગી જાય છે, તેઓ પોતાના ગુણોમાં વૃદ્ધિ કરતાં-કરતાં સફળતાની સીડી પર ચઢતાં ચાલ્યા જાય છે. એમનામાં જીવનપથમાં આવવાવાળી બાધાઓને પાર કરવાની ક્ષમતા હોય છે. એવું આથી, કેમ કે આ જ બાધાઓ એમને આગળ વધવા માટે પ્રેરિત કરે છે. અસફળતા પણ મનુષ્યને સફળતા માટે પ્રેરિત કરે છે. ઠોકર લાગવા પર મનુષ્ય સંભાળીને ચાલે છે, ઠીક એ જ પ્રકારે જ્યારે કોઈ મનુષ્યને કોઈ કાર્યમાં અસફળતા મળે છે, તો તે એને વધારે યોગ્ય ઢંગથી તેમજ ઉત્સાહથી કાર્ય કરવાની પ્રેરણા આપે છે, પરંતુ ફક્ત એ લોકોને, જે સફળતા પ્રાપ્ત કરવા ઈચ્છે છે.

નવેસરથી શરૂ થવાવાળો સમય કોઈ નક્કી કરેલો સમય નથી એમ ડિબોક્સની સંસ્થાપક ચીલૂ ચંદ્રનનું માનવું છે કે, જો તમારામાં પોતાની પરિસ્થિતિનો સામનો કરવાની ઈચ્છા અને સાહસ હોય, આપમેળે તમે સ્વીકાર

કરો છો, તો તમે જીવનની કોઈ પણ વસ્તુથી પાર મેળવી શકો છો, પરંતુ એક સમય એવો હતો, જ્યારે ચીલૂમાં એવું સાહસ નહીં બરાબર હતું.

તેઓ પોતાના એ દિવસોની યાદ કરતાં બતાવે છે- 'મેં ક્યારેય પણ સારી રીતે અરીસો નથી જોયો. હું એ પૂરી જમીનથી ઘૃણા કરતી હતી, જેના પર હું ચાલતી હતી અને હું વિચારતી હતી કે, હું ધરતી માતા પર સૌથી મોટી બોજ છું, કેમ કે હું અનુપયોગી અને કોઈ સારું કામ કરી શકવા માટે અસમર્થ છું. હું પોતાની સાથે ઘટવાવાળી દરેક ખરાબ વસ્તુ માટે ખુદને દોષ આપતી હતી અને વિચારતી હતી કે, હું એ જ લાયક છું અને જીવનમાં જે સારી વસ્તુઓ ઘટતી હતી, એમના માટે હું અથવા તો કોઈ બીજાને શ્રેય આપતી હતી અથવા પછી ફક્ત ભાગ્યને.'

ચીલૂની વાર્તા પૂરી દુનિયામાં એવી અધિકથી અધિક મહિલાઓથી કહેવાની જરૂર છે, જેમને લાગતું હોય કે, આ એમના જ જીવનને વ્યક્ત કરી રહી હોય.

એમનો જન્મ ડિસેમ્બર ૧૯૬૩માં એક સામાન્ય સરેરાશ મધ્યમવર્ગીય તમિલ બ્રાહ્મણ પરિવારમાં થયો હતો અને એમના જન્મના સમયે છોકરી જ જન્મ લેવાની જ કામના કરવામાં આવી હતી, કેમ કે તે પોતાના ભાઈથી સાડા ત્રણ વર્ષ નાની હતી. જે દિવસે એમનો જન્મ થયો હતો, એ દિવસે એમના પિતાજી મદુરઈના મીનાક્ષી મંદિરમાં એક બેટી માટે સાચા દિલથી પ્રાર્થના કરી રહ્યાં હતા.

એમના માતા-પિતા પરંપરાવાદી, પરંતુ પોતાના સમયથી આગળ જોવાવાળા લોકો હતા. એમની માતા એક ગૃહિણી હતી, જે પછીથી ઑલ્ટરનેટિવ હીલિંગના ક્ષેત્રમાં અગ્રણી બની ગઈ હતી. એમના પિતાની સ્થાનાંતરણવાળી નોકરી હતી, આથી એમની શીક્ષા-દીક્ષા બેંગલોર અને ચેન્નઈમાં થઈ. પછી, ૧૯૮૫માં તે લોકો મુંબઈ આવી ગયા, પછી ચીલૂના પ્રથમ લગ્ન થયા. ચીલૂ ઑફ બીટ કારકિર્દીના માર્ગ પર જવા ઇચ્છતી હતી, પરંતુ સ્નાતક પછી માતા-પિતાની એમના લગ્ન કરી દેવાની ઇચ્છાની આગળ એમને ઝૂકવું પડ્યું. એમના ટીટોટલર પતિએ લગ્નના ૪ વર્ષો સુધી એમની સાથે શારીરિક હિંસા જ ના કરી, બલ્કે કાર્યસ્થળ પર પણ એમની પ્રતિષ્ઠાને આંચ પહોંચાડી.

એ જ સ્થિતિમાં એમણે એક બેટીને જન્મ આપ્યો, જે ૭૨ કલાક પછી મૃત્યુ પામી. જ્યારે બીજી વાર ગર્ભવતી થઈ, તો પતિએ ગર્ભપાત નહીં

કરાવવા પર એમની હત્યા કરી દેવાની ધમકી આપી. ચીલૂ પોતાની દુર્દશા કોઈને બતાવવાથી ડરતી હતી; આથી વસ્તુઓ એ જ રીતે ચાલતી રહી, જ્યાં સુધી કે એક રાત્રે તે ભાગી ના ગઈ. અંતે એમણે છુટાછેડા લઈ લીધા. તે હવે મુક્ત હતી, પંરતુ અંદરથી એમનં અસ્તિત્વ હલી ગયું હતું.

પ્રથમ લગ્ન અસફળ થયાં પછી ચીલૂએ બીજા લગ્ન કર્યા, પરંતુ તે પણ પહેલાંથી પણ વધારે દુઃખદાયી રહ્યાં. ત્યાં જ બીજા લગ્ન સેક્સ્યુઅલ દૃષ્ટિથી જ અપમાનજનક ન હતા, ભાવનાત્મક અને માનસિક દૃષ્ટિથી પણ અશક્ત બનાવી દેવાવાળા હતા.

શારીરિક હિંસા શરીર પર અસ્થાયી કે સ્થાયી નિશાન છોડે છે, પરંતુ ભાવનાત્મક અને માનસિક હિંસા તો તમને અકિંચન સ્થિતિમાં, એક મોટા શૂન્યની સ્થિતિમાં ધકેલી દે છે. ચતુરાઈથી કરવામાં આવેલી માનસિક હિંસાની ઓળખ પણ કરવી મુશ્કેલ છે. એને ઓળખવામાં એમને વર્ષો લાગી ગયા અને કઠિન આત્માનુસંધાન કરવું પડ્યું.

છુટાછેડાના એક વર્ષ પછી એક મિત્રના માધ્યમથી એમની મુલાકાત એક અન્ય વ્યક્તિથી થઈ, જેમાં એમને એ બધું દેખાયું, જે એમના પહેલા પતિમાં ન હતું. તે એના પ્રેમમાં પડી ગઈ અને એનાથી એમણે લગ્ન કરી લીધા.

આ વિશે તેઓ કહે છે- 'હું આ વખતે લગ્ન માટે ઉત્સુક હતી, કેમ કે મેં પોતાની સફળતા અને યોગ્યતાની અનુભૂતિને પતિનો સાથ હોવાના માધ્યમથી માપતી હતી. ઉપરથી, મારી ઉપર છુટાછેડાનો થપ્પો લાગેલો હતો. મારા વિશે દુનિયા શું વિચારતી?'

આ વખતે એમનો પતિ એક કંટ્રોલ ફ્રીકમાં બદલાઈ ગયો, જે એમની જિંદગીનું બધું જ નક્કી કરતો હતો- શું પહેરવું છે, કોનાથી બોલવાનું છે અને કેવી રીતે રહેવાનું છે. તે ઇચ્છતો હતો કે, તે વ્યવસ્થિત કપડાં ના પહેરે જેથી પુરુષ એમની તરફ આકર્ષિત ના થાય.

ચીલૂએ એની સાથે ભારે ભયની માનસકિતામાં ૧૦ વર્ષ પસાર કર્યા. પહેલાં છુટાછેટા થઈ ચુક્યા હતા, આથી તે પોતાના પક્ષમાં કશું બોલવાનું સાહસ જ ના કરી શકતી હતી. તે સંતુલન બનાવીને ચાલવા અને વિવાહિતા બની રહેવા માટે બાધ્યતા અનુભવી રહી હતી.

જ્યારે એમનું ત્રીજું બાળક અર્થાત્ બીજી બેટી ગર્ભમાં હતી, એમની કરોડરજ્જુના નિચલા હિસ્સાનું એક હાડકું ખસી ગયું અને એમનો કમરથી નીચેનો ભાગ સંવેદનહીન થઈ ગયો. એકમાત્ર વિકલ્પ સર્જરી હતો, જેનાથી

એમનું પૂરી રીતે ઠીક થવાની સંભાવના ૫૦ ટકા હતી, પરંતુ ગર્ભસ્થ શિશુને જોખમ હતું. ચીલૂએ જોખમ ઉઠાવ્યું. સૌભાગ્યવશ, બાળક બચી ગયું, પરંતુ ફરીથી ચાલવાનું શરૂ કરવા માટે એમને દોઢ વર્ષો સુધી પૂરો પ્રયાસ કરવો પડ્યો. એના પછી એમના મ્હોં અને ગરદનને લકવો મારી ગયો અને તે એક સપ્તાહ સુધી પડી રહી.

ઠીક થવામાં લાંબો સમય લાગવાવાળો હતો. ચીલૂ શારીરિક રીતે સક્રિય હતી, પરંતુ એમની કરોડરજ્જુ હજુ પણ નબળી હતી અને તેઓ ક્યારેય પણ પથારી પર પડી જતી હતી, પરંતુ એમણે પડ્યાં રહેવાનું નામંજૂર કરી દીધું અને ધીમે-ધીમે વ્યાયામ કરવા લાગી.

એ ઘેરા અંધારામાં આશઆની કિરણ એમના બાળક જ હતા, પરંતુ એક દિવસ પોતાના બાળકો માટે શક્તિનો સ્રોત સાબિત થવાવાળા પોતાના બચેલા-ખુચેલા વિવેકને બચાવવા માટે એમણે એમને સાથે લીધો અને ઘર છોડી દીધું. ચીલૂ પોતાના દ્વારા ઉઠાવાયેલા આ પગલાં માટે બતાવ છે- ‘તેઓ પોતાના બાળકોને ઉદાહરણ આપીને શીખવાડવા ઇચ્છતી હતી કે, એમને પોતાની ક્ષમતાઓ માટે પોતાના બળે ઊભાં થવું જોઈએ અને પોતાની ઉપર વિશ્વાસ કરવો જોઈએ. સાથે જ, તે એવી માતા બનવા ઇચ્છતી ન હતી, જે પોતાનું બધું જ કુરબાન કરી દે અને એના પછી એના માટે બાળકોને ભવિષ્યમાં સતાવે.’

આ અલગાવ પછી ચીલૂ ફરીથી પોતાના પ્રારંભિક નામરાશિને સ્વીકાર કરીને એમના અનોખાપણને સેલિબ્રેટ કરી શકી. નહીંતર પહેલા લગ્ન દરમિયાન એમના સાસુ-સસરાં એમના ચીલૂ નામને પચાવી શકતા ન હતા, આથી એ લોકોએ એમનું નામ બદલીને ‘રાજલક્ષ્મી’ કરી દીધું, જે સંક્ષિપ્ત થઈને ‘લક્ષ્મી’ થઈ ગયું. બીજા લગ્ન દરમિયાન એમના નામને લઈને નાક-ભ્રમર સંકોચાઈ ગઈ અને ઉત્તર ભારતની વૈવાહિક પરંપરા અનુસાર એમનું નામ બદલીને ‘શાલિની’ કરી દેવામાં આવ્યું. જો કે, આ બેકારની કવાયત હતી, કેમ કે દરેક કોઈ એમને ચીલૂ જ કહીને બોલાવ્યા કરતાં હતા.

જ્યારે ચીલૂએ બીજા પતિનું ઘર છોડ્યું, તો એમની પાસે પૈસા ન હતા, ના યોગ્ય કામ અને ના તો એમના પરિવારનું સમર્થન. એમને તો એ પણ ખબર ન હતી કે, આગલી વાર ભોજન કેવી રીતે થશે. એમણે શાંતિને ખાતર નામમાત્રના નિર્વાહ ભથ્થાં પર મામલો નક્કી કરી લીધો, કેમ કે એમની પાસે કેસ લડવાની ક્ષમતા ન હતી. તે ઊંડા અવસાદ (ડિપ્રેશન)માં ચાલી ગઈ, સિગારેટ અને દારૂની ખરાબ લતમાં પડી ગઈ અને આત્મહત્યાની

માનસિકતામાં પહોંચી ગઈ. એમણે બાળકોને બોર્ડિંગ સ્કૂલમાં મોકલી દીધા, જેનથી તે ખુદની શોધ કરી શકે.

એક દિવસ તે આત્મહત્યાની નીયતથી પોતાના ભવનના ૧૯માં માળ પર ચઢી ગઈ, તે સદમામાં હતી. જેવી જ તે કૂદવા માટે મુંડેર પર ચઢી, એવી જ કોઈએ એમને ધક્કો આપીને પાછળ પાડી દીધી. તે અચાનક 'જાગી ગઈ' અને એમને મહેસૂસ થયું કે, આટલી મજબૂત થઈને પણ તે આવી કાયર હરકત કેમ કરી રહી છે. ત્યારે જ સારી હોય કે ખરાબ, અસરકારક હોય કે નકારા, એમણે પોતાની જિંદગીને બદલવા અને પોતાના બાળકોની સાથે રહેવાનો નિર્ણય કર્યો.

એ જ સમયથી ચીલૂ માટે વસ્તુઓ બદલાવા લાગી. તે પુસ્તકો વાંચવા અને શોધ કરવા લાગી, આધ્યાત્મિક આયોજનોમાં સામેલ થવા લાગી અને ઉપચાર સત્રોમાં ભાગ લેવા લાગી. એમણે પોતાના દર્દને સમજવાનો પ્રયાસ કર્યો. ત્યાં સુધી કે, એમણે ખુદને પત્ર લખવાનું શરૂ કરી દીધું.

ધીમે-ધીમે ચીલૂએ પોતાના જીવન કૌશલને વિકસિત કર્યો અને આપણે લોકો જેના માધ્યમથી જીવીએ છીએ, એના પર સવાલ કરવા અને એને અનુકૂલિત કરવા લાગી.

તેઓ કહે છે કે, જે વાતોને આપણે પ્રેમ કરીએ છીએ, એમને પડકાર આપવાથી મને અવસાદથી બહાર આવવામાં મદદ મળી. મેં મહેસૂસ કર્યું કે, હું ખરાબ વ્યક્તિ નથી અને જીવનમાં સારી વસ્તુઓ પ્રાપ્ત કરવી મારા માટે જરૂરી છે. મેં ખુદને પૂર્ણ રીતે વ્યર્થ સમજવાનું બંધ કરી દીધું. પોતાના બાળકોના નિઃશર્ત પ્રેમ અને વિશ્વાસે મારામાં આત્મતૂલ્યની ભાવનાને વૃદ્ધિ આપી.

જો કે, એવા પણ દિવસ આયા, જ્યારે વસ્તુઓમાં ગિરાવટ આવી. એક દિવસ એમણે પોતાના કષ્ટોનો અંત દારૂમાં કરવા ઈચ્છ્યું અને આ બધું ખતમ કરવા માટે બારીનો સહારો લેવા ઈચ્છ્યું, પરંતુ કોઈ પ્રકારે તેમણે બૂમ પાડી, હસી તથા ખુદથી વાતચીત કરતી-કરતી સૂઈ ગઈ. બીજી સવારે જ્યારે એમની ઊંઘ ખુલી, તો એમને મહેસૂસ થયું કે, જે સવાલોના જવાબ તે ઈચ્છી રહી હતી, તે તો એમની અંદર જ ઉપલબ્ધ છે. આ અનુભૂતિએ એમને પોતાની અંદરથી શક્તિ મેળવવા અને પ્રેરણા પ્રદાન કરતાં રહેવામાં મદદ કરી.

આ દરમિયાન થોડાં વર્ષો અંદર જ એમણે કેટલાય પ્રકારના નૃત્ય શીખ્યા અને એક શોમાં એમણે ૮ પ્રકારના નૃત્ય કર્યા.

પછીના વર્ષોમાં તે દોડવાળા એક સમૂહમાં સામેલ થઈ ગઈ અને એમણે

પહેલાં મુંબઈ હાફ મેરાથનમાં ભાગ લીધો. બધું જ સારું ચાલવા લાગી રહ્યું હતું, ત્યારે જ ૨૦૧૩માં એમના શરીરના જમણાં ભાગને લકવો મારી ગયો.

અત્યાર સુધી એમણે જે મુસીબતોનો સામનો કર્યો હતો, એમનામાં આ બધાથી ખરાબ હતો. એમનું દિમાગ પણ એનાથી પ્રભાવિત થયું હતું. એમના જમણા હાથનું હલવા-ડોલવાનું રોકાઈ ગયું અને જમણી આંખથી દેખાવાનું બંધ થઈ ગયું. એમનું ચાલવું ઘસડાટમાં બદલાઈ ગયું અને એમનો અવાજ બંધ થઈ ગયો. એમને કોઈ બાળકની જેમ જિંદગીની ફરીથી શરૂઆત કરવી પડી, પરંતુ આજે કઠિન પરિશ્રમના માધ્યમથી ચીલૂના શરીરના મોટાભાગના અંગ હરકત કરવા લાગ્યા છે.

તેઓ હસીને કહે છે- 'તમને એક જ વ્યક્તિ બદલી શકે છે અને એણે બદલવું પણ જોઈએ- તે ખુદ તમે છો, કેમ કે તમારા બદલાવા પર તમારી આસપાસની બધી જ વસ્તુઓ બદલાવા લાગશે. આપણે લોકોને મહેસૂસ કરવાની જરૂર છે કે, આપણી પાસે હંમેશાં વિકલ્પ હોય છે અને આ નિયમનો કોઈ અપવાદ નથી.'

'ડિબૉક્સ'ની શરૂઆત દુનિયામાં અંતર લાવવાના ઉદ્દેશ્યથી કરવામાં આવી હતી. બીમારીને કારણે ચીલૂની યાદશક્તિ ખૂબ જ નબળી થઈ ગઈ હતી અને પોતાની આસપાસની દરેક વસ્તુ એમને વિચિત્ર અને નવી લાગતી હતી. પોતાની તીક્ષ્ણ ભાવનાત્મક ક્ષણોમાં તેઓ પૂછ્યાં કરતી હતી કે, આ પૂરાં પ્રકરણનો મારા માટે શું સંદેશ છે? અને પહેલી વાત જે દિમાગમાં આવી, તે એક પુસ્તકના રૂપમાં આવી, જેને એમણે લખી છે. જો કે, તે પુસ્તક હજુ પ્રકાશિત નથી થઈ.

એમના દિમાગમાં બીજી વાત એક વેંચર શરૂ કરવા વિશે આવી, જે લોકોને એમની વિચારસરણીની સીમાઓથી આગળ જઈને વિચારવા અને કશું કરવામાં એમની મદદ કરે. પ્રેમને બદલે ડરમાં જીવવા માટે બિનજરૂરી રૂપથી અનુકૂલિત દિમાગોના પૂર્વકલ્પિત વિચારોના દાયરાને તોડવામાં લોકોની મદદ કરવી પણ એક માધ્યમ હતું. આ સંબંધમાં તેઓ કહે છે કે, આપણને જોઈએ કે આપણએ ઘડાયેલા સાંચાની અંદર જ વિચારીએ અને જીવન જીવતાં રહીએ નહીંતર એ સાંચાને તોડી નાંખો. આ જ કારણે એને 'ડિબૉક્સ' નામ આપવામાં આવ્યું. એનો શ્રેય તેઓ પોતાના એક મિત્રને આપે છે, જેમના દિમાગમાં લંચ સેશન દરમિયાન વિચારના ક્રમમાં આ નામ આવ્યું હતું.

'ડિબૉક્સ'ના પ્રશિક્ષણનું લક્ષ્ય વ્યક્તિગત સંકટથી પસાર થઈ રહેલાં

લોકોને સ્વાસ્થ્યપ્રદ વાતચીત, પરિચર્ચા અને ભોજન ઉપલબ્ધ કરાવીને એમની જિંદગી સરળ બનાવવાનું છે. એમની કાર્યશાળાઓ અને પરિચર્ચાઓ પ્રચુરતાના સિદ્ધાંત પર આધારિત હોય છે, જેમનો ઉદ્દેશ્ય એ વાતની સમજ વિકસિત કરવાનો હોય છે કે, પ્રચુરતાનો વાસ્તવિક આશય શું છે. આત્મપ્રેમ, સ્વાર્થ, આત્મકેન્દ્રણ વગેરે સારા ગુણ કેમ છે, જેવાં વિષયો પર પણ ચર્ચા કરવામાં આવે છે.

'ડિબૉક્સ' દ્વારા કોઈની વાર્તા કહેવાના માધ્યમથી પણ પોતાનો દૃષ્ટિકોણ રાખવામાં આવે છે. નાના સમૂહોમાં વ્યક્તિગત વાર્તાઓ વિશે વાતો કરવી, ભાવોને પ્રગટ કરાવાવાળા હોઈ શકે છે અને મોટો બદલાવ લાવી શકાય છે. ત્રીજો પક્ષ છે એમના દ્વારા ઉપલબ્ધ કરાવવામાં આવવાવાળી અનેક પ્રકારની ખાવાની વસ્તુઓ, જે લોકોનું સ્વાસ્થ્ય સારું રાખે છે. ચીલૂએ અનેક પ્રકારના મેવા, સીડ બટર તથા ઑર્ગેનિક મુસળી વિકસિત કર્યા છે. એમની યોજના ધીમે-ધીમે એમના પૂરા રેન્જના વિકાસની છે.

'આ તો ફક્ત શરૂઆત છે,' ચીલૂ કહે છે. 'આ એવો સમય છે કે, આપણે રોગને બદલે સ્વાસ્થ્ય પર, ઉદાસીને બદલે આનંદ પર અને ડરને બદલે પ્રેમ પર પોતાનું ધ્યાન કેન્દ્રિત કરીએ. જે આપણે આપીએ છીએ, એ જ આપણને પાછું મળે છે. જે આપણે વિચારીએ છીએ, એ જ આપણી સચ્ચાઈ બની જશે. આપણે પોતાની જિંદગી બદલી શકીએ છીએ, સંતુષ્ટિભર્યું જીવન જીવી શકીએ છીએ અને બીજાઓ માટે પ્રેરણાસ્રોત બની શકીએ છીએ. આપણે ફક્ત ખુદ પર વિશ્વાસ કરવાનો છે અને પોતાની અંદર પરિવર્તન લાવવાની ઇચ્છા પેદા કરવાની છે.'

સ્વદેશી અપનાવો

'આપણે એક રાષ્ટ્રના રૂપમાં વિદેશી વસ્તુઓથી લગાવ કેમ કરી રહ્યાં છીએ? શું આ આપણા ઔપનિવેશક યુગનો એક વારસો છે. આપણે વિદેશી ટીવી સેટ ખરીદવા ઈચ્છીએ છીએ. આપણે વિદેશી શર્ટ પહેરવા ઈચ્છીએ છીએ. આપણે વિદેશી પ્રૌદ્યોગિકી ખરીદવા ઈચ્છીએ છીએ, બધું જ આયાત કરવાનું આ કેવું ઝનૂન છે?'

- ડૉ. અબ્દુલ કલામ

વિશ્વની પાંચ મહાશક્તિ જાપાન, અમેરિકા, ફ્રાંસ, રશિયા અને ચીને વિદેશી ગુલામીથી છુટકારો મેળવવા અને પોતાના દેશને શક્તિશાળી બનાવવામાં માત્ર એ કારણથી સફળ રહ્યાં કે, એમના દેશા લોકોએ પ્રણ કર્યું કે, તેઓ જે પણ વસ્તુ પ્રયોગ કરશે, તે સ્વદેશી જ હશે.

સ્વદેશી વસ્તુનો પ્રયોગ કરવાથી સૌથી મોટો લાભ એ છે કે, જે મોટી-મોટી વિદેશી કંપનીઓ દેશવાસીઓને લૂંટી રહી છે, એમની આર્થિક મદદ ઓછી થતાં-થતાં બંધ થઈ જાય છે અને એમનો એ દેશમાં વેપાર ચલાવવામાં કોઈ લાભ નથી રહેતો, જેનાથી તેઓ પોતાનો કારોબાર સમેટી લે છે એ લૂંટ બંધ થઈ જાય છે. વિદેશી કંપનીઓ ત્યાં સુધી જ ટકેલી રહે છે, જ્યાં સુધી એમને લાભ પ્રાપ્ત થતો રહે. જ્યારે કે આપણે દેશમાં એકથી એક હુનરમંદ છે, જે સ્વદેશી વસ્તુઓમાં જ એવાં-એવાં ઉત્પાદન ખરીદદારોની સામે લાવે છે કે, દાંતો હેઠળ આંગળીઓ આપમેળે દબાઈ જાય છે. ગુજરાતના એક નાના શહેર વાંકાનેરના રહેવાવાળઆ મનસુખલાલ પ્રજાપતિએ જે કંઈપણ કર્યું કે, તમે એમના હુનરના પ્રશંસક થઈ જશે, પરંતુ પોતાના હુનરને સાબિત કરવા

માટે મનસુખને શું-શું પાપડ વણવા પડ્યાં, એ જાણવા માટે આગળ વાંચો.

એક જમાનો હતો, જ્યારે મનસુખ લાલ પ્રજાપતિ પોતાના સાસરીવાળાઓને આવતા જોઈ રાજમાર્ગના કિનારે સ્થિત પોતાની ચાની દુકાનના ખૂણામાં સમેટાઈને ખુદને છુપાવવાનો નાકામ પ્રયત્ન કરતા હતા. જીવનના ૪૮ વસંદ પાર કરી ચુકેલા મનસુખ જિંદગીની કેટલીય પરીક્ષાઓમાં નાસીપાસ થઈ ચુક્યા હતા. વિદ્યાર્થી જીવનમાં ૧૦મીની પરીક્ષા પાસ ન કરી શક્યા પછી એમણે મજૂરી કરવાની શરૂ કરી દીધી. એના પછી એમણે પોતાના પરિવારનું પેટ પાલન કરવા માટે એક નાની ચાની દુકાન ખોલી.

પરંતુ પોતાના સાસરીવાળાઓની સામે રસ્તાના કિનારે ચા વેચવાનું કામ કરવું એમને અપમાનજનક લાગતું. 'મારા સાસરીવાળા મારાથી ખૂબ ઉત્તમ સ્થિતિમાં હતો. એમના રમકડાં બનાવવાનો ખુદનો વ્યવસાય હતો અને હું અહીંયા ચા વેચી રહ્યો હતો. એમની સામે હું ખુબ જ શરમ અનુભવ કરતો હતો.' એમ મનસુખ બતાવે છે.

શરમની આ ભાવનાએ એમને જીવનમાં કશું કરવા માટે પ્રેરિત કર્યો અને આજે તેઓ એક સફળ તેમજ પ્રસિદ્ધ ઉદ્યોગપતિ છે.

એમના પૂર્વજ કુંભાર હતા અને એમણે માટીના બનેલાં ઉત્પાદનોના મહત્ત્વને પ્લાસ્ટિકના બનેલા સામાનની સામે ઢગલો થતાં ખૂબ નજદીકીથી દેખા છે. ભારતમાં વધી રહેલા ભૂમંડળકરણના ચાલતા કેટલાય કારીગરોને પોતાના પૈતૃક કામ છોડવા માટે મજબૂર થવું પડ્યું. પ્રજાપતિના પિતા પણ એમનામાંથી એક હતા. 'મારા પિતાએ પણ કુંભારનું પૈતૃક કામ છોડીને ઘરનો ખર્ચો ઉઠાવવા માટે મજૂરી કરવાની શરૂ કરી દીધી હતી.' પ્રજાપતિ કહે છે.

બદલાતાં સમયની સાથે પ્રજાપતિએ ના ફક્ત પોતાના પૈતૃક હુનરને પુનર્જીવિત કરી છે, બલ્કે એ પણ સાબિત કરી દીધું છે કે, હાથના કારીગરો માટે હજુ પણ આશાની કિરણ બાકી છે. લગભગ એક વર્ષ સુધી ચાની દુકાન ચલાવ્યા પછી પ્રજાપતિએ એક ટાઇલ બનાવવાના કારખાનામાં એક પર્યવેક્ષકના રૂપમાં કામ કર્યું, જ્યાં એમની અચેતન પડેલી કુંભારની પ્રવૃત્તિ ફરી જાગી. 'ત્યાં કામ કરતાં સમયે મને મહેસૂસ થયું કે, હું પૈતૃક રૂપથી તો કુંભાર છું અને જો માટીથી સફળતાપૂર્વક ટાઇલ્સ બની શકે છે, તો અન્ય ઉત્પાદન કેમ નથી બની શકતા?'

૧૯૮૯માં ૨૪ વર્ષની ઉંમરમાં એમણે માટીની સાથે પોતાના પ્રયોગોને

કરવાના શરૂ કરી દીધા. પ્રારંભમાં એમણે માટીના નૉન-સ્ટીક પૈન બનાવવાનો પ્રયત્ન કર્યો અને ધીમે-ધીમે તેઓ કેટલાય પ્રકારના માટીની સાથે પ્રયોગ કરવા લાગ્યા, પરંતુ શીર્ષ સુધીની એમની સફળ એટલી સરળ ન હતી. આ કામને શરૂ કરવા માટે એમને ૧૯ લાખ રૂપિયાનું કરજ લેવું પડ્યું હતું. પ્રારંભિક અસફળતાઓથી ગભરાયા વગર એમણે પોતાની સફર જારી રાખી અને લોકોના પ્રોત્સાહન પછી તેઓ એક પછી એક સફળ ઉત્પાદન બનાવતા ગયા.

વર્તમાનમાં એમના બનાવેલા ઉત્પાદન એટલા સફળ છે કે, ગ્રાહકોની વધતી માંગને પૂરી કરવા અને માટીના અસંખ્ય ઉત્પાદન તૈયાર કરવા માટે એમને કેટલાય કારખાના ખોલવા પડ્યાં છે. પ્રજાપતિ દ્વારા ખુદ તૈયાર કરવામાં આવેલી મોટી મશીનો થોડી જ પળોમાં માટીને સેંકડોની સંખ્યામાંઉત્પાદનોમાં ઢાળ આપે છે, જેનાથી તેઓ વધી રહેલી માંગને સમયથી પૂરી કરી શકે. વર્તમાનમાં એમનો કારોબાર ૪૫ લાખ રૂપિયા વાર્ષિકથી અધિકનો છે અને એમને ત્યાં ૩૫થી અધિક લોકો કામ કરી રહ્યાં છે.

પ્રજાપતિએ કશું નવું કરવાનો નિશ્ચય કર્યો હતો, આથી વર્તમાનમાં તેઓ રેફ્રિજરેટર, પ્રેશર કુકર, નૉન-સ્ટિક પૈન સહિત રોજબરોજના કામકાજમાં કેટલાય ઘરેલૂ સાધનોને બનાવવાના કારોબારમાં છે. રોચક વાત એ છે કે, તેઓ આ બધી વસ્તુઓને માટીથી તૈયાર કરે છે. 'મિટ્ટીકૂલ'ના નામથી તૈયાર થઈને વેચાવાવાળા આ સાધન પર્યાવરણના અનુકૂળ, ટકાઉ અને પ્રભાવી થવાની સાથે ખૂબ જ સસ્તાં પણ છે.

૨૦૦૨માં એમણે માફનું ફ્રિજ બનાવ્યું, જે ગેસ અને વિજળી વગર ચાલે છે. ૨૦૦૪માં મિટ્ટીકૂલ (નૉન-સ્ટિક તવો) બનાવ્યો, એના માટે ૨૦૦૫માં 'રાષ્ટ્રીય અને ગ્રામીણ વિકાસ'થી પુરસ્કાર મળ્યો હતો. હવે આમને એમના વિભિન્ન કલાત્મક ઉત્પાદનો માટે વિદેશથી ઑર્ડર મળે છે અને લોકો એમના પ્રાકૃતિક રેફ્રિજરેટર/ફિલ્ટરનો ઉપયોગ કરવાનું પસંદ કરે છે.

એમનું મુખ્ય અને સૌથી પ્રસિદ્ધ ઉત્પાદન છે માટીનું ફ્રિજ, જેના અત્યાર સુધી ૯૦૦૦થી અધિક પીસ દેશભરમાં વેચાઈ ચુક્યા છે. ૩૦૦૦ રૂપિયાથી થોડી વધારે કિંમતવાળું આ ઉત્પાદન સાચા અર્થોમાં ગરીબના ઘરનું ફ્રિજ છે. એવું ફ્રિજ બનાવવા પાછળ એમના વિચાર એ હતા કે, પૈસાવાળા તો કશું પણ ખરીદી શકે છે, પરંતુ ગરીબ માટે એક ફ્રિજ ખરીદવું ખૂબ મોટી વાત છે. આથી કેમ ના એક એવી વસ્તુ તૈયાર કરું, જે ગરીબથી ગરીબ વ્યક્તિની

પહોંચમાં હોય અને તે ખરીદીને એનો ઉપયોગ કરી શકે.

માટીના આ ફ્રિજની અંદરનું તાપમાન રૂમના તાપમાનની તુલનામાં લગભગ ૮ ડિગ્રી ઓછું રહે છે. એમાં શાકભાજીઓ ૪ દિવસ અને દૂધ ૨ દિવસ સુધી તાજું રહે છે. આ ૧૫ ઇંચ પહોળું, ૧૨ ઇંચ ઊંડું અને ૨૬ ઇંચ લાંબું છે, જેને આરામથી રસોડામાં કે ઘરના કોઈપણ ખૂણામાં આરામથી રાખી શકાય છે. મોટાભાગે ખરીદદાર એને રસોડામાં સ્લેબ પર રાખવાનું પસંદ કરે છે.

આ ફ્રિજ એક સાધારણ વૈજ્ઞાનિક સિદ્ધાંત પર કામ કરે છે, જેમાં પાણીનું બાષ્પીકરણ ઠંડું કરવાનું કારણ બને છે. માટીના આ ફ્રિજની છત,દીવાલ અને તળિયામાં ભરેલું પાણી બાષ્પીકૃત થઈને એને ઠંડું રાખવામાં મદદ કરે છે. આ પ્રકારે આ બે ભાગોમાં વહેંચાયેલા ફ્રિજમાં રાખેલી શાકભાજીઓ અને ખાવાનો સામાન લાંબા સમય સુધી તાજો અને ઠંડો જળવાઈ રહે છે.

પ્રજાપતિ ફ્રિજ અને અન્ય ઘરેલૂ સાધનનોને ફક્ત સાધારણ માટીથી બનાવે છે. એમના ઉત્પાદન પૂરા ભારતવર્ષ સિવાય વિદેશમાં પણ પોતાનો ડંકો વગાડી રહ્યાં છે. આ વર્ષે પ્રજાપતિના બનાવેલા ઉત્પાદન આફ્રીકા માટે નિર્યાત થયાં છે અને એમણે દુબઈ માટે માટીના બનેલાં ૧૦૦ ફ્રિજોની પહેલી ખેપ પણ મોકલી હતી. મનસુખના આ પ્રયાસની પ્રસંશા ડૉ. કલામે પણ કરી હતી.

ઘરેલૂ ઉત્પાદનોની સફળતા પછી હવે પ્રજાપતિ માટીથી બનેલા એક ઘરનું નિર્માણ કરવાની દિશામાં મહેનત કરી રહ્યાં છે, જેને તેઓ 'મિટ્ટીકૂલ' ઘરના નામથી દુનિયાની સામે લાવવા ઇચ્છે છે. આ માટીનું બનેલું એક એવું ઘર હશે, જે પ્રાકૃતિક રૂપથી ગરમીઓમાં ઠંડું અને ઠંડીઓમાં ગરમ રહેશે. જ્યાં સુધી એમના સાસરીવાળાઓની વાત છે, તો આજે તેઓ પ્રજાપતિની સફળતાથી ખૂબ ખુશ છે અને એમના પર ગર્વ કરે છે.

જન્મસિદ્ધ અધિકાર

> 'જીવન એક કઠિન ખેલ છે. તમે આ જન્મસિદ્ધ અધિકારને ફક્ત એક વ્યક્તિ બનીને જ જીતી શકો છો.'
>
> - ડૉ. અબ્દુલ કલામ

જીવનમાં કોઈએ પણ જો કોઈ ક્ષેત્રમાં સફળ થવું છે, તો આપણને ખબર હોવી જોઈએ કે, મારે ક્યાં જવાનું છે, આપણને ખબર હોવી જોઈએ કે કયા રસ્તે જવાનું છે, આપણને ખબર હોવી જોઈએ કે, કેવી રીતે જવાનું છે, આપણને ખબર હોવી જોઈએ કે, ક્યાં સુધી જવાનું છે. જો આ વાતોમાં આપણી વિચારસરણી એકદમ સ્પષ્ટ હશે, તો નિષ્ફળતાઓ આવશે કે અડચણો આવશે, છતાં પણ તમારું લક્ષ્ય ભારરૂપ નહીં થાય. મોટાભાગના લોકોને શું થાય છે, જો આજે કોઈ સારી ફિલ્મ જોઈને આવી ગયા, તો તમે પૂછશો કે તમે શું બનવા ઈચ્છો છો, તો સાંજે કહી દેશે, હું અભિનેતા બનવા ઈચ્છું છું.

આજે ક્યાંક વર્લ્ડ કપ મેચ જોઈને આવ્યો, કોઈએ પૂછી લીધું કે શું બનવા ઈચ્છે છે, તો બોલ્યો, મારે ક્રિકેટર બનવું છે. યુદ્ધ ચાલી રહ્યું છે, સેનાના જવાન શહીદ થઈ રહ્યાં છે, ખબરો આવી રહી છે, તો મન કરે છે ના-ના હવે તો બસ સેનામાં જ જવું છે અને દેશ માટે મરી-મીટવું છે. આ જે રોજ નવા-નવા વિચાર મનમાં આવે છે, એમનાથી જીવનમાં ક્યારેય પણ સફળતા નથી આવતી એ આથી આપણા મનની જે ઈચ્છા છે, તે દૃઢ હોવી જોઈએ. જો આજે એક ઈચ્છા, કાલે બીજી ઈચ્છા, પરમ દિવસે ત્રીજી ઈચ્છા કરવામાં આવે છે, તો પછી લોકો કહે છે- આ વિચારતો હતો, આ તો બેકાર છે, આજે કંઈ વિચારે છે, કાલે કંઈ બીજું વિચારી રહ્યો હતો. ઈચ્છા દૃઢ હોવી જોઈએ અને જ્યારે ઈચ્છા દૃઢ થઈ જાય છે, તો તે ખુદ જ સંકલ્પ બની જાય છે અને

એકવાર સંકલ્પ બની ગયો, તો પાછળ વળીને જોવું ના જોઈએ. બાધાઓ હોય, મુશ્કેલીઓ હોય, તકલીફો હોય, આપણે લાગ્યા રહેવાનું છે. સફળતા તમારા પગ ચૂમતી ચાલી આવશે, જેમ કે ભવેશ ભાટિયાના જીવનમાં આવી.

ભવેશ ભાટિયા જન્મથી અંધ ન હતા, મોટા થવા સુધી એમની આંખોમાં થોડી રોશની હતી. રેટિના મસ્કુલર ડિટેરિયરેશન નામના રોગથી ગ્રસ્ત ભવેશને હંમેશાં જાણ હતી કે, એમની નજર સમયની સાથે કમજોર પડતી જશે. જ્યારે તેઓ ૨૩ વર્ષના હતા, તો એમની આંખોની રોશની પૂરી રીતે ચાલી ગઈ અને આવવાવાળા ખરાબ દિવસો માટે કોઈ તૈયારી પણ ના કરી શકાઈ.

તે એ સમયે હોટલ મેનેજરના રૂપમાં કામ કરી રહ્યાં હતા અને પોતાની કેન્સરથી પીડિત માતાની સાવાર માટે પૈસા બચાવવાનો પ્રયાસ કરી રહ્યાં હતા. પોતાની માતાને બચાવવાની એમની અધીરતા ફક્ત સંતાનોચિત પ્રેમ ન હતી, તે એના અસ્તિત્વની કરોડરજ્જુ હતી અને એમના જીવનને આગળ વધારવા માટે એમનું હોવું ખૂબ જ જરૂરી હતું.

૪૫ વર્ષીય ભવેશ યાદ કરે છે- 'સ્કૂલમાં મને ખરાબ રીતે પરેશાન કરવામાં આવતો હતો. એક દિવસ ઘેર પાછો ફર્યા પછી મેં માતાથી કહ્યું કે, હું આગલા દિવસે સ્કૂલ નહીં જાઉં. બધા મળીને મારી ઉપર 'આંધળો છોકરો, આંધળો છોકરો' બૂમો પાડીને તાણાં કસે છે.'

મારા પણ દબાણ આપવા કે મારી માંગ માની લેવાને બદલે મારી માતાએ મારું માથું સહેલાવતા કહ્યું કે, છોકરાં નિર્દયી નથી. તેઓ તારા મિત્ર બનવા ઇચ્છે છે, પરંતુ તૂં એમનાથી એટલો ભિન્ન છે આથી તેઓ તારાથી અલગ રહે છે. એમણે મને બતાવ્યું કે, તંગ કરવું, તારું ધ્યાન આકર્ષિત કરવાની એમની રીત છે. હું ખૂબ મુશ્કેલથી એમની વાતનો વિશ્વાસ કરી શક્યો. આગલા દિવસે, તંગ કરવાના પ્રયત્નો છતાં ભવેશે એમનાથી દોસ્તીની રજૂઆત કરી, પછી તે લોકો જિંદગીભર માટે મિત્ર બની ગયા.

તે બતાવે છે- 'જીવનનો આ શરૂઆતી પાઠ મારા વ્યવસાયનો પણ નિર્દેશક સિદ્ધાંત છે. મારી ગરીબી અને નિઃશક્તતાએ મારી સામે અપાર પડકારો પ્રસ્તુત કર્યા, પરંતુ એમના વિવેકને કારણે જ હું યોગ્ય નિર્ણય કરી શકું છું.'

આથી માતાને ગુમાવવાની આશંકાની વચ્ચે આંખોની રોશનીનું ચાલ્યું જવું એમના માટે સંઘાતક આઘાત હતો. એમને નોકરીથી કાઢી મુકવામાં આવ્યા. એમના પિતાજી એમની માતાની સારવાર પર પોતાની બધી બચત પહેલાં જ ફૂંકી ચુક્યા હતા. નોકરી વગર અને નોકરીની સંભાવના વગર તેઓ

એમનીદેખભાળ કરી શકતા ન હતા, તેથી જલ્દી જ તે દુનિયા છોડી ગઈ.

માતાના ચાલ્યા ગયા પછી ભવેશ નિઃસહાય મહેસૂસ કરવા લાગ્યા હતા, કેમ કે એમની માતાએ ખુદને ખૂબ જ શિક્ષિત જ કર્યો ન હતો, બલ્કે એમના અસ્તિત્વને સુનિશ્ચિત વાં માટે અથાગ પરિશ્રમ પણ કર્યો હતો. ભવેશ બ્લેક બોર્ડને વાંચી શકતા ન હતા, તો તેઓ એમના પાઠોને યાદ કરાવવા માટે કલાકો ઝઝૂમ્યાં કરતી. એમનો આ વ્યવહાર ભવેશના પોસ્ટ ગ્રેજ્યુએશન કરવા સુધી જારી રહ્યો હતો. ભવેશ એમના માટે ખુદને સાર્થક બનાવવા ઈચ્છતા હતા. એમના આરંભ કરતાં જ માતાનું ચાલ્યા જવું, એમને દુનિયાનો સૌથી મોટો અન્યાય મહેસૂસ થયો.

પોતાની માતા, પોતાની નજર અને પોતાની નોકરીના ચાલ્યા જવાના દુઃખથી તે તૂટી ગયા હતા, પરંતુ જે વસ્તુએ એમને સાંત્વના આપી, તે પોતાની માતા દ્વારા મળેલી સર્વોત્તમ સલાહ હતી. એમની માતાએ એમનાથી કહ્યું હતું- 'જો દુનિયા નહીં પણ જોઈ શકે તો શું થયું? કંઈક એવું કરો કે, દુનિયા તને જુએ.' આથી આત્મદયામાં ડૂબવા-ઉતરવાને બદલે ભવેશ એ મોહક 'કંઈક'ની શોધમાં લાગી ગયા, જે એમને દુનિયાની નજરોમાં જોવા માટે કાબેલ બનાવી દેતી.

એ વસ્તુને શોધવાનું મુશ્કેલ ન હતું. બાળપણથી જ ભવેશની રુચિ પોતાના હાથોથી વસ્તુઓ બનાવવામાં હતી. તે પતંગો બનાવ્યા કરતા હતા, માટીની સાથે પ્રયોગ કર્યા કરતા હતા, રમકડાં અને નાની મૂર્તિઓ વગેરે બનાવ્યા કરતા હતા. એમણે મીણબત્તી નિર્માણમાં હાથ અજમાવવાનો નિર્ણય કર્યો, કેમ કે એમાં એમના આકાર અને ગંધની સંવેદનાનો ઉપયોગ કરવાની શક્યતા હતી, પરંતુ મુખ્યતઃ આથી પણ કે, તેઓ પ્રકાશ પ્રતિ હંમેશાંથી આકર્ષિત હતા.

નજીકમાં અન્ય કોઈ સંસાધન ન હોવાને કારણે ભવેશ સમજી શકતા ન હતા કે, શરૂઆત કેવી રીતે કરવામાં આવે? પછી કોઈની સલાહ પર એમણે ૧૯૯૯માં મુંબઈની 'નેશનલ એસોસિએશન ઑફ બ્લાઇન્ડ'થી પ્રશિક્ષણ લીધું. ત્યાં એ લોકોએ શીખવાડ્યું કે, સાદી મીણબત્તી કેવી રીતે બનાવવામાં આવે છે. તેઓ યાદ કરે છે- 'હું રંગો, સુગંધો અને આકારોથી રમવા ઈચ્છતો હતો, પરંતુ રંગ અને સુગંધ મારા બજેટથી બહાર હતા.' આથી રાતભર જાગીને તેઓ મીણબત્તીઓ બનાવતાં હતા અને દિવસમાં એમને મહાબળેશ્વરના સ્થાનીય બજારાં એક ખૂણામાં ઠેલો લગાવીને વેચતા હતા. ઠેલો એક મિત્રનો હતો અને એણે ભવેને ૫૦ રૂપિયા રોજ પર ઉપયોગ કરવા માટે આપ્યો હતો. દરેક

દિવસે તેઓ આગલા દિવસ માટે સામાનોની ખરીદી માટે ૨૫ રૂપિયા અલગ રાખી દેતાં હતા. આ જીવિત રહેવાનું એકમાત્ર અને કમરતોડ માધ્યમ હતું, પરંતુ તેઓ એ વિચારીને સંતુષ્ટ હતા કે, ઓછાથી ઓછું તેઓ એ તો કરી રહ્યાં હતા, જે કરવા ઇચ્છી રહ્યાં હતા.

ત્યારે જ એક દિવસ અપ્રત્યાશિત રૂપથી વસ્તુઓ બદલાવા લાગી. એની શરૂઆત ત્યારે થઈ, જ્યારે એક મહિલા એમના ઠેલાની સામે મીણબત્તીઓ ખરીદવા માટે રોકાઈ. તે એમના સૌમ્ય વ્યવહાર અને જીવંત સ્મિતથી પ્રભાવિત થઈ. તેઓ તત્કાળ મિત્ર બની ગયા અને કલાકો વાતો કરતાં રહ્યાં. એને પ્રથમ નજરનો પ્રેમ કહી શકાય છે, પરંતુ આ બે આત્માઓની વચ્ચે સંપર્કથી વધીને પણ કંઈક હતું.

એમનું નામ નીતા હતું. ભવેશે એમનાથી લગ્ન કરવાનો ઇરાદો કરી લીધો હતો. તે પણ એમનાથી મળીને પાછા ફરતાં સમયે દરરોજ એમનાથી વાત કરવા અને સાથે જિંદગી વિતાવવા માટે વિચાર્યા કરતી. નીતાને ગરીબ અને અંધ મીણબત્તી બનાવવાવાળાથી લગ્નના નિર્ણયને કારણે ઘરવાળાઓના વિરોધનો સામનો કરવો પડ્યો, પરંતુ એમણે પાક્કો ઇરાદો કરી લીધો હતો અને જલ્દી જ મહાબળેશ્વરના સુંદર હિલ સ્ટેશનમાં નાના-એવા મકાનમાં એમની સાથે જીવન જીવવાના માર્ગ પર વધી ગઈ.

નીતા જબરદસ્ત આશાવાદી હતી. ભવેશ નવા વાસણ ખરીદી શકતા ન હતા, આથી એ જ વાસણોમાં સાંજે મીણ ઓગાળતા હતા, જેમાં નીતા ખાવાનું પકાવતી હતી. એમને ચિંતા થતી હતી કે, એનાથી કદાચ પત્નીના દિલને ઠેસ પહોંચતી હશે, પરંતુ તે એમની ચિંતા પર હસતી હતી. એમણે એક ટુ-વ્હીલર ખરીદ્યું, જેનાથી તે પોતાના પતિને મીણબત્તીઓ વેચવા માટે શહેર લઈ જઈ શકે. પછી પરિસ્થિતિઓમાં સુધાર થયો, તો એમણે વાન ચલાવવાનું પણ શીખ્યું, જેથી મોટી માત્રામાં મીણબત્તીઓને લઈ જઈ શકાય. 'તે મારી જિંદગીની રોશની છે.' ભવેશ સ્મિત વિખેરતાં કહે છે.

કહેવાની વાત નથી કે, નીતાની જિંદગીમાં આવ્યા પછી એમના માટે સંઘર્ષ સરળ થઈ ગયો હતો. ભાર ઉઠાવવા માટે એક સંગિની હતી, આથી ભાર હવે એટલો ભારે લાગતો ન હતો.

આંખવાળા લોકો સ્વીકાર કરવા માટે તૈયાર ન હતા કે, કોઈ અંધ માણસ પોતાના પગ પર ઊભો થઈ શકે છે. એક વાર કેટલાંક ઉપદ્રવી લોકોએ ભવેશની બધી મીણબત્તીઓ ઠેલાથી ઉઠાવીને નાળામાં ફેંકી દીધી. જ્યાં પણ તેઓ મદદ

માટે ગયા, એમનાથી કહેવામાં આવ્યું- 'તૂં અંધ છે. તૂં ભલું શું કરી શકે છે?' એમણે પ્રોફેશનલ મીણબત્તી નિર્માતાઓ અને અન્ય સંસ્થાઓથી માર્ગદર્શન મેળવવાનો પ્રયત્ન કર્યો પરંતુ કોઈએ મદદ ના કરી.

ઋણ સંબંધી અરજીઓને તો સ્પષ્ટ રીતે નકારી જ દેવામાં આવતી હતી, બીજા અનુરોધો પર પણ આક્રામક પ્રતિક્રિયા મળતી હતી. તે મીણબત્તી નિર્માણ પર વિશેષજ્ઞોની સલાહ લેવા ઇચ્છતા હતા, પરંતુ એમને દાંટ-ફટકાર અને અપમાન મળતું હતું.

આથી તેઓ પોતાની પત્નીની સાથે મૉલમાં જતાં અને ત્યાં રાખવામાં આવેલી વિભિન્ન પ્રકારની કિંમતી મીણબત્તીઓને સ્પર્શતા અને મહેસૂસ કરતાં. તેઓ જે પણ મહેસૂસ કરતાં હતા, એને પોતાની પ્રતિભા અને સર્જનાત્મકતાથી સંવારીને એ જ પ્રકારની મીણબત્તીઓ બનાવવા લાગ્યા. ટર્નિંગ પૉઇન્ટ ત્યારે આવ્યો, જ્યારે એમની સતારા બેંકથી પંદર હજાર રૂપિયાની લૉન સ્વીકૃત થઈ, જ્યાં અંધ લોકો માટે એક વિશેષ યોજના ચાલી રહી હતી. એનાથી એ પતિ-પત્નીએ ૧૫ કિલો મીણ, ૨ ડાઈ અને ૫૦ રૂપિયામાં એક ઠેલો લીધો. એના જ સહારે એમણે કેટલાય કરોડ રૂપિયાનો કારોબાર ઊભો કરી લીધો, જેનાથી દેશ-દુનિયામાં પ્રતિષ્ઠિત કૉર્પોરેટ ગ્રાહક છે અને ૨૦૦ કર્મચારીઓની સમર્પિત ટીમ હતી, જેમાં બધાના બધા દૃષ્ટિબાધિત છે.

હવે, જ્યારે તેઓ પાછળ વળીને જુએ છે, તો મહેસૂસ કરે છે કે, લોન માંગવા પર એટલા બધા લોકોએ એમને એ કારણે ધુત્કારી દીધા કે, દુનિયામાં નિર્મમ રીતથી કારોબાર ચાલે છે. દરેક કોઈ પોતાના દિમાગથી વિચારે છે, દિલથી નહીં. આથી એમણે મહેસૂસ કર્યું કે, સફળ વેપાર ચલાવવાની એકમાત્ર રીત દિલથી વિચારવાનું છે. એમાં વધારે સમયલાગશે, પરંતુ જો તમે પોતાના દિલના કહ્યાં અનુસાર કરી રહ્યાં છો, તો તમે જે લક્ષ્ય નક્કી કર્યું છે, એને પ્રાપ્ત કરીને રહેશો.

એક સમય એવો પણ હતો, જ્યારે ભવેશ આગલા દિવસની મીણબત્તીઓ માટે મીણ ખરીદવા માટે ૨૫ રૂપિયા અલગ રાખી દેતાં હતા. આજે 'સનરાઇઝ કેન્ડલ્સ' ૯૦૦૦ ડિઝાઇનવાળી સાદી, સુગંધિત અને સુગંધ ચિકિત્સાની મીણબત્તીઓ બનાવવા માટે ૨૫ ટન મીણનો ઉપયોગ રોજ કરે છે. તેઓ પોતાની મીણ યૂ.કે.થી ખરીદે છે. એમના ગ્રાહકોમાં રિલાયન્સ ઇન્ડસ્ટ્રીઝ, રેનબક્સી, બિગ બજાર, નરોડા ઇન્ડસ્ટ્રીઝ અને રોટરી ક્લબ વગેરે કેટલાંક મુખ્ય નામ છે.

સનરાઇઝ કેન્ડલ્સ ચલાવવા માટે દૃષ્ટિબાધિત લોકોને કામમાં લગાવવા વિશે ભવેશ કહે છે- 'અમે લોકો દૃષ્ટિબાધિત લોકોને શીખવાડીએ છીએ, જેનાથી તેઓ અમારા એકમને ફક્ત સહાયતા નક રીને કામ સમજી શકે, જેનાથી કોઈ દિવસે પાછા ફરીને તેઓ પોતાનો કારોબાર ઊભો કરી શકે.' જ્યાં તે કંપનીના સર્જનાત્મક પક્ષો પર ધ્યાન કેન્દ્રિત કરવાનું પસંદ કરે છે, ત્યાં જ નીતા ઉદ્યમની પ્રશાસનિક જવાબદારીઓની દેખરેખ કરે છે. તે સ્વાવલંબી બનવા માટે દૃષ્ટિબાધિત છોકરીઓને વ્યાવસાયિક પ્રશિક્ષણ પણ આપે છે.

કોઈપણ વિચારશે કે ખાખથી કેટલાય કરોડનો કારોબાર ઊભો કરવામાં, ખાસ કરીને ભવેશને જે પડકારોનો સામનો કરવો પડ્યો, એને જોતાં એમનો પૂરો સમય લાગી જતો હશે. પરંતુ તેઓ એક નૈસર્ગિક ખેલાડી છે અને પોતાની ક્ષમતાઓને પ્રોફેશનલ ઢંગથી તરાશવા માટે પર્યાપ્ત સમય આપે છે.

ભવેશ કહે છે- 'હું બાળપણથી જ ખેલકૂદમાં સક્રિય રહેતો હતો. લોકોની ધારણાઓના વિપરીત, આંધળાપણાનો અર્થ શરીરથી કમજોર થવાનો નથી. મને પોતાના ખેલાડીપણા પર ગર્વ છે.' સનરાઇઝ કેન્ડલ્સ ઊભી કરવા દરમિયાન લાંબા સમય સુધી તેઓ ખેલકૂદથી દૂર રહ્યાં; પરંતુ હવે, જ્યારે કારોબાર પોતાના પૂરાં ઉત્કર્ષ પર છે, તેઓ પોતાના દૈનિક પ્રશિક્ષણના મામલે કઠોર છે.

મીણબત્તીનો કારોબાર જમાવી લીધા પછી એમણે ફરીથી ખેલો (શૉર્ટપુટ, ડિસ્કસ અને જેવલિન થ્રો)નો અભ્યાસ શરૂ કરી દીધો. 'પારાલિંપિક સ્પોર્ટ્સ'માં મળેલાં કુલ ૧૦૯ મેડલ એમની પાસે છે. પોતાના અભ્યાસ દરમિયાન તેઓ રોજ ૫૦૦ દંડ બેઠક કરે છે, ૮ કિલોમીટર દોડે છે અને પોતાના કારખાનામાં સ્થાપિત જિમનો ઉપયોગ કરે છે. દોડવાના અભ્યાસ માટે નીતાએ ૧૫ ફીટ લાંબા નાયલોનના દોરડાનો એક છેડો પોતાની વાનથી બાંધી દે છે અને બીજો છેડો ભવેશને પકડાવી દે છે. પછી તેઓ એમની ગતિથી વાન ચલાવે છે અને તેઓ સાથે-સાથે દોડે છે.

અત્યારે ભવેશની બ્રાઝીલમાં થવાવાળા 'પારાલિંપિક ૨૦૧૬'માં ભાગ લેવાની તૈયારી ચાલી રહી છે. તેઓ એક વિશ્વ રેકૉર્ડ બનાવવા માટે કૃતસંકલ્પ છે.

'દુનિયામાં ૨૧ મીટરથી સૌથી ઊંચી મીણબત્તી બનાવવાનો રેકૉર્ડ જર્મનીના નામે છે. એમની યોજના એનાથી ઊંચી મીણબત્તી બનાવવાની છે. પાછલા એપ્રિલમાં બંને પતિ-પત્ની એક નવું કૌશલ શરૂ કર્યું છે- પ્રધાનમંત્રી

નરેન્દ્ર મોદીજી, મહાનાયક અમિતાભ બચ્ચન, ક્રિકેટર સચિન તેંદુલકર અને ૨૫ અન્ય પ્રસિદ્ધ વ્યક્તિઓની મીણની આદમકદ મૂર્તિઓ બનાવવાનું.'

ભવેશ કહે છે કે, એમણે જે લક્ષ્ય નક્કી કર્યા છે, એમને પ્રાપ્ત કરી લેવા પર એમને અત્યંત સંતુષ્ટિ મળશે.

'મારા કેટલાય સપના છે અને અનેક લક્ષ્ય પણ છે. હું માઉન્ટ ઍવરેસ્ટ પર ચઢવાવાળો દુનિયાનો પ્રથમ અંધ માણસ બનવા ઇચ્છું છું. હું પોતાના દેશ માટે બ્રાઝીલમાં થવાવાળા પારાલિંપિક ૨૦૧૬માં સુવર્ણપદક જીતવા ઇચ્છું છું, પરંતુ સૌથી વધીને, હું સુનિશ્ચિત કરવા ઇચ્છું છું કે, દરેક અંધ ભારતીય પોતાના પગો પર ઊભો હોય.'

પ્રકૃતિ જ સર્વસ્વ છે

'પ્રકૃતિથી શીખો, જ્યાં બધું જ છુપાયેલું છે.'
- ડૉ. અબ્દુલ કલામ

પથ્થર હોય કે મનુષ્ય, સૃષ્ટિમાં દરેક વસ્તુ કે જીવનું અસ્તિત્વ કેટલાંક સમય માટે જ હોય છે. જો દશકો કે યુગો-યુગોનો જીવનકાળ આપણને ક્ષણભંગુર ના પણ લાગે, તો પણ અબજો વર્ષથી ઉપસ્થિત બ્રહ્માંડની સામે તો આ ક્ષણભંગુર જ કહેવાશે.

પ્રકૃતિ આપને વૃદ્ધ કરી દે છે. બધા પ્રાણી જન્મ લેવાની કિંમત પોતાની મૃત્યુથી ચુકાવે છે. પૂરાં જીવનકાળમાં આપણે જે કંઈપણ સંચય કરીએ છીએ, તે પણ ચિરસ્થાયી નથી હોતું. બાળકોના રમકડાં તૂટે છે, લગ્નના જોડાં પણ તાર-તાર થઈ જાય છે, મહેલોની અટ્ટાલિકાઓ ભગ્નાવશેષમાં બદલાઈ જાય છે. છતાં પણ માનવમન વૃદ્ધ થતાં સંબંધો અને જૂની પડતી વસ્તુઓથી કંટાળતો રહે છે અને હંમેશાં નવીનતાની આકાંક્ષા કરે છે. આ પ્રકૃતિ જ છે, જે સહજતાથી જૂના પછી નવાને ગ્રહણ કરે છે.

અને આ જ પ્રકૃતિને બચાવવાનો દરેક નાનો પ્રયત્ન વિશેષ મહત્ત્વ રાખે છે, કેમકે આપણે જે પણ કરીએ છીએ, એની અસર સારી કે ખરાબ પર્યાવરણ પર પડે છે. શું તમે ક્યારેય વિચાર્યું છે કે, ઘરો-મંદિરોમાં ભગવાન પર ચઢતાં ફૂલ પણ આ બરબાદીમાં સામેલ છે.

યમુના કિનારે પડેલાં ફૂલ લોકોની આસ્થાનું પ્રતીક છે. યમુના કિનારે જ દિલ્લીમાં ફૂલોની ખેતી થાય છે. યમુનાનું બદનસીબ જુઓ, જે ફૂલોને સીંચીને તે એને અત્યંત સુંદર અને ખુશબુદાર બનાવે છે, એ જ ફૂલો નદીને બદસૂરત

કરીને એના બરબાદ થવાનું કારણ બને છે, પરંતુ દિલ્લીની મધુમિતા પુરીએ ફૂલોથી થઈ રહેલાં આ પ્રદૂષણની વિરુદ્ધ ઝંડો ઊંચો કર્યો, તો માનો તે રંગોની લડાઈ હતી. જેનું પરિણામ હતું, વિખારાયેલાં પડેલાં પીળા રંગના મેરીગોલ્ડ (હજારી) અને ગુલાબી ગુલાબ યમુનાનું પાણી પ્રદૂષિત કરવાને બદલે, હોળીમાં રંગોની બોછાર બનીને લોકોને પલાળવાના કામમાં આવવા લાગ્યા.

સૌથી મોટીવાત એ હતી કે, તહેવારોની ઋતુમાં એમને વિખેરી રહેલાં લોકો ખુદ આ રંગોને જોઈ શકતા ન હતા, કેમ કે એમને બનાવવાવાળા નેત્રહીન હતા.

મધુમિતાએ દિલ્લીની હોટલો અને મંદિરોથી ટનોની માત્રામાં ફેંકી દેવામાં આવેલા ફૂલોને કુદરતી રંગ બનાવવા માટે પસંદ કર્યા હતા. આ રંગ આપણી ત્વચાને નુકસાન નથી પહોંચાડતા અને એમનો ઉપયોગ હિન્દુઓના પર્વ-તહેવારોમાં થાય છે.

મધુમિતાએ જે કાર્યક્રમને ચલાવ્યો, એને ચલાવવાવાળી બિન સરકારી સંસ્થાનું નામ છે આવચયમ્. આવચયમ્ એક સંસ્કૃત શબ્દ છે, જેનો અર્થ છે ફૂલોને એકઠાં કરવા. ૨૦૦૮માં મધુમિતા પુરીએ 'આવચયમ્'ની શરૂઆત કરી. એમનું કહેવું છે- 'આ પ્રકારથી એમણે ના ફક્ત શહેરના કચરાનો ભાર ઓછો કર્યો, બલ્કે પોતાના માટે અને બીજાઓ માટે જીવિકા પણ ઉપલબ્ધ કરાવડાવી છે.'

આવચયમ્‌ની સ્થાપનાથી પહેલાં મધુમિતા પુરી એ બાળકો માટે કામ કરતી રહી હતી, જે શારીરિક રૂપથી અક્ષમ છે. એમની સંસ્થાની સામે એક મંદિર છે. મધુમિતા બતાવે છે કે, મંદિરમાં દર દિવસે ખૂબ ફૂલોની જરૂર હોય છે અને આગલા દિવસે તે ફૂલ જૂના થઈ જાય છે, પછી કોઈ કામના નથી રહેતાં. એ મંદિરમાં પણ દર દિવસે ખૂબ જ ફૂલ આવતાં; મંદિર પ્રશાસને એક છોકરાને રાખ્યો, જે પ્રતિદિવસ એ ફૂલોને યમુના નદીમાં વહાવી આવતો, પરંતુ થોડાં સમય પછી તે કામમાં આળસ બતાવવા લાગ્યો અને કેટલાય દિવસના ફૂલ એકઠા કરીને એક સાથે નાખવા જતો, જેનાથી ખૂબ જ દુર્ગંધ આવવા લાગતી. હવે ત્યાં પર કામ કરી રહેલાં લોકોની પાસે બે જ વિકલ્પ હતા અથવા તો તેઓ આ ફૂલોને સડવા દે અને દુર્ગંધ સહન કરે અથવા પછી ખુદ સાફ કરે અને એમણે ખુદ જ એમને સાફ કરવાનું યોગ્ય સમજ્યું. આ દરમિયાન મધુમિતાને એક આઈડિયા આવ્યો કે, કેમ ના તે એ જૂના ફૂલોનો કોઈ ઉપયોગ કરે, જેનાથી આ સમસ્યાનો હંમેશાં માટે નિપટારો થઈ શકે અને

પછી શરૂ થઈ 'આવચયમ્'. મધુમિતાએ વિચાર્યું, 'કેમ ના આ ફૂલોને ફરીથી ઉપયોગ કરવામાં આવે, એમણે નિર્ણય કર્યો કે, જો આ ફૂલોથી હોળીના રંગ બનાવવામાં આવે, તો પર્યાવરણને પણ નુકસાન નહીં થાય અને ફૂલોનો પણ સારી રીતે ઉપયોગ થઈ જશે, સાથે જ શારીરિક રૂપથી અસક્ષમ આ બાળકોને પણ રોજગારની તક મળી શકશે.'

ફૂલો માટે જ્યારે આ લોકોએ મંદિરના પુજારીથી વાત કરી, તો તેઓ ના માન્યા, આખરે આસ્થાનો સવાલ હતો, પરંતુ પછીથી વધારે સમજાવા પર તેઓ મંદિરમાં ચઢાવાયેલાં ફૂલોને આપવા માટે રાજી થઈ ગયા. બાળકો રોજ મંદિરોથી ફૂલ એક્ઠાં કરવા જાય છે, જેથી એમનાથી રંગ બનાવી શકાય.

જૂના ફૂલ કોઈ કામના નથી હોતાં અને ધીમે-ધીમે એમની સુગંધ ખતમ થઈ જાય છે, પરંતુ 'આવચયમ્'માં જૂના ફૂલોથી ડાઈ, વિભિન્ન રંગ અને અગરબત્તીઓ બનાવવામાં આવવા લાગી. આ રંગ પ્રાકૃતિક તેમજ ઑર્ગેનિક હતા, જે કોઈપણ પ્રકારથી પર્યાવરણ માટે હાનિકારક ન હતા, બલ્કે પહેલાં જ્યાં એ ફૂલોને પાણીમાં નાખવાથી જળ પ્રદૂષણ થઈ રહ્યું હતું, હવે 'આવચયમ્' પછી થઈ રહ્યું ન હતું, સાથે જ કેટલાય લોકોને રોજગાર મળી રહ્યો હતો અને બજારમાં આ પ્રકારના ઑર્ગેનિક રંગોના આવવાથી લોકોને સસ્તો અને ઉત્તમ વિકલ્પ પણ મળ્યો.

મધુમિતાએ બાળકોને ફૂલોથી રંગ બનાવવાનું પ્રશિક્ષણ આપ્યું. ફૂલોથી રંગ બનાવવા માટે એમને વર્ષમાં લગભગ એક ટન ફૂલોની જરૂર હતી. એના માટે આ લોકોએ અલગ-અલગ ટેંટ હાઉસ અને હોટલોમાં વાત કરી. આજે દિલ્લીની ૧૨ ફાઇવ સ્ટાર હોટલ એમને ફૂલ મોકલે છે. રૉ મટીરિયલ માટે આ લોકોને વધારે મુશ્કેલી નથી થતી અને સરળતાથી મળી જાય છે. દિલ્લીના વિભિન્ન મંદિરો અને હોટલ્સથી ફૂલ લાવવામાં આવેછે. તહેવારોના સમયમાં આ વધારે માત્રામાં મળી જાય છે. પર્યાવરણ મંત્રાલયથી પણ એમને વધારે મદદ મળી રહી છે અને દિલ્લી હાટ તથા વિભિન્ન જગ્યાઓ પર સરકારી આઉટલેટ્સમાં એમના ઉત્પાદન વેચવામાં આવી રહ્યાં છે.

આ લોકોએ આ કામને ફક્ત પોતાના સુધી જ મર્યાદિત નથી રાખ્યું, દિલ્લીની લગભગ ૪૫ સ્પેશ્યલ સ્કૂલોમાં મધુમિતાએ એનું પ્રશિક્ષણ આપ્યું છે. આ લોકો સૌથી જૂના ફૂલને સુકવે છે, પછી એમને અલગ-અલગ કરે છે, કાપે છે અને પછી પીસે છે. આ લોકોએ ૨૦૦૪થી આ કાર્યની શરૂઆત કરી, પરંતુ પહેલાં દરેક પ્રકારથી તપાસી લેવા ઇચ્છતા હતા, કે પૂરી પ્રક્રિયા

પૈસા કામાવા લાયક છે અને શું એને લાંબા સમય સુધી ચલાવી શકાય છે. તેઓ કામમાં કૂદવાથી પહેલાં દરેક નાના-મોટા પાસાને તપાસવા ઇચ્છતા હતા. લોકોને પ્રશિક્ષણ આપવામાં આવ્યું, પૂરું માળખું તૈયાર કરવામાં આવ્યું, વિભિન્ન તપાસ કરવામાં આવી, જ્યારે બધું જ સકારાત્મક આવ્યું, તો સન્ ૨૦૦૮માં 'આવચયમ્'ને ઔપચારિક રૂપથી શરૂ કરી દેવામાં આવી. પ્રોડક્શન એ પ્રકારે કરવામાં આવે છે, જેનાથી એ વધારે સસ્તું રહે, નફો થાય અને સાથે જ રંગોને સસ્તામાં વેચી શકાય. મધુમિતા ઇચ્છે છે કે, એમના આ કામથી પર્યાવરણ તો સુરક્ષિત થાય જ, સાથેજ શારીરિક રૂપથી અસક્ષમ આ બાળકોને રોજગાર મળી રહે. છેલ્લાં વર્ષે ૧૨૦૦-૧૫૦૦ લોકોએ આ કામના માધ્યમથી આવક કરી છે.

દિલ્લીમાં જ નહીં, દિલ્લીથી બહાર પણ મધુમિતાએ લોકોને એના માટે જાગૃત્ત કર્યા કે, ફૂલોને નદીઓમાં ન વહાવીને એનો ઉપયોગ રંગો બનાવવામાં કરવામાં આવે.

આવચયમ્ વધારે લોકોને નોકરી આપી રહી છે. લગભગ ૮૫ શારીરિક અને માનસિક રૂપથી અક્ષમ લોકો આ કાર્યમાં લાગેલાં છે, આ લોકો હોળીના રંગ તેમજ રંગોળી માટે રંગ બનાવી રહ્યાં છે, એના સિવાય ૧૫ દૃષ્ટિહીન લોકો અગરબત્તી નિર્માણના કાર્યમાં લાગેલા છે. આવચયમ્‌ને દિલ્લીના ૬૦ મંદિરોથી અને ૧૧ હોટલ્સથી ફૂલ મળી રહ્યાં છે, એના સિવાય ૨૫૦ અન્ય મંદિર, ૮ હોટલ્સ, અને ૬ અન્ય એનજીઓ ફૂલ આપી રહ્યાં છે. આ બધા એનજીઓ 'આવચયમ્'ની સાથે મળીને કામ કરે છે. વૃંદાવનમાં ફૂલોનો ઉપયોગ પૂજામાં ખૂબ વધારે થાય છે, આથી લોકોને સમજમાં નથી આવતું કે, ઉપયોગ પછી ફૂલોનું શું કરવામાં આવે? મધુમિતાએ ત્યાં જઈને 'ફ્રેન્ડ્સ ઑફ વૃંદાવન' નામની સંસ્થાને આ કામ વિશે બતાવ્યું. હવે ત્યાં પણ લોકો ફૂલોનો બખૂબી ઉપયોગ કરી રહ્યાં છે.

મહાન સપના હંમેશાં પૂર્ણ થાય છે

> *'મહાન સપના જોવાવાળાઓનાં સપના હંમેશાં પૂરા થાય છે.'*
> - ડૉ. અબ્દુલ કલામ

૨૮ જુલાઈ, ૨૦૧૧એ એશિયાના નોબેલ કહેવામાં આવવાવાળા રેમન મૈગ્સેસે પુરસ્કાર માટે હરીશ હાંડેની પસંદગીની ઘોષણા કરવામાં આવી હતી. સૌર ઊર્જાના ઉપયોગની તકનીક ભારતમાં લાવવાવાળા હાંડેને આ પુરસ્કાર માટે પસંદ કરવામાં આવ્યા હતા. પોતાની કંપની સેલ્કોના માધ્યમથી લાખોલોકો સુધી ફાયદાકારક સૌર ઊર્જા તકનીક પહોંચાડવાવાળા હરીશ હાંડે આ પુરસ્કારથી ખાસા ઉત્સાહિત તો હતા, પરંતુ એનો શ્રેય ખુદને આપવાને બદલે પોતાના કર્મચારીઓની ટીમને આપવા ઇચ્છતા હતા. એમણે ઘોષણા કરી કે, મૈગ્સેસે પુરસ્કારથી મળવાવાળી ૫૦,૦૦૦ ડૉલરની રકમ ગ્રામીણ ક્ષેત્રની ઉન્નતિ માટે કામ કરવાવાળા યુવાઓને પ્રોત્સાહિત કરવા માટે ખર્ચ કરશે. તકનીકના ઉત્તમ ઉપયોગથી લાખો લોકોના જીવનમાં બદલાવ લાવવાવાળા હરીશ હાંડેને ૩૧ ઓગષ્ટ, ૨૦૧૧એ મનીલામાં આ સન્માન આપવામાં આવ્યું હતું. નિશ્ચય જ હરીશ નવી પેઢીના પ્રેરણાસ્રોત બનીને સામે આવ્યા છે.

જો કે, ૨૦૧૧ના જુલાઈ સુધી હરીશ હાંડેના નામથી ઘણાં બધા લોકો પરિચિત ન હતા, પરંતુ એ વર્ષે મૈગ્સેસે એવોર્ડ મેળવ્યા પછી દેશના ગામડાંના લોકોના જીવન બદલવાવાળા આ વ્યક્તિની ચર્ચા દેશના મહાનગરોમાં પણ થવા લાગી. સૌર ઊર્જાની તકનીકથી કરોડો લોકોના જીવનમાં બદલાવ લાવવાવાળા આ વ્યક્તિએ ભારતીય પરિદૃશ્યના કેટલાય મિથકોને તોડીને એ કરીને બતાવ્યું, જે આઝાદીના છ દશકોમાં સરકારો પણ ના કરી શકી.

એમણે અમેરિકામાં અભ્યાસ કર્યો, પરંતુ સપનુ સામાન્ય ભારતીયના જીવનના ઉદ્ધારનું હતું. એમણે ફક્ત ડિગ્રી એકઠી કરવા માટે અભ્યાસ કર્યો ન હતો, બલ્કે એમનો ઉદ્દેશ્ય લોકોનું જીવન બદલવાનો હતો. એમણે આ ભ્રમને પણ તોડ્યો કે, સામાજિક કલ્યાણના ઉદ્દેશ્યથી કરવામાં આવવાવાળો વ્યવસાય નુકસાનનો સોદો હોય છે. તેઓ એ વાતથી આહત રહ્યાં છે કે, ગામડાઓનો અવાજ દિલ્લી સુધી નથી પહોંચતો.

હરીશનો જન્મ બેંગલોરમાં અને એમનો ઉછેર રાઉરકેલામાં થયું. અભ્યાસમાં તેઓ હંમેશાં હોંશિયાર વિદ્યાર્થી રહ્યાં. એમણે આઈઆઈટી ખડગપુરથી એન્જીનિયરિંગનો અભ્યાસ કર્યો અને પછી અમેરિકા ચાલ્યા ગયા. જ્યાં મેસાચુસેટ્સ ઈન્સ્ટીટ્યૂટ ઑફ ટેક્નોલૉજીથી પોતાની માસ્ટર્સની ડિગ્રી પ્રાપ્ત કરી. પછી એમણે થર્મલ સાઈટ પર કામ કરવાનું શરૂ કરી દીધું અને એ જ દરમિયાન તેઓ ડોમિનિયન રિબપ્લિક ગયા, જ્યાં હરીશે જોયુ કે લોકો કયા પ્રકારે સૌર ઊર્જાનો પ્રયોગ પોતાના ઘરોમાં કરી રહ્યાં હતા.એના પછી હરીશે નક્કી કર્યું કે, તેઓ પોતાની શોધ ઊર્જાના સામાજિક આર્થિક ક્ષેત્રમાં કરશે. રિસર્ચ માટે એમણે ભારત અને શ્રીલંકાના ગામડાઓમાં ખૂબ સમય વિતાવ્યો. શ્રીલંકામાં ભાષાની સમસ્યા, લિક્વિની સમસ્યા અને સંસાધનોનો ભારે અભાવ હતો. શ્રીલંકાના ગામમાં હરીશે ખૂબ ઓછાં બજેટમાં પોતાનું કામ ચલાવ્યું, એમને વધારે મુશ્કેલીઓ પણ આવી, પરંતુ તેઓ દટ્યાં રહ્યાં અને ઓછા બજેટની નવી-નવી યોજનાઓ પર કામ કરતાં રહ્યાં. 'સેલ્કો'એ કોઈ નવો આવિષ્કાર ના કર્યો, બલ્કે પહેલેથી જ ચાલી આવી રહેલી તકનીકોમાં પ્રાણ ફૂંક્યા. તકનીકી સ્તરમાં નાના-મોટા સુધારા કર્યા. ધીમે-ધીમે કામની ગતિ પકડવાની શરૂ કરી પરંતુ તેમ છતાં પ્રારંભિક વર્ષોમાં હરીશની પાસે એટલાપૈસા ન હતા કે, તે કોઈ અન્યને પોતાની સાથે રાખી શકે, આથી દરેક ઘરમાં સિસ્ટમતે ખુદ લગાવવા જતા હતા. એ સમયે એક સિસ્ટમની કિંમત ૧૫,૦૦૦ રૂપિયાની આસપાસ હતી, આથી ફક્ત તે જ લોકો સૌર ઊર્જા સિસ્ટમ લગાવી રહ્યાં હતા, જે આર્થિક રૂપથી સંપન્ન હતા.

'સેલ્કો ઈન્ડિયા' કંપનીના મેનેજિંગ ડાયરેક્ટર હરીશ હાંડેએ ભલે જ આઈઆઈટીથી એન્જીનિયરિંગની ડિગ્રી લીધી અને અમેરિકાની મેસાચુસેટ્સ યૂનિવર્સિટીથી ડૉક્ટરેટની ડિગ્રી પ્રાપ્ત કરી હોય, પરંતુ એમને અસલી જ્ઞાન પાણી-પૂરી વેચવાવાળી એક મહિલાથી મળ્યું હતું. હરીશે જ્યારે આ મહિલાને

સૌર ઊર્જાના લાભ વિશે બતાવ્યું, તો એણે કહ્યું કે, મહીનામાં ૩૦૦ રૂપિયા આપવા મુશ્કેલ છે, પરંતુ તે ૧૦ રૂપિયા રોજ જરૂર આપી શકે છે. આ વાતને હરીશના દિમાગમાં એક વાત ઊંડી રીતે બેસાડી દીધી કે, ગરીબ માણસ સુધી નવી તકનીકનો લાભ પહોંચાડવા માટે જરૂરી છે કે, એના આર્થિક સંસાધનોની પણ વ્યવસ્થા કરવામાં આવે. એમણે નિષ્કર્ષ કાઢ્યો કે, ૧૦ રૂપિયામાં પ્રતિદિવસ ૪ કલાક સૌર ઊર્જાનો પ્રકાશ પહોંચાડવાથી એ જ મહિલાને લાભ થશે, કેમકે તે કેરોસીન તેલ પર પ્રતિદિવસ ૧૫ રૂપિયા ખર્ચ કરે છે. આ વિચારસરણીએ હાંડેના કામને સરળ કરી દીધું. તેઓ ગામ-ગામ સુધી પહોંચ્યા. હરીશે નક્કી કર્યું કે, ગામમાં તેઓ પોતાના સાધનનો વિસ્તાર કરશે અને એમણે અર્થવ્યવસ્થા (ફાઇનેન્સ)ની સંભાવનાઓ પર વિચાર કરવાનો શરૂ કર્યો, જેથી ગરીબ માણસ પણ સરળ હપ્તાઓમાં એમનું સાધન ખરીદી શકે. અત્યાર સુધી આસપાસનો દરેક વ્યક્તિ ભલે તે અમીર હોય કે ગરીબ, હરીશના સાધનની જરૂર મહેસૂસ કરવા લાગ્યો હતો. દરેક કોઈને પોતાના ઘરમાં રોશની જોઈતી હતી, પરંતુ મુશ્કેલી ફક્ત પૈસાની હતી. બે વર્ષની કઠોર મહેનત પછી હરીશે સાધનને ફાઇનેન્સ કરાવવામાં સફળતા મેળવી. હવે સરળ હપ્તાઓમાં સાધન મળી રહ્યાં હતા અને માંગ સતત વધતી જઈ રહી હતી. હવે ગામમાં સૌર ઊર્જાના કારણથી રોશની થવા લાગી. લોકોની જિંદગી સરળ થવા લાગી. આજે એમની સેલ્કો (સોલર ઇલેક્ટ્રિક લાઇટ કંપની) ૧,૨૦,૦૦૦ ઘરો સુધી રોશની પહોંચાડવામાં સફળ થઈ છે. એમનું આ અભિયાન લાખો લોકોને સામર્થ્યવાન બનાવીને પ્રગતિશીલ બદલાવ લાવવામાં સક્ષમ થઈ.

ભારત જેવાં દેશમાં જ્યાં ગામડાઓમાં વિજળીનો અભાવ છે, ત્યાં આજે હાંડેનું અભિયાન ચાલતા ગ્રામીણ સૌર પેનલ લગાવીને દિવસમાં સૂર્યની ઊર્જાને એકત્ર કરે છે તથા રાત્રિમાં લગભગ પાંચ કલાક સુધી વિજળીનો ઉપયોગ કરે છે. એનાથી એમના જીવનમાં ધનાત્મક બદલાવ આવ્યો છે. બાળકો ઠીકથી વાંચી શકે છે અને કુટીર ઉદ્યોગ-ધંધાઓમાં લાગેલા લોકો મોડી રાત સુધી કામ કરીને વધારે પૈસા કમાઈ શકે છે. વર્ષ ૧૯૯૫માં શરૂ થયેલાં આ અભિયાનના ચાલતા કર્ણાટક, કેરલ તેમજ ગુજરાતમાં દોઢ કરોડ લોકો સુધી વિજળી પહોંચી રહી છે. એટલું જ નહીં, એમણે વિભિન્ન વ્યવસાયોના લોકોની જરૂરિયાતો પ્રમાણે નવી તકનીક વિકસિત કરી છે. એટલે કે તડકાં-અંધારામાં ગુલાબ એકત્ર કરવાવાળાઓ માટે ટોપીના રૂપમાં પહેરવામાં આવવાવાળા

સોલર લેમ્પ વિકસિત કર્યા છે. એ જ પ્રકારે ફળોની સારસંભાળ તેમજ પાણી ગરમ કરવાની તકનીક પણ વિકસિત કરી.

હરીશે આઈઆઈટીના અભ્યાસ દરમિયાન નક્કી કરી લીધું હતું કે, એમનો ઉદ્દેશ્ય ફક્ત ડિગ્રી લેવાનો નથી, બલ્કે આ અભ્યાસના માધ્યમથી લોકોનું જીવન બદલવાનો છે. અમેરિકામાં ઉચ્ચ શિક્ષા પ્રાપ્ત કરતાં સમયે પણ એમના દિમાગમાં ભારતવાસીઓનો વિચાર હતો. તેઓ સારી નોકરીનું પ્રલોભન છોડીને સેવાના ઉદ્દેશ્યથી ભારત પાછા ફર્યા. તેઓ એવો વ્યવસાય કરવા ઈચ્છતા હતા, જેમાં જીવિકોપાર્જનની સાથે સમાજના લોકોનું પણ ભલું થાય, એટલે પોતાની પ્રગતિની સાથે-સાથે સમાજની સંપન્નતાનું સપનું પણ.

હકીકતમાં હરીશે ભણતરના સાચા અર્થોને સાર્થક કર્યા. ભણતરનો અર્થ એમના માટે બાંધી-બંધાયેલી નોકરી બિલ્કુલ ન હતી. એમણે ઉદ્યમિતાનું નવું ઉદાહરણ રજૂ કર્યું અને અને એના નવા માનક નક્કી કર્યા. એમણે દુનિયાને બદાવ્યું કે, સૌર ઊર્જા ફક્ત સરકારી વિભાગની જાગીર નથી અને આ તકનીકને સામાન્ય માણસ સુધી પહોંચાડી શકાય છે. એ પણ સાબિત કરી બતાવ્યું કે, સામાન્ય માણસ પૈસા ખર્ચ કરવાની સાથે જ સૌર પેનલોને યોગ્ય ઢંગથી રખરખાવ પણ કરી શકે છે. આ તકનીકના વિસ્તારના સમયે એમના મગજમાં સ્પષ્ટ માળખું હતું કે, સામાન્ય વપરાશકારના હિતમાં એ જરૂરી છે કે, તકનીકની સાથસામાન્ય માણસના પૈસા એકઠાં કરવાની વ્યવસ્થા તથા સૌર પેનલના વેચાણ પછી તકનીકી સેવા ઉપલબ્ધ કરાવવામાં આવતી રહે.

હાંડેએ કારોબારની સાથે સમાજ સેવાની એ પહેલ શરૂ કરી કે, જેને આજે અમેરિકામાં બિલ ગેટ્સ, વૉરેન બફેટ તેમજ ભારતમાં અજીમ પ્રેમજી કરી રહ્યાં છે. એમણે સમાજ કલ્યાણની સાથે વ્યાવસાયિક લાભની અવધારણાને જોડીને બતાવી. એમણે દૂરદષ્ટિની સાથે એવું કર્યું, લોકોને વિશ્વાસમાં લીધા તથા ખુદનું તેમજ સમાજનું ભલું કર્યું. એમણે પોતાના ઉદ્યમના તાણાંવાણાં કંઈક એ ઢંગથી વણ્યાં કે, કારોબારમાં નુકસાન ના ઉઠાવવું પડે તેમજ પૈસા બરબસ આવતા રહે. હરીશનો ઉદ્દેશ્ય પવિત્ર તથા ઈરાદા બુલંદ હતા. ખિસ્સામાં પૈસા ન હતા, પરંતુ જ્યારે અભિયાનની શરૂઆત કરી, તો નાણાંકીય સંસાધન એકઠાં થતાં ચાલ્યા ગયા. એમના કાર્યના ઉદ્દેશ્ય તેમજ ઉદ્યમિતાને જોઈને આંતરરાષ્ટ્રીય વિતરકોએ એમને ૧,૫૦,૦૦૦ ડૉલરની લોન ઉપલબ્ધ કરાવી. એમણે આ સંસ્થાની શરતોનું અનુપાલન કરતાં ફક્ત ચાર વર્ષમાં લોન પાછી આપી દીધી.

આજે એમની કંપનીમાં તમામ પ્રસિદ્ધ કંપનીઓ રોકાણ કરવા માટે આતુર છે.

આજે ભલે જ મૈગ્સેસે પુરસ્કાર મળ્યાં પછી એમની ચર્ચા થઈ રહી હોય, પરંતુ એનાથી પહેલાં પણ એમને ઓબામાથી લઈને પ્રિંસ ચાર્લ્સ સુધી સન્માનિત કરી ચુકાયા છે, પરંતુ તેઓ કોઈ પ્રચાર તેમજ મીડિયા વગર સુરખીઓ બનેલાં પોતાના કામ કરતાં રહ્યાં. આ વાત જરૂર છે કે, એમના અભિયાને ઉત્તર ભારતમાં દસ્તક નથી આપી, પરંતુ દક્ષિણમાં એમની ઉદ્યમિતાએ પરચમ લહેરાવ્યો છે. આજે ભારતના નવનિર્માણમાં લાગેલી 'સેલ્કો' સામાન્ય માણસ મોટ સૌર વિજળી ઉપલબ્ધ કરાવવા સિવાય ખાવાનું પકાવવા, પાણી ગરમ કરવા, ફળોના સંરક્ષણ, ઘરોને શીતળ રાખવા જેવાં ઉપકરણ બનાવી રહી છે.

હરીને આ વાતનું દુઃખ જરૂર છે કે, ગરીબો તેમજ એમનાથી જોડાયેલી સંસ્થાઓના અવાજ દિલ્લી સુધી નથી પહોંચતો, જ્યાં દેશ માટે દરેક નિર્ણય થાય છે. આ જ કારણ છે કે, ગ્રામીણો માટે ઉપયોગી તકનીકોનો લાભ એમને નથી મળી શકતો. તેઓ સ્વીકારે છે કે, એમના જેવાં તમામ યુવા ક્રાંતિકારી બદલાવના વાહક બની શકે છે, પરંતુ નાણાંકીય સંસાધનની કમી આડે આવે છે.

આજે એમની કંપની હજુ સુધી લગભગ સવા લાખ લોકોને સૌર ઊર્જાથી વિજળી ઉપલબ્ધ કરાવી રહી છે. હરીશ હાંડેએ પોતાની સફળતાની નવી વાર્તા લખી છે.

હરીશ હાંડે કેટલાય લોકોના એ ભ્રમને તોડ્યો છે, જે એ માનતા હતા કે, સૌર ઊર્જા જેવી તકનીક સામાન્ય માણસો માટે નથી. એમણે આ તર્કને પણ ખોટો સાબિત કરી દીધો કે, સામાન્ય માણસ એવી તકનીકની દેખરેખ ઠીકથી નથી કરી શકતો. હાલત એ છે કે, એમની યોજનાઓથી જોડાયેલાં સામાન્ય લોકો જ એમના કામની અસલી ઓળખ બની ગયા છે. શહેરો અને કસ્બાઓથી દૂર વસેલાં ગામડાઓમાં પણ લોકો એમની કંપનીની યોજનાઓનો લાભ લઈ રહ્યાં છે. સૌર ઊર્જાની રોશની માટે લાગેલી હજારો રૂપિયાની પેનલ્સની સારસંભાળનું પૂરું ધ્યાન રાખી રહ્યાં છે. હાંડે સારી રીતે સમજે છે કે, નાના-નાના વપરાશકાર માટે ત્રણ વાતો ખૂબ અર્થ રાખે છે- તકનીક, નાણાંકીય વ્યવસ્થા અને વેચાણ પછીની સેવા.

હરીશ હાંડેએ દુનિયાની નામી શિક્ષણ સંસ્થાનોથી ડિગ્રી પ્રાપ્ત કરી અને સાથે જ એ વાતને સમજી કે, આ ડિગ્રીઓ આચાર નાખવા માટે નથી, લોકોની મદદ માટે એમને મળી છે. આઈઆઈટીનો અભ્યાસ દિવસોમાં જ એમણે

નક્કી કરી લીધો હતો કે, હવે તેઓ જે કંઈ પણ કરશે, એનાથી ગામના લોકોને ફાયદો થવો જોઈએ. એમને એ વાતનો અહેસાસ થતો કે, તેઓ વિદેશ જઈને લાખોની નોકરી મેળવી શકે છે અને આરામની જિંદગી જીવી શકે છે, પરંતુ એમના જમીરે કહ્યું કે, એમણે કોઈ સાર્થક કામ કરવાનું છે, જેનાથી એમની આર્થિક પ્રગતિ પણ થઈ શકે.

અત્યાર સુધી સમજવામાં આવતું રહ્યું છે કે, જો કોઈ કારોબાર સામાજિક લક્ષ્યથી શરૂ કરવામાં આવે છે, તો એમાં નુકસાન જ નુકસાન થાય છે. હાંડેએ લોકોને વિચારવા પર મજબૂર કરી દીધા કે, એવું દરેક વખતે થાય, એ જરૂરી નથી. જો સમજી-વિચારીને કામ કરવામાં આવે, લોકોને એમાં સામેલ કરવામાં આવે અને તેઓ એવા કામથી લાભાન્વિત થાય, તો સામાજિક ઉદ્યમ પણ બધા માટે લાભનો સોદો થઈ શકે છે. આ લાભમાં બધાની ભાગીદારી હશે. 'સેલ્કો'ની બધી યોજનાઓ એ પ્રકારથી બનાવવામાં આવી કે, એમાં પૈસા ડૂબવાની કોઈ સંભાવના ના રહે.

જો તમે કોઈપણ કામ પવિત્ર ઉદ્દેશ્યથી કરી રહ્યાં છો, તો પાછળ ના હટો, કેમ કે એવા કામ શરૂ કરવાવાળાઓની મદદ કરવા લોકો આવી જ જાય છે. હરીશ હાંડેએ જ્યારે 'સેલ્કો'ની સ્થાપના કરી હતી, ત્યારે એમની પાસે કોઈ પૂંજી ન હતી, પરંતુ વર્ષભર બાદ એવું ન હતું. એમની મદદ માટે 'વનરક ઈન્ટરનેશનલ' નામની સંસ્થા સામે આવી અને એણે કેટલીક શરતોની સાથે હાંડેને ૧,૫૦,૦૦૦ ડૉલરની લોન ઉપલબ્ધ કરાવી દીધી. 'સેલ્કો'એ ચાર વર્ષમાં જ તે લોન પાછી આપી દીધી. આજે એમની કંપનીમાં પૂંજી લગાવવા માટે દુનિયાભરની કંપનીઓ ૧૦૦ કરોડ રૂપિયા સુધીનું રોકાણ કરવા માટે તૈયાર છે.

કોઈપણ સામાનના વેચાણ પછીની સેવા ફક્ત બહુરાષ્ટ્રીય કંપનીઓની જ જવાબદારી નથી, હરીશ હાંડે આ વાતને સમજતાં હતા. આથી એમણે સૌર ઊર્જાના ક્ષેત્રમાં આવવાવાળી આ સમસ્યાનું ખાસ ધ્યાન રાખ્યું કે, કયા પ્રકારની પરેશાનીઓનો સામનો ગ્રાહકોને કરવો પડે છે. એમણે વેચાણ પછીની સેવા માટે કંપનીમાં અલગથી ટીમ બનાવી અને પોતાના તમામ ગ્રાહકોથી સીધા સંપર્ક બનાવીને એમને આશ્વસ્ત કર્યા કે, વૈકલ્પિક ઊર્જા અપનાવવામાં એમને કોઈ પ્રકારની કોઈ મુશ્કેલી નહીં થવા દેવામાં આવે.

સેલ્કો કંપની જે કામ કરી રહી છે, એ જ કામ દેશભરમાં અનેક સંસ્થાઓ

કરી રહી છે, પરંતુ તેઓ સામાન્ય જનતાનું ભલું નથી કરી રહી, કેમ કે એમનામાંથી મોટાભાગના ભ્રષ્ટાચાર કરવા માટે જ બનાવવામાં આવી છે. સેલ્કોએ હંમેશાં એ વાતનું ધ્યાન રાખ્યું કે, સૌર ઊર્જા ફક્ત બત્તી પ્રગટાવવા માટે નથી, અન્ય કામો માટે પણ ઉપયોગમાં લાવી શકાય છે. એ જ કારણ છે કે, એમની કંપની સૌર ઊર્જાથી ખાવાનું પકાવવા, ઘરને ઠંડું રાખવા, શાકભાજીઓ તેમજ ફળોને સુકવીને સ્ટોર કરવા, બે લાખ લીટર સુધી પાણી ગરમ કરવા જેવાં કામો માટે ગ્રાહકોની જરૂરિયાતના અનુસાર ઉપકરણ બનાવે છે.

હરીશ હાંડેને મળેલાં સન્માનોની યાદી લાંબી છે. એમને પ્રિંસ ચાર્લ્સથી લઈને ઓબામા સુધી સન્માનિત કરી ચુક્યા છીએ. એને ભારતના એ ૫૦ લોકોમાં ગણવામાં આવ્યા છે, જે એક નવા ભારતના નિર્માણમાં મહત્ત્વપૂર્ણ રોલ નિભાવી રહ્યાં છે. હાંડે પોતાના કાર્યને વિકેન્દ્રિત અને ગ્રાહકોન્મુખ બનાવવાના કામમાં લાગ્યા છે. એમનું કહેવું છે કે, અત્યારે અમને ફક્ત કર્ણાટક અને ગુજરાતમાં કામ કરવાની તક મળી છે, અમે આ કામ પૂરા દેશમાં ફેલાવવા ઇચ્છીએ છીએ. જ્યારે દરેક ગામમાં અમારી સેવા પહોંચી જશે, ત્યારે જ અમે ખુદને સફળ સમજીશું.

★★★

www.ingramcontent.com/pod-product-compliance
Lightning Source LLC
Chambersburg PA
CBHW072129270326
41931CB00010B/1711